தொல்பழங்காலமும் தமிழக நகர அரசுகளும்

கணியன்பாலன்

நியூ செஞ்சுரி புக் ஹவுஸ் (பி) லிட்.,
41-பி, சிட்கோ இண்டஸ்டிரியல் எஸ்டேட்,
அம்பத்தூர், சென்னை - 600 050.
☎ : 044 - 26251968, 26258410, 48601884

Language: Tamil

Tholpazhankalamum Thamizhaga Nagara Arasugalum

Author : **K.N. Balan (Kaniyanbalan)**

First Edition: July, 2024

Copyright: Author

No.of Pages: 236

Publisher:

New Century Book House Pvt. Ltd.,

41-B, SIDCO Industrial Estate,

Ambattur, Chennai - 600 050.

Tamilnadu State, India.

Email: info@ncbh.in

Online: www.ncbhpublisher.in

ISBN: 978 - 81 - 977496 - 8 - 1

Code No. A 5121

₹ 310/-

Branches

Ambattur 044 - 26359906, **Spenzer Plaza (Chennai)** 044-28490027
Trichy 0431-2700885 **Pudukkottai** 04322- 227773 **Thanjavur** 04362-231371
Tirunelveli 0462- 2323990, 4210990, **Madurai** 0452-2344106, 4374106
Dindigul 0451-2432172 **Coimbatore** 0422-2380554 **Erode** 0424-2256667
Salem 0427-2450817 **Hosur** 04344-245726 **Krishnagiri** 04343-234387
Ooty 0423- 2441743 **Vellore** 0416-2234495 **Villupuram** 04146-227800
Pondicherry 0413-2280101 **Nagercoil** 04652-234990

தொல்பழங்காலமும் தமிழக நகர அரசுகளும்

ஆசிரியர்: **க.நா. பாலன் (கணியன்பாலன்)**

முதல் பதிப்பு: ஜூலை, 2024

அச்சிட்டோர்: **பாவை பிரிண்டர்ஸ் (பி) லிட்.,**

16 (142), ஜானி ஜான் கான் சாலை, இராயப்பேட்டை, சென்னை - 14

☎: 044-28482441

All rights reserved. No part of this book may be reprinted or reproduced or utilised in any form or by any electronic, mechanical, or other means, now known or hereafter invented, including photocopying and recording, or in any information storage or retrieval system, without permission in writing from the publishers.

பொருளடக்கம்

	ஆசிரியர் உரை	5
	முன்னுரை	7
1.	தொல்பழங்காலம்	15
2.	இரோகுவாய் கணம்	28
3.	கிரேக்க கணமும் உரோம கணமும்	36
4.	அநாகரிகமும் நாகரிகமும்	52
5.	தொல்பழங்காலமும் பொருள்முதல்வாதமும்	63
6.	தமிழகத் தொல்பழங்காலம்	86
7.	சங்க காலமும் - வரலாற்றுக்கு முந்தைய சமூகமும்	108
8.	தொல்லினக்குழு வாழ்வின் எச்சங்கள்	123
9.	தமிழக வரலாற்றில் நகர அரசுகள்	136
10.	தமிழக நகர அரசுகளும் பொருள்முதல்வாதமும்	150
11.	தொல்கபிலர் - தமிழ் அறிவு மரபின் தந்தை	157
12.	பண்டைய தக்காண வட இந்திய அரசுகள்	170
13.	சேரன் செங்குட்டுவன், மாமூலனார் காலங்கள்	179
14.	தமிழக மூவேந்தர்களும் காலவரையறையும்	189
15.	பழந்தமிழ்ச் சமூகம் சார்ந்த சில தரவுகள்	200
16.	தமிழக நகர அரசுகளும் மகதப் பேரரசும்	216
	இறுதியுரை	223
	கால அட்டவணை	233

ஆசிரியர் உரை

தொல்லினக்குழு நிலையில் இருந்து நாகரிக நிலையை அடையும் காலகட்டம் வரையான மனித இனத்தின் வளர்ச்சி குறித்தப் புரிதலை உருவாக்கும் கண்ணோட்டத்தில்தான் இந்நூல் எழுதப்பட்டுள்ளது. தொல்லினக்குழு காலத்தில் இருந்த கண ஆட்சி முறையில்தான் உண்மையான சுதந்திரம், சமத்துவம், சகோதரத்துவம் ஆகியன இருக்கும். கண ஆட்சிமுறை என்பது ஆண்-பெண் வேறுபாடு இன்றி அனைவரும் அனைத்திலும் சமமாக இருந்த ஒரு காலகட்டம். சொத்துடமை தோன்றி வளருவதால், இந்தத் தொல்லினக்குழு கால கண ஆட்சிமுறை அழிந்து, அவ்விடத்தில் நகர அரசு தோன்றுகிறது. நகர அரசின் தோற்றம், நாகரிக காலகட்டத்தைக் குறிக்கிறது. முதலில் உலகம் முழுவதும் நகர அரசுகள்தான் தோன்றுகின்றன. கிரேக்க, உரோம தொல்லினக்குழுக்கள், தொல்லினக்குழு நிலையில் இருந்து, நகர அரசுகளாக உருவானது குறித்த வரலாற்று நிகழ்வுகள் இங்கு பேசப்பட்டுள்ளன. தொல்லினக்குழு காலத்தில் இருந்த குழுமணம், இணைமணம், அகமணமுறை முதலியன அழிந்துதான் நாகரிககால ஒருதாரமணமுறை உருவாகிறது.

பழந்தமிழக நாகரிகமும் தொல்லினக்குழு நிலையில் இருந்து உருவான நாகரிகம்தான். பழந்தமிழகத்திலும் முதலில் நகர அரசுகளே தோன்றின. பழந்தமிழகத்தின் சங்ககாலம் என்பது நிலையான நகர அரசுகள் உருவாகி இருந்த காலகட்டம். சங்ககாலகட்டம் என்பது கி.மு.750 - கி.மு.50 வரையான காலகட்டம். இந்த சங்ககாலகட்டத்தில் நகர அரசுகளே இருந்தன. பொதுவாக நகர அரசுகள் என்பன பேரரசுகளைவிட பலவகையிலும் சிறப்பானவைகளாக, உயர்வளர்ச்சி பெற்றனவாக இருந்துள்ளன என்பதை வரலாறு பலவகையிலும் உறுதிப்படுத்தியுள்ளது. பழந்தமிழக நகர அரசுகளும் அதே காலகட்ட மகதப்பேரரசை விட பல்வேறு துறைகளிலும் ஒரு உயர்தரமான வளர்ச்சியைப் பெற்றிருந்தன என்பது இங்கு எடுத்துக் கூறப்பட்டுள்ளது. தமிழக நகர அரசுகளின் வளர்ச்சிக்கு அடிப்படையாக இருந்த பொருள்முதல்வாத மெய்யியலான எண்ணியம் எனப்படும் சாங்கியம் குறித்தும் அதனைத் தோற்றுவித்த தொல்கபிலர் குறித்தும் இங்கு சுருக்கமாக எடுத்துரைக்கப்பட்டுள்ளது.

கி.மு.50க்குப்பின் இந்த நகர அரசுகள் பேரரசுகளாக ஆகின. கி.மு.50 முதல் கி.பி.250 வரையான பேரரசுகள் காலம்தான் சங்கம் மருவிய காலம். அதன் இறுதியில், கி.பி.250 வாக்கில் பழந்தமிழகத்தின் மீது நடைபெற்ற களப்பிரர் படையெடுப்பு, பழந்தமிழகத்திற்குப் பேரழிவைக் கொண்டு வந்தது. அதிலிருந்து இன்றுவரை தமிழகம் மீளவில்லை. களப்பிரர் படையெடுப்பால் பழந்தமிழகத்தில் உருவாகியிருந்த நூற்றுக்கணக்கான தத்துவார்த்த அறிவியல் தொழில்நுட்ப நூல்கள் முழுமையாக அழிந்து போயின. இலக்கிய நூல்களில் சங்க இலக்கியங்களும் பதினெண்கீழ்க்கணக்கு நூல்களும் மட்டுமே மிஞ்சின. மொத்தம் உருவான நூல்களில் இவை 5 விழுக்காட்டுக்கும் குறைவானவை.

கி.மு.350 முதல் கி.மு.50 வரையான சங்ககாலகட்ட வேந்தர்கள் குறித்த, மிகச் சுருக்கமான வரலாறும் இந்நூலில் பேசப்பட்டுள்ளது. இச்சங்ககாலகட்ட வட இந்திய, தக்காண அரசுகளின் வரலாறும் இங்கு தரப்பட்டுள்ளது. சங்ககாலம் சார்ந்த பல்வேறு தரவுகள் இந்நூலின் இறுதியில் தரப்பட்டுள்ளன. ஒட்டுமொத்தமாக தொல்லினக்குழுக்கள் குறித்தும், தொல்லினக்குழுக்கள் நகர அரசுகளாக மாறுவது குறித்தும், பழந்தமிழக நகர அரசுகள் குறித்துமான ஒரு கழுகுப்பார்வையை இந்நூல் வழங்குகிறது.

இந்நூல் உருவாக உதவிய அனைத்து நல் உள்ளங்களுக்கும் எனது ஆழ்ந்த நன்றியை மகிழ்ச்சியுடன் தெரிவித்துக் கொள்கிறேன். இறுதியாக இந்நூலை மிகச்சிறந்த முறையில் வடிவமைத்து வெளியிட்டுள்ள நியூ செஞ்சுரி புக் கவுசு (பி) லிட் (NCBH) நிறுவனத்துக்கு எமது நெஞ்சார்ந்த நன்றிகள்.

ஈரோடு
25.5.2024

கணியன்பாலன்
98427 29157

முன்னுரை

பழந்தமிழகத்தில் இரும்பை உருக்கி இரும்பு எஃகையும், இரும்புப் பொருட்களையும் உற்பத்தி செய்யும் இரும்புக்காலம் என்பது கி.மு. 3000 ஆண்டுகளுக்கு முன்பே அதாவது இன்றைக்கு 5000 ஆண்டுகளுக்கு முன்பே தோன்றிவிட்டது என்பதைத் தற்காலத் தொல்லியல் ஆய்வுகள் உறுதி செய்துள்ளன. தமிழக அரசு வெளியிட்ட கீழடி அறிக்கை, சேலம் மாங்காடு, தெலுங்கனூர் பகுதியில் கிடைத்த தொல்லியற்சான்றுகள் அறிவியல் காலக்கணிப்பின்படி தமிழக இரும்புக்காலம் கி.மு. 2000 என்பதை உறுதி செய்தன.[1] பின் கிருட்டிணகிரி மாவட்டம் மயிலாடும்பாறை என்ற இடத்தில் நடந்த அகழாய்வில் கிடைத்த இரு இரும்பு வாட்களைக்கொண்டு (Iron Swords) 2022ஆம் ஆண்டில் அமெரிக்காவின் புலோரிடா நகரத்தில் (Beta Analytic's Radiocarbon Dating lab in Florida) செய்யப்பட்ட அறிவியல் ஆய்வின்படி தமிழகத்தின் இரும்புக்காலம் கி.மு. 2200 என முடிவு செய்யப்பட்டது.[2]

அதன்பின் 2023ஆம் ஆண்டு சிவகளை அகழாய்வில் கிடைத்த இரும்புப் பொருட்கள் இலக்னோ, அகமதாபாத் ஆகிய இரு இடங்களில் இருந்த அறிவியல் ஆய்வு நிலையங்களுக்கு, காலக்கணிப்புக்காக அனுப்பப்பட்டது. இரண்டு இடங்களிலும் சிவகளையில் கிடைத்த இரும்புப் பொருட்களின் காலம் கி.மு. 2500 - 3000 என காலக்கணிப்பு செய்யப்பட்டுள்ளது (The Times of India 7-8-2023).[3] ஆகவே தமிழர்களின் இரும்புக்கால நாகரிகம் 5000 ஆண்டுகள் பழமையானது என்பது தற்போது உறுதி செய்யப்பட்டுள்ளது. செம்புக்கால நாகரிகமான சிந்துவெளி நாகரிகத்தின் காலம் கி.மு. 3250 முதல் கி.மு. 1500 வரை. ஆனால் அதே காலகட்டத்தில் தமிழ்நாட்டில் இரும்புக் கால நாகரிகம் இருந்துள்ளது. ஆகவே தமிழர் நாகரிகம் சிந்துவெளி நாகரிகத்தை விட ஒரு முன்னேறிய நாகரிகம் என்பதால், சுமேரியா, சிந்துவெளி போன்ற இடங்களில் இருந்தவர்கள் தமிழகம் வந்து நாகரிகத்தைப் பரப்பினர் போன்ற கருத்தியல்கள் அறிவியலுக்குப் புறம்பானவை.

பழங்கால இரும்பு உளி ஒன்று கி.மு. 2570ஆம் ஆண்டைச்சேர்ந்த கெப்ரான் (Kephron) என்ற எகிப்திய மன்னரின் பிரமிடில்

கிடைத்துள்ளது. கி.மு. 2500 வாக்கில் துருக்கியை ஆண்ட கிட்டடைட் அரசன் ஒருவனின் கல்லறையில் தங்கக் கைப்பிடியை உடைய இரும்பு வாள் ஒன்று கிடைத்துள்ளது. அதுபோன்றே கி.மு. 14ஆம் நூற்றாண்டில் எகிப்தை ஆண்ட மன்னர் துதங்கமானின் (Tutankamon) கல்லறையிலும் இரும்பு வாள் ஒன்று கிடைத்துள்ளது. கிட்டடைட், எகிப்து மக்கள் முறையே கி.மு. 1350, கி.மு. 600 வாக்கில்தான் இரும்பை உருக்கும் தொழில்நுட்பத்தை அறிந்தனர். கி.மு. 2570இல் எகிப்தில் கெப்ரானின் கல்லறையில் கிடைத்த உளியைச் சோதனை செய்து, அதில் காணப்பட்ட தரமான இரும்பு, அதன் வடிப்புமுறை, தாதுவளம் ஆகியனவற்றைக் கொண்டு ஜே.எம்.கீத் (J.M. Heath), சர்.ஜே.ஜி. வில்கின்சன் (Sir J.G. Wilkinson) ஆகியோர் அது சேலம் கஞ்சமலைப்பகுதியில் கிடைத்த இரும்புதான் என உறுதி செய்துள்ளனர்.[4]

ஆகவே மேற்கண்ட தரவுகள், கி.மு. 3000ஆம் ஆண்டு முதலே தமிழகத்தில் இரும்பு வாள், இரும்பு உளி போன்ற இரும்புப் பொருட்கள் உற்பத்தி செய்யப்பட்டு அவை எகிப்து, துருக்கி போன்ற நாடுகளுக்கு ஏற்றுமதி செய்யப்பட்டுள்ளன என்பதை உறுதி செய்கின்றன. உலகம் முழுவதும் கி.மு. 2000க்குப்பின்தான் இரும்புக்காலம் தோன்றியது. பெரும்பாலான நாடுகளில் கி.மு. 1000க்குப் பின்னர்தான் இரும்புக்காலம் தோன்றியது. ஆனால் பழந்தமிழகத்தில் கி.மு. 3000 வாக்கிலேயே இரும்புக் காலம் தோன்றிவிட்டது. ஆகவே உலகில் தமிழர்கள்தான் முதன்முதலில் இரும்பை உருக்கி இரும்புப் பொருட்களை உற்பத்தி செய்தவர்கள் என உறுதி செய்யலாம்.

ஆகவே இன்றைக்கு 5000 ஆண்டுகளுக்கு முன்பிருந்தே இரும்புக்கால நாகரிகம் கொண்ட மக்களாகத் தமிழ் மக்கள் இருந்தனர் என்பதால்தான் கி.மு. 1500 முதலே அல்லது அதற்கு முன்பே சிறு குறு நகர அரசுகள் பழந்தமிழகத்தில் உருவாகி இருந்தன. ஆதலால் அன்றே ஆதிச்சநல்லூர் ஒரு தொழிற்துறை நகராக இருந்தது என்பதையும் உறுதி செய்யலாம். கி.மு. 1500க்கு முன்பிருந்தே தமிழர்கள் தமிழ்க் குறியீடுகளைத் தங்கள் மொழிக்கான எழுத்தாகப் பயன்படுத்தி வந்தனர். கி.மு. 800 வாக்கில் தமிழ்க் குறியீடுகளிலிருந்து வளர்ச்சி பெற்ற தமிழி எழுத்து உருவாகியிருந்தது. கி.மு. 800க்கு முன்பே வளர்ச்சிபெற்ற மூவேந்தர் நகர அரசுகள் உருவாகியிருந்தன. கி.மு. 750 முதல் சங்க இலக்கியங்கள் உருவாகத் தொடங்கின. கி.மு. 8ஆம் 7ஆம் நூற்றாண்டு முதலே இடைவிடாத தொடர்ச்சியான உலகளாவிய அளவிலான வணிகத்தில் பழந்தமிழகம் ஈடுபட்டு வந்தது. இவை போன்ற பல்வேறு துறைகளில் ஏற்பட்ட வளர்ச்சியின் காரணமாக

கி.மு. 800 வாக்கில் பழந்தமிழகத்தில் தொல்கபிலர் என்ற மாமேதை தோன்றி கி.மு. 750 வாக்கில் எண்ணியம் என்ற மூலச்சிறப்புள்ள பொருள் முதல்வாத மெய்யியலைத் தோற்றுவிக்க முடிந்தது.[5]

பழந்தமிழக நகர அரசுகளின் தத்துவார்த்த அறிவியல் தொழில்நுட்ப வளர்ச்சிக்கும் பழந்தமிழக மக்களின் பரவலான தரமான கல்வியறிவிற்கும், இலக்கிய வளர்ச்சிக்கும், இசை, நாட்டியம், ஓவியம் போன்ற கலைகளின் வளர்ச்சிக்கும் மருத்துவம், கட்டடக்கலை, போர்க்கலை போன்ற பயன்கலைகளுக்கும் தொல்கபிலரின் எண்ணிய மெய்யியல் ஒரு அடித்தளமாக இருந்தது எனில் மிகையாகாது. பழந்தமிழகத்தில் மேலே குறிப்பிட்ட தத்துவார்த்த அறிவியல் தொழில் நுட்பம் உட்பட்ட பல்வேறு துறைகளிலும் நூற்றுக்கணக்கான நூல்கள் உருவாகியிருந்தன. ஆனால் அவை அனைத்தும் இன்று இல்லாது போயின.

பழந்தமிழகத்தின் சங்ககாலம் என்பது கி.மு. 750 முதல் கி.மு. 50 வரையான 700 வருட காலகட்டம். கி.மு. 50 முதல் கி.பி. 250 வரையான 300 வருட காலகட்டம் என்பது சங்கம் மருவிய காலகட்டம். சங்ககாலத்தில் மூவேந்தர்களின் ஆட்சி இருந்தபோதிலும் அன்று நகர அரசுகள்தான் இருந்தன. பழந்தமிழகத்தில் இருந்த நகர அரசுகள் குறித்தும் தந்தைக்குப்பின் மகன் என்ற ஆட்சிமுறை இங்கு இருக்கவில்லை என்பது குறித்தும் இந்நூல் விரிவாகப் பேசியுள்ளது. இந்தச் சங்ககால கட்டத்தில்தான் சங்க இலக்கியங்கள் எனப்படும் எட்டுத்தொகையும் பத்துப்பாட்டும் தோன்றின. எட்டுத் தொகையில் ஐங்குறுநூறு, பதிற்றுப்பத்து, அகநானூறு, புறநானூறு, நற்றிணை, குறுந்தொகை ஆகிய ஆறுநூல்கள் மட்டுமே சங்ககாலத்திலும் மீதியுள்ள கலித்தொகையும் பரிபாடலும் சங்கம் மருவிய காலத்திலும் எழுதப்பட்டன. அதுபோன்றே பத்துப் பாட்டில் முதல் பாட்டும் பத்தாம் பாட்டும் பிற்காலத்தவை. மீதியுள்ள எட்டுப் பாடல்களும் சங்க காலத்தவை.

இவைபோக சங்ககாலத்தில் தகடூர் யாத்திரை, முத்தொள்ளாயிரம் ஆகிய இரு நூல்கள் இயற்றப்பட்டன. இவற்றில் ஒரு சிறுபகுதி மட்டுமே கிடைத்துள்ளது. இவைபோக இக்காலகட்டத்தைச் சேர்ந்த தனிப்பாடல்களும் சில உள்ளன. சங்ககாலத்தில் நகர அரசுகள் இருந்தன எனில் சங்கம் மருவிய காலத்தில் நகர அரசுகள் இல்லாது போய் பேரரசுகள் உருவாகி இருந்தன. சங்கம் மருவிய காலத்தில் திருக்குறள், நாலடியார் போன்ற பதினெண் கீழ்க்கணக்கு நூல்கள் உருவாகின. இக்காலகட்டத்தில் சிலப்பதிகாரம் என்ற மிகச் சிறந்த காப்பியம் உருவாகி இருந்தது. சங்ககாலத்திலும், சங்கம் மருவிய காலத்திலும்

உருவான இலக்கிய நூல்களில் 5 விழுக்காட்டு நூல்களே இன்று கிடைத்துள்ளன. மீதியுள்ளவை அழிந்துபோயின. தத்துவார்த்த அறிவியல் தொழில்நுட்பம் போன்ற இன்னபிற பல்வேறு துறைகளில் உருவான அனைத்து நூல்களும் முழுமையாக இல்லாது போயின.

சங்க இலக்கியம் கி.மு. 750 முதல் தோன்றிய போதிலும் கி.மு.350க்குப் பிற்பட்ட பாடல்களே அதிகம் கிடைத்துள்ளன. அதில்தான் ஓரளவு வரலாற்றுத் தரவுகளும் உள்ளன. அவற்றைக்கொண்டும் கல்வெட்டுகள், நாணயங்கள், அகழாய்வுத் தரவுகள் போன்ற இன்னபிற தரவுகளைக் கொண்டும்தான் கி.மு. 350 முதல் கி.மு. 50 வரையான 300 வருடகால பழந்தமிழக வரலாறு கட்டமைக்கப்பட்டுள்ளது. ஆனால் கி.மு. 50 முதல் கி.பி. 250 வரையான சங்கம் மருவியகால வரலாற்றை அறிய இயலவில்லை. அக்காலகட்ட நூல்களில் வரலாறு குறித்தத் தரவுகள் இல்லாதிருப்பதே காரணம். இக்காலகட்டம் பேரரசுக் காலம் என்பதால் கி.பி. 150க்குப்பின் தமிழகம் பல்வேறு வகைகளில் ஒரு சீரழிந்த சமூகமாக மாறத்தொடங்கியது. அதன் காரணமாக பலவீனமடைந்த தமிழகத்தின் மீது கி.பி. 250 வாக்கில் நடைபெற்ற களப்பிரர் படையெடுப்பு தமிழகத்திற்குப் பேரளவான அழிவைக் கொண்டுவந்தது. அதன்பின் பழந்தமிழகத்தில் கி.பி. 250 முதல் கி.பி. 550வரை 300 ஆண்டுகள் களப்பிரர் ஆட்சி நடைபெற்றது. அதன் தொடக்க காலத்தில் பாலி, பிராகிருதம் ஆகிய மொழிகளும் அதன்பின் சமற்கிருதமும் ஆதிக்கமொழிகளாக இருந்தன. தமிழ் கீழ்மக்களின் மொழியாக மாறிப்போனது. தமிழ்ச் சமூகம் ஒரு பிற்போக்கான பின்தங்கிய சமயம் சார்ந்த கிராமச்சமூகமாக மாறிப்போனது.

இக்காலகட்டத்தில்தான் தமிழ் நூல்கள் அனைத்தும் இல்லாதொழிந்தன. தமிழில் இருந்து பலவற்றைக் களவாடிக்கொண்ட சமற்கிருதம் ஒரு தத்துவார்த்த அறிவியல் தொழில்நுட்ப மொழியாக மாறிப்போனது. தமிழ் இவை அனைத்திற்கும் தகுதியற்ற மொழியாக மாற்றப்பட்டது. தமிழ் அறிவர்கள் உட்பட அனைவரும் சமற்கிருதத்தில்தான் அனைத்தையும் எழுதினர். கி.பி. 550க்குப்பின் தெற்கே பாண்டியர்களும் வடக்கே பல்லவர்களும் ஆட்சியைக் கைப்பற்றிக்கொண்டனர். எனினும் களப்பிரர் காலத்தில் ஏற்பட்ட பேரழிவிலிருந்து தமிழகம் இன்றுவரை மீளவில்லை.

கி.மு. 1500லிருந்து கி.பி. 250 வரையான 1500 வருட காலத்திற்கும் மேலாக தமிழ் மொழியானது தமிழ் மக்களின் ஆட்சிமொழியாக, கல்வி மொழியாக, இலக்கிய மொழியாக, அறிவியல் மொழியாக, வழிபாட்டு மொழியாக, மக்கள் மொழியாக என அனைத்துமாக

இருந்து வந்தது. தமிழ் மக்கள் இக்காலகட்டத்தில் உலக சமூகத்தின் ஒரு முன்னணிச்சமூகமாக இருந்து வந்தனர். மதுரை, வஞ்சி, உறையூர், முசிறி, பூம்புகார், கொற்கை போன்ற அன்றைய தமிழக நகரங்கள் உலகின் பெரு நகரங்களாக இருந்து வந்தன என்பதை முசிறி நகர் குறித்த கிரேக்க இலத்தின் இலக்கியங்களில் சொல்லப்பட்ட கருத்துகள் உறுதி செய்கின்றன.[6]

தொல்கபிலரின் எண்ணிய மெய்யியல் தமிழ்ச் சமூகத்தின் அடித்தளக் கருத்தியலாக இருந்து வந்தது என்பதோடு இந்தியாவிலிருந்த பல்வேறு மெய்யியல் சிந்தனைகளும், பண்டைய மேற்கத்திய நாடுகளான கிரேக்க உரோம நாடுகளின் பொருள்முதல்வாத மெய்யியல் கருத்துகளும் தொல்கபிலருக்குக் கடன்பட்டவையாக இருந்தன.[7] கி.மு. 500 வாக்கில் கல்வி, இசை போன்றவற்றில் தமிழ்ச் சமூகம் அடைந்த வளர்ச்சியை உலகின் எந்தச்சமூகமும் அடைந்திருக்க வில்லை.[8] கி.மு. 8ஆம் நூற்றாண்டிலிருந்து கி.பி. 2ஆம் நூற்றாண்டு வரையான 1000 வருட காலத்தில் உலகளாவிய கடல்வணிகத்தில் உலகின் முன்னணிச் சமூகமாகவும் பழந்தமிழகம் இருந்து வந்தது. இவ்வளவு நீண்ட காலத்திற்கு உலகளாவிய அளவில் தொடர்ச்சியாக கடல் வணிகம் செய்துவந்த சமூகங்கள் ஒரு சிலவே. பழந்தமிழர்கள் தங்கள் சொந்தக் கப்பல்களைக் கொண்டு ஒரு பாதுகாப்பான வணிகத்தை நீண்டகாலமாகச் செய்துவந்தனர்.

களப்பிரர் படையெடுப்பிற்கு முன் இப்படிப் பலவகையிலும் உலகின் முன்னணிச் சமூகமாக இருந்து வந்த தமிழ்ச் சமூகம் அந்தப்பழைய நிலையை இன்றுவரை அடையவில்லை என்பதோடு ஒரு அடிமைச் சமூகமாகவே இன்றுவரை இருந்துவருகிறது. இன்றைக்கு 2500 வருடங்களுக்கு முன்பே தாங்கள் தமிழர்கள் என்ற மொழி அடையாளத்தைக் கொண்டவர்களாக பழந்தமிழர்கள் இருந்தனர். ஆனால் இன்றுகூடத் தங்களைத் தமிழர்களாக அடையாளப் படுத்திக்கொண்ட சமூகமாகத் தமிழ்நாடு இருக்கவில்லை என்பது வருத்தம்தரக்கூடிய விடயம். இன்றும் தமிழ் மக்களில் பெரும் பாலானவர்கள் தங்களைச் சாதி, மதங்களைக் கொண்டுதான் அடையாளப்படுத்திக்கொள்ளும் நிலை இருந்து வருகிறது.

இந்நிலை மாற வேண்டும். வரலாறு குறித்து அக்கறை காட்டாத சமூகம், வரலாற்றுப் பெருமிதங்களை அடையாளங்கண்டு அவற்றை போற்றிப் பாராட்டாத சமூகம் வளர்ச்சி அடைய முடியாது என்பதை வரலாறு பலவகையிலும் மெய்ப்பித்துள்ளது. இன்றைய தமிழர்கள் தங்களது வரலாறு குறித்த அறியாமையில் மூழ்கியுள்ளனர். இந்நிலை மாற்றப்படவேண்டும். வரலாற்றை அறிந்துகொண்டு தங்களது

வரலாற்றுப் பெருமிதங்களைப் போற்றிப்பாராட்டும் நிலையை இன்றைய தமிழர்கள் அடைய வேண்டும். பண்டைய உலகில் பழந்தமிழகம் ஒரு முன்னணிச் சமூகமாக இருந்து வந்துள்ளது என்பதை இன்றைய தமிழர்கள் அறிய வேண்டும்.

தொல்லினக்குழு நிலையில் இருந்துதான் உலக மக்கள் அனைவரும் நாகரிக நிலையை வந்தடைந்தனர். தொல்லினக்குழு காலத்தில் கண ஆட்சிமுறைதான் நிலவி வந்தது. உண்மையான சுதந்திரம், சமத்துவம், சகோதரத்துவம், சனநாயகம் முதலியன கண ஆட்சிமுறையில்தான் நிலவி வந்தன. அன்று வகுப்போ, வர்க்கமோ, சொத்தோ, குடும்பமோ, அரசோ இருக்கவில்லை. தொல்லினக்குழு காலத்தில் கருத்துமுதல்வாதம் இருக்கவில்லை. ஆதிகாலப் பொருள் முதல்வாதம்தான் இருந்து வந்தது. மனிதனின் முன்னோர்கள்தான் தெய்வமாக வணங்கப்பட்டனர். முழுமுதற்கடவுள் என்ற கருத்தியல் அன்று தோன்றவில்லை.

போலச்செய்தல் என்பதன் மூலமே மனிதன் இயற்கையைக் கட்டுப்படுத்தினான். அதில் கடவுளோ, ஆன்மீகமோ, சமயமோ இருக்கவில்லை. நாகரிக காலத்தில்தான் கருத்துமுதல்வாதமும் கடவுளும் தோன்றுகின்றனர். வேளாண்மையும் தொழிலும் வளர்ச்சியடைந்து சொத்துடைமை உருவாகிய பின்னர்தான் இந்தக் கண ஆட்சிமுறை முடிவடைந்து அவ்விடத்தில் நவீன நகர அரசுகள் தோன்றின. தமிழகத்திலும் அதேபோன்றுதான் நடைபெற்றது. நகர அரசுகள் உருவானபின் பேரரசுகள் உருவாகின. மேற்கு நாடுகளின் நகர அரசுகளில் ஆண்டான்-அடிமை முறை இருந்தது. நம் தமிழகத்தில் வரம்புக்குட்பட்ட முடியாட்சி அடிப்படையிலான நகர அரசுகள் உருவாகின. இங்கு ஆண்டான்-அடிமை முறைக்குப்பதில் வகுப்புகளும் வர்க்கங்களும் இருந்தன.

இந்திய ஆரியத் தொல்லினக்குழு, அமெரிக்கச் சிவப்பிந்திய தொல்லினக்குழு ஆகியவர்களின் தொல்லினக்குழு வாழ்க்கை குறித்தும், கிரேக்க, உரோமச் சமூகங்களில் தொல்லினக்குழு நிலையில் இருந்து நகர அரசுகள் உருவானது குறித்துமான சுருக்கமான தரவுகள் இங்கு தரப்பட்டுள்ளன. அதன்பின் இவற்றைச் சங்ககாலத்தோடு ஒப்பிட்டு சங்ககாலத்திற்கு முன்பே நிலைபெற்ற அரசுகள் பழந்தமிழகத்தில் உருவாகி இருந்தன என்பது உறுதி செய்யப்பட்டுள்ளது. இந்திய ஆரியத் தொல்லினக்குழு, அமெரிக்கச் சிவப்பிந்திய தொல்லினக்குழு ஆகியவர்களின் கண ஆட்சிமுறை குறித்தும், தொல்லினக்குழு வாழ்க்கையில் இருந்த குழுமணம் இணைமணம் ஆகியன குறித்தும் இந்த இணைமணம் ஒருதார மணமாக மாறியது குறித்தும் சுருக்கமாகச்

சொல்லப்பட்டுள்ளது. உற்பத்தியில் ஏற்படும் வளர்ச்சிக்கு ஏற்ப ஆட்சிமுறையிலும், ஆண்-பெண் உறவிலும், உற்பத்தி உறவிலும் ஏற்படும் மாற்றங்கள் இங்கு எடுத்துரைக்கப்பட்டுள்ளன.

தொல்லினக்குழு நிலையில் இருந்து நாகரிக நிலை வரையிலான மனிதவரலாறு குறித்தப் புரிதலை உருவாக்கவேண்டும் என்ற நோக்கிலும் தமிழக வரலாற்றில் தமிழக நகர அரசுகளின் தோற்றம், வளர்ச்சி குறித்தும் அதன் முக்கியத்துவம் குறித்துமானப் புரிதலை உருவாக்க வேண்டும் என்ற நோக்கிலும்தான் இந்நூல் எழுதப் பட்டுள்ளது. நகர அரசுகள் என்பன பேரரசுகளைவிடப் பலவகையிலும் வளர்ச்சி பெற்றனவாகவும், சிறந்தனவாகவும், மக்களுக்கானவை களாகவும் இருந்துள்ளன என்பதை வரலாறு பலவகையிலும் மெய்ப்பித்துள்ளது என்பது இந்நூலில் எடுத்துக் காட்டப்பட்டுள்ளது. மேலும் தமிழக நகர அரசுகள் என்பன மகதப்பேரரசை விட மிகச்சிறந்தனவாக இருந்தன என்பதும் ஒப்பிட்டுக்காட்டப்பட்டுள்ளது.

இதுவரை தமிழக வரலாறு என்பது சேரன் செங்குட்டுவனின் காலம் கி.பி. இரண்டாம் நூற்றாண்டு என்பதன் அடிப்படையில்தான் எழுதப்பட்டு வந்துள்ளது. ஆனால் சேரன் செங்குட்டுவனின் காலம் கி.மு. 3ஆம் நூற்றாண்டு என்பதும் மாமூலனார் என்ற சங்ககாலப் புலவரின் காலம் கி.மு. 4ஆம் 3ஆம் நூற்றாண்டு என்பதும் இந்நூலில் பல சான்றுகளுடன் உறுதி செய்யப்பட்டுள்ளது. மேலும் தமிழரசுகளிடையே மிக நீண்ட காலமாக ஒரு ஐக்கியக்கூட்டணி இருந்து வந்தது என்பதும் அதன் கட்டுப்பாட்டில்தான் தக்காணப் பகுதியும் வட இந்தியாவிற்குச் செல்லும் வணிகப்பாதையும் இருந்து வந்தன என்பதும் சொல்லப்பட்டுள்ளது. தமிழரசுகள் தங்கள் ஐக்கியக் கடற்படை கொண்டு இந்தியாவின் கிழக்கு மேற்குக் கடற்கரைப் பகுதிகளையும், தென்கிழக்கு ஆசிய நாடுகளையும் தங்கள் வணிகக் கட்டுப்பாட்டில் வைத்திருந்தனர் என்பதும் எடுத்துரைக்கப்பட்டுள்ளது. கி.மு. 3ஆம் நூற்றாண்டில் நடந்த மௌரியப் படையெடுப்பை தமிழரசுகள் சோழன் இளஞ்சேட் சென்னியின் தலைமையில் தங்கள் ஐக்கியக் கூட்டணி கொண்டு தோற்கடித்து விரட்டியடித்தனர் என்பதும் கூறப்பட்டுள்ளது. இறுதியாக கி.மு. 350 முதல் கி.மு. 50 வரையான காலகட்டங்களில் பழந்தமிழகத்தை ஆண்ட மூவேந்தர்கள் குறித்தச் சுருக்கமான வரலாறும் இந்நூலில் தரப்பட்டுள்ளது.

பார்வை

1. 'கீழடி' - வைகை நதிக்கரையில் சங்ககால நகர நாகரிகம், தமிழ்நாடு அரசு, தொல்லியல்துறை, 2019 - Publication No: 302, Critically Edited By prof. K.Rajan. pp 17, 18.

2. <https://www.thehindu.com/news/national/tamil-nadu/iron-age-in-tn-began-4200-years-ago-says-chief-minister/article65398242.ece>

3. The Times of India 7-8-2023. Tamil Nadu Iron age finds dated to Indus Valley civilization.

   <https://timesofindia.indiatimes.com/city/chennai/tn-iron-age-finds-dated-to-indus-valley-period/articleshow/101585765.cms?from=mdr>

4. ஆயுததேசம், இரா. மன்னர் மன்னன், பயிற்றுபதிப்பகம், 2021, பக்: 16-30.

5. மூலச்சிறப்புள்ள தமிழ்ச் சிந்தனை மரபு, கணியன்பாலன், தமிழினி பதிப்பகம், 2018, பக்: 13-15, 18, 19.

6. பழந்தமிழ்ச் சமுதாயமும் வரலாறும், கணியன்பாலன், NCBH, புத்தகம் - 1, பக்: 155.

7. பழந்தமிழ்ச் சமுதாயமும் வரலாறும், கணியன்பாலன், NCBH, புத்தகம் - 1, பக்: 416-418, 421-426, 430-435.

8. பழந்தமிழ்ச் சமுதாயமும் வரலாறும், கணியன்பாலன், NCBH, புத்தகம் - 1, பக்: 461-463, 533-537.

1. தொல்பழங்காலம்

இந்திய ஆரிய தொல்லினக்குழு

சங்ககாலம் என்பது தொல்லினக்குழுச் சமூகத்தில் இருந்து அரசு உருவாகிக் கொண்டிருந்த காலகட்டம் எனச் சில அறிஞர்கள் கருதுகின்றனர். ஆனால் சங்ககாலம் என்பது அரசு உருவாகி நிலை பெற்றுவிட்ட காலகட்டம். மூவேந்தர் அரசுகள் நிலைபெற்ற அரசுகளாக உருவாகியிருந்த போதிலும், சங்ககாலத்தில் தொல்லினக்குழு நிலையில் வாழ்ந்த சமூகங்களும் இருந்தன. ஆனால் சங்ககாலத்தில் வாழ்ந்த பெரும்பாலான மக்கள் அரசுக் கட்டமைப்பிற்குள் கொண்டுவரப்பட்டிருந்தனர். ஆதலால், சங்ககாலத்திற்கு முந்தைய தொல்லினக்குழு சமூகம் குறித்தும், அதிலிருந்து அரசு உருவானது குறித்தும் அறிந்து கொள்வதன் மூலமே பண்டைய தமிழக வரலாறு குறித்த ஒரு தெளிவைப் பெற முடியும். "இலூயிசு என்றி மார்கன்" என்கிற அமெரிக்கர், அமெரிக்க வாழ் சிவப்பிந்தியர்களின் தொல்லினக்குழு வாழ்க்கை குறித்து அறிய நாற்பது ஆண்டு காலம் அவர்களிடத்திலேயே தங்கி இருந்து ஆய்வு செய்தார். அதன்முடிவில் 'பண்டைய சமுதாயம்' என்கிற புகழ் பெற்ற நூலை 1877இல் வெளியிட்டார்.[1]

இரத்த உறவை அடிப்படையாகக் கொண்ட 'கணம்' என்கிற நிறுவனமே பண்டைய தொல்லினக்குழு வாழ்க்கையின் அடிப்படை எனவும், உலகின் பெரும்பாலான சமூகங்கள் இந்தக் கணம் என்கிற சமூக நிறுவனத்திலிருந்து தான் உதயமாகின எனவும் அந்நூலின் மூலம் அவர் நிறுவினார். மிகச் சிறந்த இந்நூலை அடிப்படையாகக் கொண்டே எங்கெல்சு தனது 'குடும்பம் தனிச்சொத்து அரசு ஆகியவற்றின் தோற்றம்' என்கிற நூலை எழுதினார். அதன்பின் மார்கன், எங்கெல்சு ஆகியவர்களின் நூல்களை அடிப்படையாகக் கொண்டு வேதங்கள், மகாபாரதம் ஆகிய இந்திய இலக்கியங்களை ஆய்வு செய்து பண்டைய ஆரியர்களின் கண அடிப்படையிலான தொல்லினக்குழு வாழ்க்கை குறித்தும் அவர்களிடையே இருந்த ஆண்-பெண் உறவுகள் குறித்தும் பண்டைக்கால இந்தியா என்கிற ஒரு சிறந்த நூலை பொதுவுடைமைச் சிந்தனையாளர் திரு. எசு.ஏ.டாங்கே எழுதினார்.

மார்கன், எங்கெல்சு, டாங்கே ஆகியவர்கள் எழுதிய நூல்கள் ஆதிகால மனிதனின் வாழ்க்கை குறித்தும், அவனது தொல்லினக்குழு வாழ்க்கையில் கண அமைப்பு முறையின் சிறப்பு குறித்தும், அவனது காலத்திய ஆண்-பெண் உறவுகள் குறித்தும் நமக்கு ஒரு சித்திரத்தை வழங்க வல்லன. ஆதிகாலத் தமிழர்களும் அதே போன்ற ஒரு வாழ்க்கையைத்தான் வாழ்ந்து வந்தனர். நமது தமிழகத்தில் இருந்துவருகிற இரத்த உறவுமுறைச் சொற்கள் குறித்து எங்கெல்சு, "தென்னிந்தியாவில் உள்ள தமிழர்களின் இரத்த உறவுகளைக் குறிக்கும் சொற்களும் நியூயார்க் மாகாணத்திலுள்ள செனீகா இரோகுவாய்களின் இரத்த உறவுமுறைகளைக் குறிக்கும் சொற்களும் இருநூற்றுக்கும் மேற்பட்ட உறவுகள் விடயத்தில் ஒன்றாகவே இன்று வரைக்கும்கூட இருந்து வருகின்றன' என்கிறார்.[2]

ஆகவே ஆதிகாலத் தமிழர்களும் கண அமைப்பு முறையில்தான் வாழ்ந்து வந்தனர் என்பதை எங்கெல்சின் கூற்று உறுதிப்படுத்துகிறது. எனவே சங்க காலத்துக்கு முந்தைய ஆதிகாலத் தமிழர் வாழ்க்கை குறித்தும், இந்த ஆதிகால தொல்லினக்குழுக்களின் கண அமைப்பிலிருந்து தமிழகத்தில் அரசு தோன்றியது குறித்தும், ஆதிகால தொல்லினக்குழு சமூக வாழ்க்கையில் சங்ககாலம் எந்தக் கட்டத்தில் இருந்துள்ளது என்பது குறித்தும் அறிந்து கொள்ள, ஆதிகால மனிதனின் வாழ்க்கை குறித்தும், அவனது கண அமைப்பு குறித்தும், அவனது ஆண்-பெண் உறவுகள் குறித்தும் அறிந்துகொள்வது ஒரு அவசியத் தேவையாகிறது.

உலகின் பெரும்பாலான மனித சமூகங்கள் இந்த கண அமைப்பு முறையில் வாழ்ந்துதான் இன்றைய நிலையை வந்தடைந்தன. இங்கு நாம் நமது ஆதிகால இந்திய ஆரிய தொல்லினக்குழுச்சமூகம் குறித்தும், ஆதிகால அமெரிக்கச் சிவப்பிந்திய, கிரேக்க, உரோமச் சமூகங்கள் குறித்தும் மேற்குறித்த மூன்று பேரின் நூல்களை அடிப்படையாகக் கொண்டு சுருக்கமாகப் பார்க்க உள்ளோம். அவை குறித்துப் பொறுமையாகவும், நிதானமாகவும், ஆழ்ந்தும் படிப்பதன் மூலமே வரலாற்றுக்கு முந்தைய தொல்லினக்குழு வாழ்க்கை குறித்த ஒரு தெளிவான புரிதலை நாம் அடைய முடியும். அவ்வாறான புரிதலைக்கொண்டு, அதனை நமது சங்க காலச் சமூக வாழ்க்கையோடு ஒப்பிட்டு ஆய்வுசெய்து, நமது சங்ககாலச்சமூகம் குறித்த ஒரு தெளிவை அடைய உள்ளோம்.

இந்திய ஆரிய தொல்லினக்குழுச் சமூகம்

பண்டைய வடஇந்திய ஆரியச் சமூகம் குறித்து டாங்கே வடஇந்திய ஆரிய இலக்கியங்களான வேதங்கள், புராணங்கள்,

மகாபாரதம் போன்ற இதிகாசங்கள் கொண்டு, அக்காலகட்ட தொல்லினக்குழு வாழ்க்கை பற்றிய சித்திரம் ஒன்றினை வழங்கியுள்ளார். வடஇந்திய ஆரிய தொல்லினக்குழுச்சமூகம் தன் ஆதிகாலச் சமூக வாழ்வின் நினைவுகளை இரிக்குகள் எனப்படும் வேதகால நாட்டார் பாடல்களில் பதித்து வைத்துள்ளன. யாகத்திற்கான சடங்கைச் செய்வதில் இந்த வேதகால நாட்டார் பாடல்களுக்கு முக்கியப் பங்கு இருந்தது. இந்த யாகச் சடங்கு என்பது, தொல்பழங்கால ஆரிய தொல்லினக்குழு வாழ்வைத் திருப்பிச் செய்து காட்டுவது என்கிறார் டாங்கே. பண்டைய ஆரிய தொல்லினக்குழுச் சமூகங்களின் தொல்பழங்கால வாழ்வு முழுவதையும் திருப்பிப் படைத்துக் காட்டுவதாகவே இந்த யாகச் சடங்குகள் உள்ளன என்கிறார் அவர். இவற்றை உற்பத்திக்கான சடங்குகள் எனவும் கூறலாம்.

யுகங்கள்

தனது பண்டைய கால தொல்லினக்குழுச் சமூக வாழ்வை நான்கு யுகங்களாக, நான்கு கட்டங்களாக வடஇந்திய ஆரியச் சமூகம் பிரித்திருந்தது. ஐத்ரேய பிராமணம் அதனைக் கிருத யுகம், திரேதா யுகம், துவாபர யுகம், கலியுகம் எனக் குறிப்பிடுகிறது. இந்த வேதகாலக் கருத்தான யுகங்கள் என்பன ஒரு புராணியக் கருத்து நிலையாகக் கருதப்படுகிறது. ஆனால் அந்த யுகங்கள் என்பன பண்டைய ஆரிய சமூகத்தினுடைய தொல்லினக்குழு வாழ்வின் நான்கு கட்டங்களைப் பிரதிபலிக்கின்றன என்கிறார் டாங்கே. வேதகால நாட்டார் பாடல்களை அடிப்படையாகக் கொண்டு, காட்டுமிராண்டி நிலையில் இருந்த ஆதிகால மனிதன், நாகரிக நிலைக்கு மாறியது வரையான தொல்லினக்குழுச் சமூகங்களின் வாழ்வை, புராண, இதிகாச, வேதகால நூல்கள் நான்கு கட்டங்களாகப் பிரித்து, அந்நான்கு கட்டங்களிலும் இருந்த ஆண்-பெண் உறவுமுறை, பொருள் உற்பத்திமுறை, சமூக அரசியல் கட்டமைப்பு முதலியன குறித்த விரிவான தரவுகளை வழங்குகின்றன. இத்தரவுகள் மார்கனின் கருத்துகளோடும், எங்கெல்சின் மார்க்சியக் கருத்துகளோடும் பொருந்திப் போகின்றன என்பதோடு அவற்றுக்கான வரலாற்றுச் சான்றாதாரங்களாகவும் விளங்குகின்றன.

கிருத யுகம்

கிருத யுகம் என்பது மனித நினைவில் தொலை தூரத்திலுள்ள காலம். அது கற்கள், பாறாங்கற்கள் முதலியவற்றை எடுத்துக்கொண்டு கூட்டம் கூட்டமாக இரை தேடச் சென்ற வேடர்கள் வாழ்ந்த யுகம். அது காட்டுமிராண்டி மனிதனாக வாழ்ந்த காலம். அன்று உணவைப்

பெறுவதற்கான போராட்டம் மிகமிகக் கடினமாக இருந்தது. இரை கிடைக்குமென்ற உறுதியில்லாமல் இயற்கையிடமிருந்தும், காட்டு மிருகங்களிடமிருந்தும் தற்காத்துக் கொள்ள வழிவகை தெரியாமல், வேட்டைக்காக விலங்குகளின் பின்னால் ஓடிக்கொண்டே இருந்த அந்த ஆதி மனிதனின் வாழ்வு நிச்சயமற்றதாயிருந்தது. உணவுக்கான இந்தப் போராட்டத்தில் பல சமுதாயங்கள் மீத மிச்சமில்லாமல் அழிந்தொழிந்தன.

இந்தப் போராட்டத்தில் நாம் அனைவருமே அழிந்து விடுவோம் என நினைத்து அன்றைய மனிதர்கள் மனம் ஒடிந்து போனார்கள். அந்த ஆதிகாலத்தின் நினைவு ஆரிய தொல்லினக்குழுச் சமூகத்திடம் ஒரு அச்சத்தை ஒரு நடுக்கத்தை ஏற்படுத்தி இருந்தது. மனிதர்கள் பல ஆயிரக்கணக்கான ஆண்டுகள் கிருத யுகத்தில் காட்டுமிராண்டிகளாக அலைந்து திரிந்து கொண்டிருந்தனர். ஆதிகால ஆரிய தொல்லினக்குழுச் சமூகம் ஓரிடத்தில் நிலையாகக் குடியேறுவதற்கு முன் 16 நாடுகள் அலைந்து திரிந்ததாக இரானியர் வேதத்தின் ஒரு பகுதியான "வேண்டிடாட்" குறிப்பிடுகிறது.[3] அன்று தனிச் சொத்துரிமையோ, வர்க்கங்களோ, அரசோ இல்லை. கூட்டு உழைப்பின் மூலமே உற்பத்தி செய்யவோ இரை தேடவோ முடியும். கிடைப்பதைக் கூட்டாக உண்டு வாழ்ந்தார்கள். இக்காலகட்டமே முதல்கால கட்டமான கிருத யுகம்.

திரேதா யுகம்

காடுகளில் ஏற்படும் நெருப்பு அனைத்தையும் மூர்க்கத்தனமாக எரித்து அழிக்கும் சக்தியாக, இயற்கையின் பயங்கரமான நாச சக்தியாக இருப்பதை தொல்லினக்குழுக்கால மனிதர்கள் கண்டனர். அதனைத் தேவையானபொழுது உண்டாக்கிக் கட்டுப்படுத்திப் பயன்படுத்துவது மிகமிக அவசியமான தேவையாக இருந்தது. கடைசியாக ஆரிய தொல்லினக்குழூச்சமூகம் அதனைச் செய்தது. ஆங்கிரசர் (Angiras) என்பவரோ அல்லது ஆங்கிரசு கணத்தினரோ அதனைச் சாதித்தனர் என இரிக் வேதம் குறிப்பிடுகிறது.[4] நெருப்பு என்ற ஒரு கருவியைப் பெற்றவுடன் அது ஆரிய தொல்லினக்குழுச் சமூகங்களின் வாழ்வில் பெரும்புரட்சியை ஏற்படுத்தியது. அதன் பிந்தைய ஆரிய தொல்லினக்குழுச் சமூகங்களின் வாழ்வுக்கு அக்னி என்கிற நெருப்பே ஆதாரமாக இருந்தது. அதன்பின், படைப்பு, வாழ்வு, வளர்ச்சி, செல்வம், இன்பம் ஆகிய அனைத்தும் அக்னியில் இருந்துதான் உண்டாகியது என ஒவ்வொரு ஆரிய தொல்லினக்குழுச் சமூகமும் உளமார நம்பியது. அந்த அளவுக்கு நெருப்பு ஆரிய தொல்லினக்குழுச் சமூகங்களின் வாழ்க்கையை மாற்றியமைத்தது.

அக்னி காட்டு மிருகங்களையும், பிற பகைவர்களையும் பீதியடைந்து ஓடும்படி செய்தது; வேட்டையில் கிடைத்தவற்றை நெருப்பில் சமைத்து உண்ண முடிந்தது; இரவில் பனிப் பிரதேசத்தில் கடுங்குளிரில் இருந்து மனிதனைப் பாதுகாத்தது; அவனுக்கு இரவில் வெளிச்சத்தைத் தந்து இரவில் நடமாட வழி செய்தது; இறுதியாகப் பிற்காலத்தில் கால்நடைகளைப் பழக்குவது நெருப்பின் உதவியால் சாத்தியமானது. கால்நடைகளின் இறைச்சியும் பாலும் அவனுக்கு உணவாக மாறியது. அவற்றின் தோல்களும், மயிரும் அவனுக்கு உடைகளாக மாறின. அவற்றின் எலும்புகளும் கொம்புகளும் கருவிகளாகப் பயன்பட்டன. இவற்றின் விளைவாக வாழ்வு முற்றிலும் புதியதும், மேம்பட்டதும் ஆன ஒரு புதிய சகாப்தத்துக்குத் தாவியது. புதிய யுகம் தோன்றியது. நிலையாமை, அலைந்து திரிதல், நாசம், அழிவு, பயம், நடுக்கம் என்ற பழைய யுகத்தில் இருந்து மீண்ட மனிதன் ஒரு புதுயுகத்திற்குத் தாவினான். ஒப்பீட்டளவில் மிக அதிக அளவான செல்வத்தை உற்பத்திச் செய்வதாக புதிய யுகம் இருந்தது. இதையே திரேதா யுகம் என ஆரியன் அழைத்தான்.

பட்டினி கிடந்து கொண்டும், இடையிடையே நரமாமிசத்தை உண்டுகொண்டும் இருந்த நிலையில் இருந்து உணவும், நிழலும், தற்காப்பும் உறுதியாகக் கிடைக்கும் நிலைக்கு, அம்மணமான நிலையில் இருந்து உடலை மூடிக் கொள்ளும் நிலைக்கு, இயற்கைக்கு முன் நிர்கதியாக நிற்கும் நிலையில் இருந்து பலமும் வளர்ச்சியும் தைரியமும் பெற்ற நிலைக்கு, புதிய முறையும், புதிய பொருளுற்பத்தி சக்திகளும் மனிதனை உயர்த்தின. அலைந்து திரிந்துகொண்டிருந்தவன் இப்பொழுது ஓரிடத்தில் நிலைத்து நின்று விட்டான். நம்பிக்கையும் இன்பமும் சிரிப்பும் பாட்டும் அவனுக்கு ஒரு மலர்ச்சியை, ஒரு புத்துணர்வைக் கொடுத்தன.

நெருப்பு உண்டாக்குவதையும், கால்நடைகளைப் பழக்குவதையும் அறிந்தபின் குடியிருப்புகளைக் கட்டிக்கொண்டான். அதன்மூலம் "யக்ஞம்" உண்டாயிற்று என்றும், கிருத யுகத்தில் இல்லாத யக்ஞத்தை படைப்புக் கடவுளான பிரம்மன் மனிதனுக்குத் திரேதா யுகத்தில் அளித்தார் என்றும், வேதமரபு கூறுகிறது. நெருப்பின் உதவியுடன் ஆரியச் சமூகம் புதிய உற்பத்தி முறையில் நுழைந்தது. இந்த புதிய உற்பத்தி முறையே 'யக்ஞம்.' இந்தப் புதிய உற்பத்தி முறையான யக்ஞம் செய்யப்படும்பொழுது பிரமனுக்குச் செல்வமும் வளர்ச்சியும் ஏற்படுகிறது. இங்கு பிரமன் எனப்படுவது ஆரிய தொல்லினக்குழு சமூகத்தின் கம்யூன். யக்ஞம் என்பது புதிய பொருளுற்பத்தி முறை. இந்தப் புதிய பொருளுற்பத்தி முறையால் பலனடையும் ஆரிய

தொல்லினக்குழு சமூகத்தின் தொல்பழங்காலக் கணமே, தொல்பழங்காலக் கம்யூனே பிரமன்.

தொல்பழங்காலக் கம்யூன் குறித்து மார்கனும், மார்க்சும், எங்கெல்சும் கீழ்க்கண்ட தரவுகளைக் குறிப்பிடுகின்றனர்.[5]

கூட்டு முறையில் உழைத்து உற்பத்தி செய்த பொருள்களைக் கூட்டாகப் பயன்படுத்துவது.

தாய்வழி அமைப்பை அடிப்படையாகக் கொண்ட கண நிறுவனம் இருப்பது.

உறுப்பினர்கள் அனைவரும் இரத்த உறவுடையவர்களாக இருப்பது.

நாகரிக முறையிலான தனிக் குடும்பமோ, திருமண முறையோ இல்லாதிருப்பது.

தனிச் சொத்துரிமையோ வர்க்கங்களோ இல்லாதிருப்பது.

தொடக்கத்தில் வேலைப் பிரிவினை இல்லை எனினும் பொருளுற்பத்தியின் வளர்ச்சியோடு அது சிறிய அளவில் தோன்றியிருப்பது.

கண உறுப்பினர்கள் அனைவரும் சேர்ந்து அனைத்துப் பொறுப்பாளர்களையும் தேர்ந்தெடுப்பது.

படைகளோ, காவல்துறையோ, பிற நிர்வாக அமைப்புகளோ, சட்டங்களோ, அரசோ எதுவும் இல்லாதிருப்பது.

உறுப்பினர்கள் அனைவரும் ஆயுதம் தாங்கி இருப்பது.

ஆரிய தொல்லினக்குழுச் சமூகத்தின் பல்வேறு ஆதிகால யக்ஞங்களை வர்ணிக்கும் பொழுது வேத இலக்கியம் தனக்கே உரித்தான முறையில் இந்தப் பண்டைய தரவுகள் அனைத்தையும் குறிப்பிடுகிறது. தொல்பழங்கால உற்பத்தி முறையாக இருந்த ஆதிகால யக்ஞங்களை ஆதிகாலச் சடங்குகளை இக்காலச் சடங்குகளில் இருந்து வேறுபடுத்திப் பார்க்க வேண்டும். வேதச் சடங்குகள் முறையாகத் தொகுக்கப்பட்டபொழுது, அந்த ஆதிகால யக்ஞங்கள் நடைமுறையில் இருக்கவில்லை. ஆகவே அவை தெளிவற்ற முறையில் குறிப்பிடப் பட்டிருந்தன. அவை "சத்ரம், கிரது" முதலிய யக்ஞங்கள். தொல்பழங்கால முன்னோர்களும், உருவகப்படுத்தப்பட்ட இயற்கை நிகழ்ச்சிகளுமே இந்த யக்ஞங்களில் தெய்வங்கள் எனப்பட்டனர். இந்தத் தெய்வங்கள் செய்த சத்ர, கிரது யாகங்கள் அல்லது யக்ஞங்கள்

என்பன ஆதிகால ஆரியர்களின் கூட்டு உழைப்பு முறையை வெளிப்படுத்துகின்றன. சான்றாகச் சத்ர யாகச் சடங்கின் தரவுகளைப் பார்ப்போம்.⁶

இந்த சத்ர யாகத்தில் பங்கெடுத்த அனைவரும் சமமானவர்களாக இருந்தனர். எல்லாரும் கூட்டு உழைப்பில் பங்கெடுத்துக் கொண்டனர்.

உழைப்பின் யக்ஞ பலன் ஒரு பொதுப்பொருளாக இருந்தது. எல்லாருக்கும் அது சமமாகப் பிரித்து வழங்கப்பட்டது.

சத்ர யக்ஞத்தில் பங்கெடுப்பவர்கள் அனைவரும் ஒரே கோத்திரத்தைச் சேர்ந்த இரத்த சம்பந்தமுள்ள உறவினராக இருந்தனர்.

உற்பத்திச் சக்திகள் வளரும்பொழுது தற்காலிகப் பொறுப்பாளர்கள் சிலர் தேர்ந்தெடுக்கப்பட்டனர். ஆனால் உற்பத்திப் பணி முடிந்தவுடன் பொறுப்பும் முடிந்துவிடும். அவர் அனைவரிலும் ஒருவராக ஆகிவிடுகிறார்.

சத்ர உழைப்பில் ஆண்களோடு பெண்களும் சமமாகப் பங்கு கொண்டனர்.

இவை அனைத்தும் ஆதிகால ஆரிய தொல்லினக்குழு சமூகத்தின் மத்தியில் தொல்பழங்காலக் கம்யூன் இருந்ததைக் காட்டுகின்றன. சத்ர யக்ஞங்களை ஆய்வு செய்த திலகர் இவற்றை மிகப் பண்டைய யக்ஞங்களாகக் கருதினார்.⁷ கம்யூன் தன் வாழ்க்கையையும் உற்பத்தியையும் நடத்துவதற்காகத் தினந்தோறும் செய்த பணிகளின் தொகுப்பே இந்த சத்ர, கிரது யக்ஞங்கள் என்பன. இந்த சத்ர, கிரது யக்ஞங்கள் அல்லது யாகங்கள் என்பன சடங்குகளாக இருந்தன. இந்தச் சடங்குகள் அன்றைய தொல்பழங்கால ஆரிய தொல்லினக்குழுக் கம்யூனின் உற்பத்தி முறையை வெளிப்படுத்தின. சான்றாகச் சில சடங்குத் தரவுகளைப் பார்ப்போம்.

கம்பு, மரம், புல் முதலியவற்றிலிருந்து கூடைகளை முடைதல்.

குதிரையின் விலா எலும்புகளைக் கூராக்கிப் புல் அறுத்தல்.

பிராணியைத் தடியால் அடித்து அல்லது அதனைக் கட்டிப்பிடித்து அது மூச்சு விடாமல் செய்து கொல்லுதல்.

அதன்பின் கொன்ற பிராணிகளின் தோலை, எலும்புகளைக் கொண்டு உரித்தல்.

மரத்தால் செய்த உரல்களைக் கொண்டும், கற்களைக் கொண்டும் தானியத்தை இடித்தல்.

ஆதிகால மனிதனிடம் இரும்பு போன்ற உலோகங்கள் இல்லை. பிற கருவிகளும் இல்லை. அவனிடம் அன்று இருந்தவற்றைக் கொண்டு அன்றைய மனிதனுக்குத் தேவையானவற்றை உற்பத்தி செய்ய வேண்டும். இவையே சடங்குகளாக இருந்தன. ஆதிகால யக்ஞங்களிலும், யாகங்களிலும் இந்தச் சடங்குகளே சொல்லப்பட்டிருந்தன. ஆகவே யக்ஞங்கள் என்பதை ஆதிகால கம்யூனின் பொருளுற்பத்தி முறை எனவும், பிரமன் என்பதை ஆதிகால ஆரிய தொல்லினக்குழுச் சமூகங்களின் கம்யூன் எனவும் பொருள் கொள்வதே முறையானது என்கிறார் டாங்கே. வேதகால ஆரிய தொல்லினக்குழுச் சமூகத்தின் பிரமன், உபநிடதங்களின் பிரமனிலிருந்து முற்றிலும் வேறுபட்டது. வேதகாலப் பிரமன் கண்கூடான உண்மைப் பொருள். வேதகாலப் பிரமன் வாழ்வை அனுபவிக்கிறது; சாப்பிடுகிறது; நடனமாடுகிறது; குடிக்கிறது; இன்பம் பெறுகிறது; வளருகிறது. அதற்கு உணர்ச்சியும், பெருங்கோபமும் இருக்கிறது. ஆகவே வேதகாலப் பிரமன் என்பது ஒரு மனிதனாக, ஒரு மனிதக் குழுவாக இருக்கிறது. ஆகவே அந்தப் பிரமன் என்பவனே ஆதிகால ஆரிய இனக் குழுச் சமூகத்தின் கம்யூன்.

திரேதா யுகத்தில் கம்யூன்கள் அல்லது கணங்கள் சிறியதாக இருந்தன. அவற்றில் இரத்த உறவுள்ள உறவினர்கள் மட்டுமே இருக்க முடிந்தது. அனைவருமே சமமானவர்களாகக் கருதப்பட்டனர். அனைவரும் ஒன்றாக உழைத்து, ஒன்றாக உற்பத்தி செய்து, ஒன்றாக அதனை அனுபவித்தார்கள். தாயின் வழியில் தான் அனைவரும் அறியப்பட்டார்கள். தந்தையை அவர்கள் அறியவில்லை. கம்யூன்கள் பெரிதாகும்பொழுது அவை பிரிந்து சென்றன. பல கம்யூன்கள் அல்லது கணங்கள் சேர்ந்து குலங்கள் உருவாகின. இந்தக் குலங்களுக்கிடையே உணவுக்காகப் போர்கள் தொடர்ந்து நடைபெற்று வந்தன. குழுமணம்தான் இருந்து வந்தது. அன்று குடும்பங்கள் இல்லை. ஆண்தான் பெண்ணின் கணத்தில் போய் வாழ்ந்தான். அதனால் பெண் வலிமை மிக்கவளாக இருந்தாள்.

ஆண் வேட்டையாடினான், கால்நடைகளை வளர்த்தான், போர் செய்தான். பெண் இருப்பிடத்தை நிர்வகித்தாள், சமையல் செய்தாள், பால் கறந்தாள், குடியிருப்பைச் சுற்றி வேளாண்மை செய்தாள். இருவரின் உழைப்புமே சமுதாய உழைப்பாகக் கருதப்பட்டது. இரண்டுக்கும் சமமதிப்பு இருந்தது. பொருளுற்பத்தி பெரிய அளவில் இல்லை எனினும் அனைவரும் ஒற்றுமையோடும் மகிழ்ச்சியோடும் நிம்மதியோடும் பாதுகாப்பு உணர்வோடும் வாழ்ந்தனர். ஒட்டு மொத்தத்தில் பண்டைக்காலத் திரேதா யுகக் கணங்கள் உண்மையான

பொருளில் சுதந்திரம், சமத்துவம், சகோதரத்துவம், சனநாயகம் ஆகியவற்றைக் கொண்டிருந்தன.

துவாபர யுகம்

வேளாண்மையும் உலோகங்களும் பயன்பாட்டுக்கு வந்தபோது மூன்றாவது யுகம் தோன்றியது. அதுவே துவாபர யுகம். துவாபர யுகத்தின் இறுதிக்காலம் என்பது மாவீரர்கள் காலம். இந்தியாவில் மகாபாரத இதிகாசக் காலமும், கிரேக்கத்தில் ஓமரின் (Homer) இலியட், ஒடிசி காப்பியங்களின் காலமும் வீரயுகத்தின் இறுதிக்காலம் எனக் கருதலாம். இவைதான் துவாபர யுகத்தின் இறுதிக் காலம். அதுவரை கணம் அல்லது கம்யூன் இருந்து வந்தது. வேத மரபுப்படி மகாபாரதப் போரோடு துவாபர யுகம் முடிந்து கலியுகம் பிறந்ததாகக் கருதப்படுகிறது. கலியுகம் பிறந்தபோது கணம் அல்லது கம்யூன் அழிந்து அவ்விடத்தில் அரசு உருவாகி இருந்தது.

திரேதா யுகத்தில் நெருப்பு கண்டுபிடிக்கப்பட்டு வெகு காலம் கழித்தே கால்நடை வளர்ப்பு நடைமுறைக்கு வந்தது. அன்று கால்நடை வளர்ப்பு மிகமிக முக்கியமானதாக இருந்தது. கால்நடை வளர்ப்பானது பால், பாலிலிருந்து கிடைக்கும் பால்பொருட்கள், ஏராளமான இறைச்சி, தோல்கள், கம்பளம், ஆட்டுரோமம் போன்ற பல பொருட்களை வழங்கின. நாணலில் பின்னவும், ஆடைகளைத் தயாரிக்கவும் அவன் கற்றுக்கொண்டான். தொடக்கத்தில் கால்நடை வளர்ப்புக்காகத்தான் வேளாண்மை செய்யப்பட்டது. பின்னர் அதுவே மனித உணவுக்கானதாக மாறத் தொடங்கியது. ஆரியர்கள் இந்தியா வரும் வரையிலும் கால்நடைகளுக்கான மேய்ச்சல் நிலங்களைத் தேடித்தான் ஊர் ஊராக, நாடு நாடாக அலைந்துகொண்டிருந்தனர். கால்நடைகள்தான் அவர்களின் பெருஞ் செல்வமாக இருந்தது. இந்தியா வரும்பொழுது அவர்கள் வேளாண்மை குறித்தும் உலோகங்கள் குறித்தும் அறிந்திருந்த போதிலும் அதனை அவர்கள் தங்களது உற்பத்தி முறையில் பயன்படுத்தவில்லை.

வடஇந்தியா வந்த பின் கி.மு. 800 வாக்கில் கிழக்கு நோக்கிச் சென்று கங்கைச் சமவெளியில் தங்கி வேளாண்மையில் ஈடுபட்ட பின்னரே உலோகத்தின் தேவை அதிகமாகியது. அதன்பின்னர் வளர்ச்சியும் மிக வேகமாகவும் விரைவாகவும் ஏற்பட்டது. சிற்றூர்களும் பேரூர்களும் பெருகின. சிறுநகரங்களும் உருவாகின. பல்வேறு வேலைப் பிரிவினைகள் உருவாகின. சொத்துடைமை உருவாகி இருந்தது. கால்நடை வளர்ப்பே சொத்துடைமையை முதலில் உருவாக்கியது. சொத்துடைமை பெண்ணை ஆணுக்கு அடிமை யாக்கியது. வடஇந்தியா வந்த பொழுது திரேதா யுகம் முடிந்து துவாபர

யுகம் தொடங்கி இருந்தது. துவாபர யுகத்தில் இணை மணமுறை இருந்தது. திரேதா யுகத்தில் இருந்த குழுமணம் வளர்ச்சியடைந்து பல கட்டங்களைத் தாண்டி துவாபர யுகத்தில் இணை மணமாக மாறியது. இந்த இணை மணம் பல கட்டங்களைத் தாண்டி, கலியுகத்தில் ஒருதார மணமாக ஆகியது.

திரேதாயுகத்தில் கால்நடை வளர்ப்பு முக்கியமாக இருந்தது என்றால் துவாபர யுகத்தில் வேளாண்மையும், கைத்தொழிலும், வணிகமும் முக்கியமடைந்தன. இவற்றின் வளர்ச்சி தனி உடைமையை வளர்த்தெடுத்தது. தனியுடைமை பழைய இரத்த உறவு முறை நிறுவனமான கம்யூனையும், தாய்வழிச் சமூகத்தையும் அழித்தது. தனியுடைமையால் இணைக்குடும்பம் ஒருதாரமணக் குடும்பமாக மாறத்தொடங்கியது. இரத்தக் கலப்பு இல்லாதவர்கள் கம்யூனில் இருக்கமுடியாது என்பதைத் தனியுடைமை மாற்றியது. தந்தைவழிக்குடும்பம், தந்தை அதிகாரம், தந்தை வாரிசுரிமை, தந்தைவழிப் பரம்பரை முதலியனவற்றைத் தனியுடைமை கொண்டுவந்தது. துவாபர யுகத்தில் இவையெல்லாம் சிறிது சிறிதாக முளைவிட்டு வளர்ந்தன.

திரேதாயுகத்தில் இரத்த உறவுமுறைதான் எல்லாவற்றுக்கும் அடிப்படையாக இருந்தது. ஆனால் துவாபர யுகத்தில் இந்நிலை மாறத்தொடங்கியது. மொத்தத்தில் திரேதா யுகம் கண அமைப்பை, கம்யூனை வளர்த்தெடுத்தது. ஆனால் துவாபர யுகம் கண அமைப்பை, கம்யூனை அழித்தொழிப்பதற்கான அடிப்படையை அதாவது சொத்துடைமையைக் கொண்டுவந்தது. சொத்துடைமை பண்டைய கண அமைப்புமுறையில் பெரும் உடைப்பைக் கொண்டுவந்தது. பண்டைய கண அமைப்பை, கம்யூனைத் தலைகீழாக மாற்றியது. கண அமைப்பின் உண்மையான சுதந்திரம், சமத்துவம், சகோதரத்துவம், சனநாயகம் முதலியன இல்லாது போய் அவ்விடத்தில் சமூகம் வர்க்கங்களாய்ப் பிரிந்துபோய் ஆண்டான்களும் அடிமைகளும், பிரபுவும், ஏழை உழவனும், கூலித்தொழிலாளியும், பண்ணை அடிமையும் உருவானார்கள். குடும்பத்தில் பெண் அடிமையானாள்.

ஆரிய தொல்லினக்குழுக்கால ஆண்-பெண் உறவுமுறைகள்

பண்டைய சமூகத்தில் முதலில் தாய்வழிச் சமூகமே தோன்றியது. இந்தத் தாய்வழிச் சமூகத்தில் ஒரு குறிப்பிட்ட பெண்ணின் வம்ச மூலத்தில் இருந்து வந்தவர்களும் அவர்களது வாரிசுகளுமே அடங்கி இருந்தனர். இந்தத் தாய்வழிச் சமூகத்தில் ஆதிகாலத்தில் ஆண்-பெண் உறவானது பரிபூரணக்கலப்பு உறவாகவே இருந்தது. எத்தகைய சமூகத்

தடையும் தனிநபர் தடையும் இருக்கவில்லை. இந்தப் பரிபூரணக் கலப்பு உறவை கிருத யுகத்துக்கான ஆண்-பெண் உறவாக மகாபாரத பீசுமர் குறிப்பிடுகிறார். இதனை அவர் 'சங்கல்பம்' என்கிறார். ஆனால் இது வளர்ந்து பல்வேறு கட்டத்தை அடைந்தது. நெருங்கிய உறவினர்களிடையே புணர்ச்சி உறவுகள் கூடாதென்று தடை செய்யப்பட்டபொழுது ஒரே கோத்திரத்தில் அதாவது ஒரே கணத்தில் அல்லது ஒரே கம்யூனில் உள்ளவர்கள் திருமணம் செய்வதற்குத் தடை ஏற்படுத்தப்பட்டபொழுது இரண்டாவது உறவு முறையான 'சம்சுபரிசம்' உருவானது. இதன்படி ஆதிகாலத்தில் இருந்து பிரிந்து சென்ற கணங்கள் தங்களுக்குள் உறவு கொண்டன. இவை முதலில் குழு மணமாக உருவாகிப் பின் வளர்ந்து வந்தது. இதுவும் வளர்ந்து பல்வேறு கட்டத்தை அடைந்தது.

உறவுக் கணங்களிடையே திருமண உறவு நடைபெற்று வந்தபொழுது நெருங்கிய உறவினர்களிடையே உறவுகள் கூடாது என்பதற்காகத் தொடர்ந்து பல தடைகள் விதிக்கப்பட்டு வந்தன. இதன் காரணமாக இணைத் திருமண உறவுகள் உருவாகின. இதன்படி ஆணும் பெண்ணும் விருப்பம் உள்ளவரை மற்றவர்களை விலக்கிவிட்டு தமக்குள்ளே புணர்ச்சி உறவுகளைக் கொண்டு இணையாக வாழ்ந்து வந்தனர். இது இணைத் திருமண உறவு முறை. இதனை மைதுனம் என்கிறார் பீசுமர். இறுதியாக இன்றைய ஒருதாரத் திருமணம் என்பது கலியுகத்துக்கானது என்கிறார் பீசுமர். அவர் கருத்துப்படி 'சம்சுபரிசம்' என்கிற குழுமணம், திரேதா யுகத் திருமண உறவு முறை, மைதுனம் என்கிற இணைத் திருமணம் என்பது துவாபர யுகத் திருமண உறவு முறை. துவந்தம் என்பது நாகரிக யுகத்துக்கான திருமண் முறை.[8]

ஒவ்வொரு யுகத்துக்கும் ஒவ்வொரு வடிவிலான பொருள் உற்பத்தி முறையும், ஆண்-பெண் உறவு முறையும், சமூக அரசியல் அமைப்பு முறையும் இருந்தன என்பதை இந்திய வேத, இதிகாச, புராண இலக்கியங்கள் தெரிவிக்கின்றன. அதாவது மார்க்சியம் சொல்வதையே இவை வேறுவிதத்தில் சொல்கின்றன. யுகம் என்பது ஒரு புராணியக் கருத்தியலாகக் கருதப்பட்ட போதிலும் அவை ஆதிகால தொல்லினக்குழு வாழ்வை சில கட்டங்களாகப் பிரித்து அந்த ஒவ்வொரு காலகட்டத்திலும் இருந்த ஆண்-பெண் உறவுமுறை, பொருள் உற்பத்திமுறை, சமூக அரசியல் கட்டமைப்பு முதலியன குறித்த மார்கனின் வழியிலான மார்க்சியக் கருத்துகளை வெளிப்படுத்தியுள்ளன. ஆகவே யுகங்கள் என்பன வேதகால நாட்டார் பாடல்களில் உள்ள ஆரிய தொல்லினக்குழுச் சமூகங்களின் வாழ்க்கைத் தரவுகளின் அடிப்படையில் உருவான நம்பகமான எதார்த்தமான

ஆதிகாலம் முதல் நாகரிக காலம் வரையான தொல்லினக்குழு வாழ்வின் வளர்ச்சிக்கட்டங்கள். பிற்காலத்தில் அவற்றில் புராணக்கருத்துகள் திணிக்கப்பட்டு யுகங்கள் என்பன புராணியக் கருத்தியல்களாக மாற்றமடைந்தன. ஆகவே யுகங்கள் என்பன இன்று மார்கனின் கண்டுபிடிப்புகளுக்கும், மார்க்சியக் கருத்தியல்களுக்கும் சான்றாதாரங்களாக விளங்குகின்றன.

தாய்வழி உரிமை

ஆதி காலக் கணங்களிடையே நீண்ட காலம் பெண்வழி வம்சப் பரம்பரையே இருந்து வந்தது. அதாவது தாய்வழி உரிமையே இருந்து வந்தது. கணத்துக்குள் திருமண உறவு தடை செய்யப்பட்டிருந்தது. அது போன்றே சகோதர சகோதரிகளுக்கிடையேயும் திருமண உறவு தடை செய்யப்பட்டிருந்தது. ஆகையால் ஒரு கணத்தில் உள்ள ஆண்கள் பிற கணத்தில் உள்ள பெண்களைத்தான் திருமணம் செய்ய முடியும். பெண் வழி உரிமைப்படி அந்த ஆண்களின் குழந்தைகள் பிற கணங்களில் உள்ள பெண்களின் குழந்தைகள் என்பதால், அந்தக் குழந்தைகள் ஆணின் குழந்தைகளாகவோ அல்லது ஆணின் கணத்திற்கான வாரிசுகளாகவோ இருக்க முடியாது. அதாவது ஒரு கணத்தில் உள்ள பெண்களின் குழந்தைகள் தான் அந்தக் கணத்தின் வாரிசுகளாக இருக்கமுடியும். திருமணமான ஆண் தனது மனைவியுள்ள கணத்தில் சென்று தங்கித்தான் வாழ வேண்டும். பெண் தனது கணத்தை விட்டுப் போகமாட்டாள். அவர்களுக்குப் பிறக்கும் குழந்தைகள் பெண்ணின் வாரிசுகளாக, அந்தப் பெண் இருக்கும் கணத்தின் வாரிசுகளாகவே கருதப்படுவர்.

ஆண்களுக்கு வாரிசு உரிமையும் இல்லை. குழந்தைகளும் சொந்தம் இல்லை. இதுவே பண்டைய கண அமைப்பின் தாய்வழி உரிமைக்கான அடிப்படை. ஆனால் சொத்துடைமை முறை வந்த பிறகு இந்த நிலையில் மாற்றம் ஏற்படுகிறது. குழந்தைகள் ஆணின் வாரிசுகளாக மாற்றப் படுகின்றனர். திருமணத்துக்குப்பின் பெண் தனது இடத்தில் இருந்து ஆணின் இடத்திற்கு வரவேண்டியவளாகிறாள். இது தாய்வழி உரிமை போய் தந்தைவழி உரிமை ஏற்பட்டதற்கான அடையாளம். இறுதியில் பெண் அடிமை ஆகிறாள்.

பல கணங்கள் சேர்ந்துதான் ஒரு குலம் உருவாகிறது. ஒரு குலத்துக்குள் பல கணங்கள் இருக்கும். கணத்துக்குள் திருமணம் செய்ய முடியாது. ஆனால் குலத்துக்குள் திருமணம் செய்ய முடியும். குலத்தைவிட்டு வெளியே திருமணம் செய்வது தடை செய்யப் பட்டிருந்தது. ஆனால் ஒரு குலத்துக்குள் உள்ள கணங்களுக்கிடையே

திருமணம் செய்துகொள்ளலாம். இதனை நமது சாதி அமைப்பைக் கொண்டு புரிந்துகொள்வது எளிது. ஒவ்வொரு சாதிக்குள்ளும் பல கூட்டங்கள் (கணங்கள்) இருக்கும். இங்கு கூட்டங்கள் என்பது கணமாகும். கூட்டங்கள் அடங்கிய சாதி என்பது குலமாகும். இங்கு ஒரு கூட்டம் இன்னொரு கூட்டத்தோடு திருமண உறவு வைத்துக் கொள்ளலாம். ஆனால் சாதியைவிட்டுத் திருமணம் செய்ய முடியாது. இது போன்ற விதிதான் அன்றைய கண அமைப்பு முறையிலும் இருந்தது. கூட்டத்துக்குள் இருப்பவர்களை இன்று பங்காளிகள் (சகோதரர்கள்) என்று சொல்வதுபோல் கணத்துக்குள் இருப்பவர்களைப் பங்காளிகள் எனச் சொல்லலாம். ஆதலால் பண்டைய குலம் என்பதை இன்றைய சாதி எனவும், பண்டைய கணம் என்பதை இன்றைய கூட்டம் எனவும் கொள்ளலாம். ஆனால் கணங்களில் படிநிலை இருக்காது என்பதால் இரண்டும் ஒன்றல்ல.

நாம் இதுவரை வட இந்திய இலக்கியங்களான வேத, இதிகாச, புராணங்களில் இருந்து கம்யூன்கள் என்கிற கணங்கள் குறித்தும் அவற்றில் இருந்த ஆண்-பெண் உறவுமுறைகள் குறித்தும் பொருளாதார உற்பத்தி முறைகள் குறித்தும் பார்த்தோம். இனி எங்கெல்சு தனது குடும்பம் தனிச்சொத்து அரசு ஆகியவற்றின் தோற்றம் என்ற நூலில் குறிப்பிட்டுள்ள அமெரிக்க இரோகுவாய், கிரேக்க, உரோமானிய, கண ஆட்சி அமைப்பு முறைகள் குறித்துப் பார்ப்போம். இவற்றை அறிந்து கொள்வதன் மூலம் சங்ககாலச் சமுதாயத்தோடு அவற்றை ஒப்பிட்டு, சங்ககாலச் சமுதாயம் குறித்த ஒரு தெளிவான பார்வையைப் பெறமுடியும்.

பார்வை

1. குடும்பம், தனிச்சொத்து, அரசு ஆகியவற்றின் தோற்றம், பி. எங்கெல்சு, பாரதி புத்தகாலயம், 2008, பக்: 23.
2. பக்: 38.
3. பண்டைக்கால இந்தியா, எசு.ஏ. டாங்கே, அலைகள் வெளியீட்டகம், சூன் 2003, பக்: 49.
4. பக்: 50.
5. பக்: 53
6. பக்: 54, 55.
7. பக்: 56.
8. பக்: 81, 82.

2. இரோகுவாய் கணம்

எங்கெல்சு வரலாற்றுக்கு முந்தைய தொல்பழங் காலத்தை காட்டுமிராண்டி நிலை, அநாகரிக நிலை என இரண்டு பெரும் பிரிவுகளாகப் பிரிக்கிறார். மூன்றாம் பிரிவு வரலாற்றுக் கால நாகரிக நிலை. காட்டுமிராண்டி நிலை, அநாகரிக நிலை என்பவைகளை எங்கெல்சு மேலும் மூன்று மூன்று கட்டங்களாகப் பிரிக்கிறார். அவற்றை அவர் காட்டுமிராண்டி நிலையின் முதல்கட்டம், இடைக்கட்டம், இறுதிக்கட்டம் எனவும், அநாகரிக நிலையின் முதல்கட்டம், இடைக்கட்டம், இறுதிக்கட்டம் எனவும் குறிப்பிடுகிறார். இவை அனைத்துமே மார்கனை அடிப்படையாகக் கொண்டு சொல்லப்பட்டதாகும்.

காட்டுமிராண்டி நிலை

இதன் முதல்கட்டம் என்பது மனிதனின் குழந்தைப்பருவம். இக்காலகட்ட மனிதன் வெப்பப் பகுதிகளில் வாழ்ந்தான். இவனிடம் பேச்சு இருந்தது. மரங்களில் வசித்தான். இவனிடமிருந்துதான் இன்றைய மனிதன் தோன்றினான். பழங்கள், கொட்டைகள், கிழங்குகள் முதலியன மட்டுமே அவனது உணவாக இருந்தது. இன்று இந்தநிலையில் எந்த மனித சமூகமும் இல்லை. இதன் இடைக்கட்டம் என்பது நெருப்பைப் பயன்படுத்தத் தொடங்கிய காலகட்டம். இது மீன்கள், நண்டுகள், சங்குகள், நீரில் வசிக்கும் இதர உயிரினங்கள் ஆகியவற்றை உணவாகக் கொண்டிருந்த காலகட்டம். இவன், பட்டை தீட்டப்படாத கற்கருவிகளைப் பயன்படுத்தினான்; கல், மரம் ஆகியவற்றால் செய்யப்பட்ட வேல், ஈட்டி போன்ற கருவிகளைப் பயன்படுத்தி வேட்டையாடினான்; இறைச்சியைச் சேர்த்துக் கொண்டான்; இக்காலகட்ட மனிதன் உணவுக்காகக் கடுமையாகப் போராட வேண்டிய நிலையில் இருந்தான். அதனால் நர மாமிசம் உண்டான். அவன் வாழ்க்கை நிச்சயமற்றதாக இருந்தபோதிலும் உலகின் பெரும்பகுதியில் பரவிப்படர முடிந்த காலகட்டம் இது.

இதன் இறுதிக்கட்டம் என்பது வில்லும் அம்பும் கண்டுபிடிக்கப்பட்டதிலிருந்து தொடங்குகிறது. வில், அம்பு, நாண் ஆகிய மூன்றும் இணைந்த இக்கருவி அவனுக்கு இறைச்சியை ஓரளவு தொடர்ச்சியாக வழங்க வழிவகுத்தது. பட்டை தீட்டப்பட்ட கல்

ஆயுதங்கள் பயன்படுத்தப்பட்டன. அவன் மரத்தால் கொப்பரைகள் செய்தல், மர ஓடம் செய்தல், மரக்கட்டைகள், மரப்பலகைகள் செய்தல், துணி நெய்தல், கூடை முடைதல் முதலியனவற்றைக் கற்றிருந்தான். இக்கால கட்டத்தில் வில் அம்பும், கற்கோடாலியும் மிக முக்கிய ஆயுதங்களாக இருந்தன. சிறு அளவிலான குடியிருப்பும் இக்காலகட்டத்தில் உருவாகத் தொடங்கி இருந்தது.

அநாகரிக நிலை

மட்பாண்டங்களை உருவாக்கத் தெரிந்த காலத்திலிருந்து அநாகரிக நிலையின் முதல்கட்டம் தொடங்குகிறது. இக்காலகட்டம் தொடங்கும்வரை உலகின் எல்லாப் பகுதிகளும் ஒரே மாதிரியான வளர்ச்சியைத்தான் பெற்றிருந்தன. ஆனால் இதற்குப் பிறகு கண்டங்களின் இயற்கைச் சூழ்நிலைக்கு ஏற்றவாறு மனித வளர்ச்சிப்போக்கில் மாற்றங்கள் ஏற்பட்டன. ஆசிய ஐரோப்பியக் கண்டங்களில் பழக்குவதற்கு நிறையக் கால்நடைகளும், பயிரிடுவதற்கு நிறையப் பயிரினங்களும் இருந்தன. ஆனால் அமெரிக்கக் கண்டத்தில் லாமா என்ற கால்நடையும், மக்காச்சோளம் என்ற பயிரும் மட்டுமே இருந்தது. அதனால் வளர்ச்சிப் போக்கில் வேறுபாடுகள் தோன்றின.[1]

அநாகரிக நிலையின் இடைக்கட்டம் என்பது ஆசிய ஐரோப்பியக் கண்டங்களில், கால்நடைகளைப் பழக்குவதிலிருந்து தொடங்குகிறது. அமெரிக்கக் கண்டங்களில் சாகுபடி செய்வதிலிருந்தும், கட்டடங்களைக் கட்டுவதற்கு அடோபுகள் என்கிற செங்கற்களையும், கல்லையும் பயன்படுத்துவதிலிருந்தும் தொடங்குகிறது. சிவப்பிந்தியர்கள் மக்காச்சோளத்தையும், பூசணிக்காய், முலாம்பழம் ஆகியவற்றையும் பயிரிட்டனர். இரும்பு தவிர பிற உலோகங்களைப் பயன்படுத்தினர். அத்துடன் கல் ஆயுதங்களையும், கற்கருவிகளையும் பயன்படுத்தினர். வான்கோழி, லாமா ஆகியவற்றைப் பழக்கி வளர்த்தனர். மரக்கழிகளால் அரண் செய்யப்பட்ட கிராமங்களில் வசித்தனர்.

ஆசிய ஐரோப்பியக் கண்டங்களில் பால், பால்பொருட்கள், இறைச்சி முதலியன கால்நடைகளில் இருந்து கிடைத்தது. கால்நடை மந்தைகளை வளர்ப்பது என்பதே அவர்களின் முக்கியத் தொழிலாக இருந்தது. அதற்காக மேய்ச்சல் நிலங்களை அவர்கள் தேடி அலைந்தனர். தானிய வகைகள் முதலில் கால்நடைகளுக்காகத்தான் சாகுபடி செய்யப்பட்டன. பின்னரே மனிதன் தனக்காகப் பயிரிடத் தொடங்கினான். இறைச்சியும், பாலும், பால்பொருட்களும் மனிதனின் மூளை, உடல் ஆகியவற்றின் வளர்ச்சியில் நல்ல மாற்றங்களைக் கொண்டுவந்தது. கால்நடை வளர்ப்புதான் ஆரியர்களையும், செமைட்டுகளையும் மேலான வளர்ச்சிக்குக் கொண்டு சென்றது.

அநாகரிக நிலையின் இறுதிக்கட்டம் என்பது இரும்பைப் பயன் படுத்துவதிலிருந்து தொடங்குகிறது. வீரயுகக் காலக் கிரேக்கர்களும், உரோமாபுரி உருவாகி நிலை பெறுவதற்கு முந்தைய உரோமானியர்களும், டாசிடசு காலத்தைச் சேர்ந்த செர்மானியர்களும், வைகிங்குகளின் காலத்திய நார்மன்களும், மகாபாரதக் கால இந்திய ஆரியர்களும், சங்ககாலத்துக்கு முந்தைய தமிழர்களும் இந்த அநாகரிக நிலையின் இறுதிக்கட்டத்தைச் சேர்ந்தவர்கள். இக்காலகட்டத்தில் இரும்புக் கோடாலி, இரும்பு மண்வெட்டி, இரும்பு அரிவாள் முதலிய இரும்புக் கருவிகளைப் பயன்படுத்தி அடர்ந்த காடுகளில் உள்ள மரங்களை அகற்றி, இரும்புக் கொழுவைக் கலப்பையில் பயன்படுத்தி அந்நிலங்களைப் பயிரிடும் நிலங்களாக மாற்றினர். இக்காலகட்டத்தில் நாட்டார் பாடல்களும், தொன்மக் கதைகளும் உருவாகின. ஓமரின் ‘இலியத்’ காலம் இக்காலமே.

கப்பல் கட்டுதலும், கோபுரங்களும், கொத்தளங்களும், மதில் சூழ்ந்த சிறு நகரங்களும், ஒரு கலையாக வளர்ச்சி பெற்ற உலோகத் தயாரிப்பும், பாரவண்டிகளும், யுத்த இரதங்களும், பல்வேறு வகையான இரும்புப் பொருட்களும், எண்ணெய், திராட்சை மதுத் தயாரிப்பும் வளர்ந்த காலகட்டம் இது. கைத்தொழிலும் வேளாண்மையும் செழிப்போடு வளர்ந்த காலகட்டம் இது. இக்காலகட்டத்தில் மக்கள்தொகையும் வேகமாகப் பெருகியது. இக்காலம், ஒரே தலைமையின் கீழ் 5 இலட்சம் மக்கள் ஒன்று திரண்ட காலம்; மனிதன் ஒரு பெரும் சமூகமாக வாழ்ந்து மாபெரும் சாதனைகளை சாதிக்கத்தொடங்கிய காலம். இதன் பின்னரே நாகரிக நிலை என்கிற மூன்றாவது நிலை தொடங்குகிறது. இந்த மூன்றாவது நாகரிக நிலையைத் தான் கலியுகம் என வேதகால மரபு குறிப்பிடுகிறது. மார்கனின் மேற்கண்ட காலகட்டங்களைக் கீழ்க்கண்டவாறு எங்கெல்சின் வழியில் நாம் பொதுமைப் படுத்தலாம்.

பயன்பாட்டுக்குத் தயாராக இருந்த இயற்கையில் கிடைத்த உணவுப் பொருட்களையும் பிறவற்றையும் பயன்படுத்தும் நிலைதான் காட்டுமிராண்டி நிலை. இயற்கை உணவுப் பொருட்களையும் பிறவற்றையும் பயன்படுத்துவதற்கு வசதி செய்யும் வகையில் மட்டுமே அவனது உற்பத்திச் சாதனங்கள் இக்காலத்தில் இருந்தன. இக்காலத்தில் இயற்கையின் உணவுப் பொருட்களை அவன் சொந்தமாக உற்பத்தி செய்யவில்லை.

இரண்டாவது நிலையான அநாகரிக நிலையில், கால்நடை வளர்ப்பு, வேளாண்மை, உலோகப் பயன்பாடு ஆகியவை பற்றிய

அறிவை மனிதன் அடைந்தான். இயற்கையின் உணவுப்பொருட்களையும் பிறவற்றையும் இயற்கையைக் கொண்டே சொந்தமாக உற்பத்தி செய்யும் திறனை மனிதன் பெற்ற காலம் இக்காலம். மேலும் இயற்கையின் உற்பத்தித் திறனை அதிகப் படுத்துவதற்கான வழிமுறைகளும் ஓரளவு கற்றுக்கொள்ளப்பட்டன.

மூன்றாவது நிலையான நாகரிக நிலையில் கம்மியத் தொழில் பற்றியும் கலையைப் பற்றியுமான அறிவை மனிதன் அடைந்தான். மனித அறிவு மேலும் விரிவுபடுத்தப்பட்டு, இயற்கைப் பொருட்களை மிக அதிக அளவில் உற்பத்தி செய்யவும், மிக அதிக அளவில் பயன்படுத்தவுமான சூழ்நிலை உருவானது. மார்கனின் முதல் இரு நிலைகளைத் தாண்டித்தான் எல்லா மனித சமூகங்களும் நாகரிகநிலை என்கிற இன்றைய மூன்றாவது நிலையை அடைந்தன.

அமெரிக்க இரோகுவாய் கணம்

மார்கனை அடிப்படையாகக் கொண்டு எங்கெல்சு பண்டைய மனித குல வாழ்க்கையை மூன்று பெரும் கட்டங்களாகப்பிரிக்கிறார் என முன்பே பார்த்தோம். அவை 1) காட்டுமிராண்டி நிலை 2) அநாகரிக நிலை 3) நாகரிக நிலை ஆகியன. காட்டுமிராண்டி நிலையில் குழு மணமும், அநாகரிக நிலையில் இணை மணமும், நாகரிக நிலையில் ஒருதார மணமும் இருந்ததாக எங்கெல்சு குறிப்பிடுகிறார். அமெரிக்காவின் நியூயார்க் மாகாணத்தில் இருந்த இரோகுவாய்களின் செனீகா குலம் அநாகரிக நிலையின் முதல் கட்டத்தில் இருந்தது. இந்தக் செனீகா குலம் எட்டு கணங்களைக் கொண்டிருந்தது. இந்தக் கணங்களின் அமைப்பு முறைகளும் பண்புகளும் அதன் உறுப்பினர்களின் கடமைகளும் உரிமைகளும் குறித்து எங்கெல்சு கீழ்க்கண்ட தரவுகளைத் தருகிறார்.

ஒவ்வொரு கணத்துக்கும் ஒரு பேரவை (கவுன்சில்) உண்டு. அதில் வயது வந்த ஆண்-பெண் அனைவரும் உறுப்பினர்கள். அனைவரும் சமமானவர்கள். அனைவரும் சேர்ந்து சமாதான காலத்துக்கான தலைவன் ஒருவனையும் யுத்தத் தலைவன் ஒருவனையும் தேர்ந்தெடுப்பர். இவர்களை எப்பொழுது வேண்டுமானாலும் அவர்கள் நீக்க முடியும். இந்தப் பேரவைதான் கணத்தின் முழு அதிகாரம் பெற்ற அரசு அமைப்பு. கணத்துக்குள் திருமணம் செய்யமுடியாது என்பது கணத்தின் அடிப்படை விதி. கண உறுப்பினர் அனைவரும் இரத்தஉறவு உடையவர்கள். கணம் தாய் உரிமையை அடிப்படையாகக் கொண்டது. தலைவனின் அதிகாரம் தார்மீகத் தன்மை கொண்டது. பலாத்கார சாதனங்களெதுவும் அவனிடம்

இல்லை. இறந்தவனின் சொத்து அவனது சகோதரிகள் தாய்மாமன் ஆகியவர்களுக்குப் பிரித்து வழங்கப்படும். அவனது குழந்தைகளுக்கு அவனது சொத்தில் எந்தவித உரிமையும் இல்லை. கண உறுப்பினரின் பாதுகாப்புக்குக் கணமே பொறுப்பு. ஒவ்வொரு கணத்திற்கும் தனிப் பெயர் உண்டு. அந்நியர்களைக் கணம் தனக்குள் சேர்த்துக்கொள்ள முடியும். கணத்துக்கெனத் தனிக் குலச் சடங்குகள் உண்டு. தனி இடுகாடும் உண்டு.

கணத்தின் எல்லா அங்கத்தினர்களும் தனிப்பட்ட முறையில் சுதந்திரமானவர்கள். ஒருவன் மற்றவனின் சுதந்திரத்தைக் காக்கக் கடமைப்பட்டவன். அனைவரும் அனைத்திலும் சமமானவர்கள். இரத்த உறவால் இணைக்கப்பட்ட சகோதரக் குழுவாகக் கணம் இருக்கிறது. தலைவர்களுக்கெனச் சிறப்பு உரிமை எதுவும் இல்லை. உண்மையான சுதந்திரம், சமத்துவம், சகோதரத்துவம் என்பன கணத்தின் அடிப்படைக் கோட்பாடுகள். பல கணங்கள் ஒன்றுசேர்ந்து பிராட்ரி என்ற அமைப்பும், பல பிராட்ரிக்கள் ஒன்றுசேர்ந்து குலம் என்ற அமைப்பும் சில தொல்லினக்குழுவிடம் இருக்கின்றன. பிராட்ரி என்பது ஒரு தாய்க் கணமாகும். அதில் இருந்து பிரிந்து சென்ற கணங்கள் அதன் கீழ் இருக்கும். ஆகவே கணத்துக்கும் குலத்துக்கும் இடைப்பட்டது பிராட்ரி. சில தொல்லினக்குழுக்களிடம் பிராட்ரி என்ற அமைப்பு இல்லை. கணம், குலம் ஆகிய இரண்டு மட்டுமே உண்டு. பல கணங்கள் சேர்ந்து ஒரு குலம் இருப்பது மட்டுமே பொதுவானது.

அமெரிக்கச் சிவப்பிந்தியக் குலங்களின் சிறப்புத் தன்மைகள்

இவை சொந்த நிலப்பரப்பும் சொந்தப் பெயரும் கொண்டிருந்தன. தனக்கென ஒரு மொழியைக் கொண்டிருந்தன. குலப் பேரவை ஒன்று இருந்தது. அதில் கணங்களின் தலைவர்கள் உறுப்பினர்களாக இருந்தனர். இந்தக் குலப்பேரவை பிற குலங்களோடு உள்ள உறவுகளைத் தீர்மானிக்கவும், உடன்படிக்கை செய்யவும், போர் தொடுக்கவும் உரிமை கொண்டது. சமாதான உடன்படிக்கை இல்லாத குலங்களோடு என்றும் யுத்த நிலையிலேயே அது இருந்தது. எதிரிக் குலங்களோடு போர் செய்வது என்பதை குலப்பேரவையினுடைய தலைசிறந்த வீரர்களே முடிவு செய்து செயல்படுத்தினர். இதற்குக் குலப்பேரவையின் அனுமதி தேவையில்லை. போர்த்தலைவனின் போர் நடனத்தில் விரும்பிச் சேருகிறவர்கள் அனைவரும் ஒன்றுசேர்ந்து போருக்குச் செல்வர். எதிரிப் படையணி தங்கள் பகுதியைத் தாக்க வரும்போதும் இதுபோன்ற தொண்டர்களே போர்வீரர்களாக இருப்பர். ஆதலால் படையெடுப்பு என்பது குறைந்த வீரர்களைக் கொண்டே நடத்தப்பட்டது. சில குலங்களில் முதன்மைத் தலைவன்

என்ற ஒருவன் உண்டு. குலப்பேரவை கூடி முடிவெடுக்குமுன் தற்காலிக முடிவுகளை எடுக்க அவன் உரிமை உடையவன். இந்த முதன்மைத் தலைவனே குலத்தின் அதிகப்படியான அதிகார அமைப்பு எனலாம்.

இரோகுவாய்கள் ஐந்து சகோதரக் குலங்களைக் கொண்டிருந்தனர். இந்த ஐந்து குலங்களும் ஒன்றுசேர்ந்து ஒரு குலக்குழுக் கூட்டு நிறுவனம் ஒன்றை கி.பி.15ஆம் நூற்றாண்டில் உருவாக்கி இருந்தன. இது கி.பி.1675இல் அதன் உச்ச நிலையை அடைந்தது. இதன் மொத்த மக்கள்தொகை சுமார் 20,000. இவை ஐந்தும் ஒரு பொது மொழியைப் பேசின. இந்தப் பொது மொழிதான் இந்த ஐந்து குலங்களும் ஒரே பொது வம்சாவளியைக் கொண்டவை என்பதற்கான சான்றாக இருந்தது. இந்தக் குலக்குழுக் கூட்டு அமைப்பு தான் அமெரிக்க இந்தியர்கள் எட்டிய மிக உயர்ந்த, அதிக முன்னேற்றம் அடைந்த ஒரு சமூக நிறுவனம்.[2] இந்த இரோகுவாய்கள் அநாகரிக நிலையின் முதல்கட்டத்தில் இருந்தார்கள். இரிக் வேதக் கணக்குப்படி இவர்கள் திரேதா யுகத்தின் இறுதியில் இருந்தார்கள். துவாபரயுகத்துக்கு அவர்கள் வந்து சேரவேயில்லை.

பார்வை

1. குடும்பம், தனிச்சொத்து, அரசு ஆகியவற்றின் தோற்றம், பி.எங்கெல்சு, பாரதி புத்தகாலயம், 2008, பக்: 31.

2. மேலது பக்: 117.

பின் இணைப்பு: இரோகுவாய் கணம்

1. இரோகுவாய் மக்கள்   2. இரோகுவாய் மக்கள்

3. இரோகுவாய் தலைவன்

"In our every deliberation, we must consider the impact of our decisions on the next seven generations."
~ Iroquois Confederacy Maxim (ca 1750)

4. இரோகுவாய் போர் வீரன்

5. சிவப்பிந்தியக் கிராமம்

6. சிவப்பிந்தியப் போர் வீரர்கள்

7. இரோகுவாய் மக்களின் உடைகள், வீடுகள், போர் ஆயுதங்கள்.

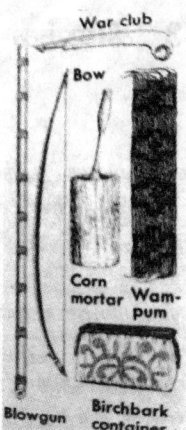

சான்று (1, 7): The World Book Encyclopedia, USA, 1988, vol-10, page: 136 -180.

8. இரோகுவாய் ஆயுதங்கள்   9. இரோகுவாய் பெண்

சான்று(2-4, 5, 6, 8, 9): wikipedia

3. கிரேக்க கணமும் உரோம கணமும்

கிரேக்க கணம்

வரலாற்றுக்கு முந்தைய காலத்தில் இருந்தே கணம், பிராட்ரி, குலம், குலக்குழுக் கூட்டு என்ற அமைப்பு வரிசை கிரேக்க தொல்லினக்குழுவிடம் இருந்து வந்துள்ளது. ஆனால் டோரியர் என்ற தொல்லினக்குழுவிடம் பிராட்ரி என்ற அமைப்பு இருக்கவில்லை. மாவீரர்கள் காலகட்டத்தைச் சேர்ந்த கிரேக்கர்கள் அநாகரிக நிலையின் இறுதிக்கட்டத்தில் இருந்தார்கள். அமெரிக்க தொல்லினக்குழுவான இரோகுவாய்கள் அநாகரிக நிலையின் முதல் கட்டத்தில் இருந்தார்கள். அதாவது கிரேக்கர்கள் இரோகுவாய்களைவிட இரு முழு காலகட்டங்கள் முன்னேறி இருந்தனர். இரிக் வேதக் கணக்குப்படி கிரேக்கர்கள் துவாபர யுகத்தில் இருந்தார்கள். கிரேக்கர்களிடம் தாய் உரிமை போய் தந்தை உரிமை வந்திருந்தது. குழுமணத்தின் அம்சங்கள் மறைந்து இணைத் திருமண முறை இருந்தது. தனிச் சொத்துரிமை கண அமைப்பில் முதல் உடைப்பை உண்டாக்கி இருந்தது. கணத்துக்குள் சொத்து தங்கியிருப்பதற்காகப் பணக்காரப்பெண் கணத்துக்குள் திருமணம் செய்ய அனுமதிக்கப்பட்டிருந்தாள். தந்தை வழிப்படியான வாரிசு உரிமை ஏற்பட்டிருந்தது. இறந்தவனின் சொத்து கணத்துக்குள் அவனது நெருங்கிய உறவினர்களிடம் பிரித்து வழங்கப்பட்டது.

கணத்துக்கென பொதுவான இடுகாடும், கணச் சடங்குகளும், பூசாரியும், பொதுச் சொத்தும் இருந்தன. புரோகிதனுக்கெனச் சிறப்புச் சலுகைகள் இருந்தன. கணத்திற்கு என ஆதி மூதாதையான தெய்வமும் அதற்கான பெயரும் இருந்தது. நமது நாட்டில் குலதெய்வம் இருப்பதுபோல எனக் கொள்ளலாம். சிறப்பு உரிமையாக குடும்ப சுவீகாரம் மூலம் பொதுச் சடங்கோடு கணத்துக்குள் சுவீகரித்துக் கொள்ளும் உரிமையும் இருந்தது. தலைவர்களைத் தேர்ந்தெடுக்கவும் நீக்கவும் உரிமை இருந்தது. கணத்தின் தலைவனாக 'ஆர்கன்' என்பவன் இருந்தான். அநாகரிக காலம் முடியும் வரை பரம்பரை உரிமை தலைவனுக்கு இருக்கவில்லை. பொதுவாகக் கண முறைப்படியான நிறுவனத்தில் குடும்பம் ஒரு மூல அலகாக இருக்காது. கிரேக்க கணத்திலும் குடும்பம் ஒரு மூலக் கூறாக

இருக்கவில்லை. கணவன் ஒரு கணம், மனைவி ஒரு கணம், என்பதால் அடிப்படையில் கண முறைப்படியான நிறுவனத்தில், குடும்பம் ஒரு மூலக்கூறாக இருக்க முடியாது. கணம் என்பது இல்லாது போகும்பொழுதுதான் குடும்பம் என்பது சமூகத்தின் மூலக்கூறாக இருக்க முடியும். அதனால்தான் அரசுகள் கூட தொடக்ககாலப் பொதுச் சட்டத்தில் குடும்பத்தை அங்கீகரிக்கவில்லை. பின் வந்த குடியுரிமைச் சட்டங்களில் (Civil laws) மட்டுமே குடும்பம் உள்ளது.[1]

கிரேக்க தொல்லினக்குழுவில் பிராட்ரி முக்கியமானதாக இருந்தது. பிராட்ரி என்கிற தாய்க் கணத்தில் இருந்து பல சேய்க் கணங்கள் பிரிந்து போயிருந்தன. இந்த சேய்க் கணங்களை பிராட்ரி ஒற்றுமைப் படுத்தியது. பிராட்ரியில் உள்ள எல்லாக் கணங்களும் இரத்த உறவு உள்ள சகோதரக் கணங்கள். ஓமரின் இலியட் இதிகாசத்தில் 'நெசிட்டர்' என்பவன், "பிராட்ரி பிராட்ரிக்குத் துணை போகிற மாதிரி இருக்கவும், குலம் குலத்திற்குத் துணை போகிற மாதிரி இருக்கவும், வீரர்களை பிராட்ரிகளாகவும் குலங்களாகவும் அணிவகுத்து நிறுத்துக" என கிரேக்க இனக்குலக்குழுக் கூட்டுத்தலைவனான அகமெம்னானுக்கு அறிவுரை வழங்குகிறான்.[2]

ஒரு பிராட்ரி உறுப்பினனைக் கொன்றவன் மீது வழக்குத் தொடரவேண்டிய கடமையும் உரிமையும் பிராட்ரிக்கு உண்டு. இரத்தப்பழி வாங்கும் கடமையும் அதற்கு இருந்தது. பிராட்ரிக்கு எனப் பொதுவான தேவாலயங்களும் விழாக்களும் இருந்தன. பிராட்ரிக் கென ஒரு தலைவன் இருந்தான். பிராட்ரியிடம் நீதிமன்றமும் ஆட்சி நிர்வாகமும் இருந்தது. பிற்காலத்தில் அரசு கணத்தைப் புறக்கணித்த போதுகூட பிராட்ரியிடம் சில பொது விடயங்களை விட்டுவைத்தது. இரத்த உறவுள்ள பிராட்ரிகள் சேர்ந்து ஒரு குலமாக அமைந்தன. அட்டிகாவில் (ஏதென்சு) மும்மூன்று பிராட்ரிகளைக் கொண்ட நான்கு குலங்கள் இருந்தன. ஒவ்வொரு பிராட்ரியிலும் முப்பது கணங்கள் இருந்தன. ஆக மொத்தம் அட்டிகாவில் 360 கணங்களும், 12 பிராட்ரிகளும், 4 குலங்களும் இருந்தன. அதாவது, ஒரு பிராட்ரி என்பது 30 கணங்கள்; ஒரு குலம் என்பது 3 பிராட்ரி (அ) 90 கணங்கள்; ஆகவே 4 குலம் = 12 பிராட்ரி (அ) 360 கணங்கள்.

இந்த 4 குலங்களையும் 4 சாதிகள் எனவும், 360 கணங்களை அந்த சாதிகளின் உட்பிரிவுகள் எனவும் அட்டிகாவின் 12 பிராட்ரிகளும் 12 சிறு நகரங்களில் வசித்து வந்தனர் என்பதை 12 கிராமங்களில் அத்தினியர்கள் வசித்து வந்தனர் எனவும் வெ. சாமிநாதசர்மா குறிப்பிடுகிறார்.[3]

முதுகுடி: அட்டிகாவில் இருந்த 4 குலங்களும் ஒன்றுசேர்ந்து ஒரு சிறு மக்கள் சமூகமாக உருவாகின. அட்டிகாவில் இருந்த இந்தச் சிறு மக்கள் சமூகம் தனக்கென உள்ளூர்மொழியைக் கொண்டிருந்தது. அதுவே பின்னால் கிரேக்க உரைநடை மொழியாக மாறியது. இதுபோன்று ஒரு உள்ளூர்ப் பொது மொழியைக் கொண்டிருந்த குலங்கள் ஒன்றுசேர்ந்து சிறு சிறு மக்கள் சமூகங்கள் பல கிரேக்கத்தில் தோன்றின. இந்தச் சிறு மக்கள் சமூகத்தை நாம் ஒரு முதுகுடி எனக் கொள்வோம். இந்த முதுகுடியில் இருந்த கணங்களும் பிராட்ரிகளும் குலங்களும் தமது முழுச் சுதந்திரத்தைத் தக்கவைத்துக் கொண்டிருந்தன. இவை அரண் எழுப்பிய நகரங்களில் வாழ்ந்தன. கால்நடை வளர்ப்பு, வேளாண்மை, கைத்தொழில் ஆகியவற்றின் வளர்ச்சியால் மக்கள் தொகை பெருகியது. அத்துடன் சொத்துடைமையும் அடிமை முறையும் அதிகமாகி இதன் சனநாயகத்துக்குள்ளேயே பிரபுத்துவத் தன்மைகளும் வளரத் தொடங்கியிருந்தன. செல்வத்துக்காகவும் நிலத்துக்காகவும் இந்த முதுகுடிகள் தங்களுக்குள் தொடர்ந்து போரிட்டுக் கொண்டிருந்தன.

இந்த முதுகுடிகள்தான் எதிர்காலத்தில் நகர அரசுகளை உருவாக்கின. அட்டிகாவில் இருந்த 4 குலங்களைக் கொண்ட அத்தீனிய முதுகுடி, ஏதென்சு நகர அரசை உருவாக்கியது. ஆக ஏதென்சு நகர அரசுக்கு முந்தைய இந்த அத்தீனிய முதுகுடி மூன்று அதிகார அமைப்புகளைக்கொண்டிருந்தது.

நிரந்தர அதிகாரம் பெற்ற பேரவை (Bouli)

ஆதியில் இது கணத் தலைவர்களைக் கொண்டதாக இருந்தது. தொடக்கத்தில் தேர்ந்தெடுக்கப்பட்டு வந்த கணத் தலைவர்கள் நாளடைவில் நியமிக்கப்பட்டார்கள். இந்த நியமன முறை பிரபுத்துவத்தன்மையை வளர்க்கவும் பலப்படுத்தவும் வாய்ப்பாக அமைந்தது. மாவீரர் காலத்தில் கணத்தலைவர்களைக் கொண்ட இப்பேரவை பிரபுக்களைக் கொண்டதாகவே இருந்தது. இந்தப் பேரவை முக்கிய விடயங்களில் இறுதி முடிவை எடுத்தது. இந்தப் பேரவை தான் தொடர்ந்து கூடி வந்தது. மக்கள் மன்றத்தையும் இதுவே கூட்டியது. அரசு உருவான பொழுது இந்தப் பேரவை செனட் எனப்படும் பிரபுக்கள் அவையாக மாறியது.

மக்கள் மன்றம் (Agora)

இந்த மக்கள் மன்றத்தில் அனைத்து உறுப்பினர்களும் பங்கெடுக்கவும், பேசவும் உரிமை பெற்றிருந்தனர். இந்த மன்றம் எடுக்கும் முடிவு சர்வ சக்தி கொண்டதும் இறுதியானதும் ஆகும்.

கையைத் தூக்கிக் காட்டுவதன் மூலம் முடிவுகள் எடுக்கப்பட்டன. மக்களிடமிருந்து மேம்பட்ட, தனிப்பட்ட பொது அதிகாரம் எதுவும் இதுவரை உருவாகவில்லை என்பதையும், புராதன சனநாயகம் இன்னும் முழு மலர்ச்சியில் இருந்தது என்பதையும் மக்கள் மன்றத்தின் இருப்பு தெரியப்படுத்துகிறது. ஆனால் மக்கள் மன்றம் அவ்வப் பொழுதுதான் கூட்டப்பட்டது. பேரவைதான் தொடர்ந்து இருந்தது. முக்கிய விடயங்களில் மக்களின் ஆதரவைப் பெறுவது ஒரு அவசியத் தேவையாக இருந்தது. அதன் காரணமாக, முக்கிய விடயங்களில் முடிவெடுக்க இந்த மக்கள் மன்றத்தைப் பேரவை கூட்டியது.

இராணுவத் தளபதி (பசீலியசு)

இப்பதவிக்குரியவர் முதலில் மக்களால் தேர்ந்தெடுக்கப்பட்டிருக்க வேண்டும். ஆனால், இப்பதவி மாவீரர் காலத்தில் பொதுவாகவே தந்தை உரிமையின் கீழ் மகனுக்கு அல்லது புதல்வர்கள் ஒருவனுக்கு வழங்கப்பட்டது. அதன்பின்னர் பேரவை, மக்கள் மன்றம் போன்றவற்றால், தேர்வு உறுதி செய்யப்பட்டது. இவன் அரசன் அல்ல. இராணுவத்தளபதி மட்டுமே. கிரேக்கர்களின் தலைவனாக இலியத்தில் (lliad) வரும் அகமெம்னான் அரசனாக இல்லை. அவன் குலக்குழுக் கூட்டின் இராணுவத் தளபதியாகவே காட்சியளிக்கிறான். கிரேக்கர்களிடையே தகராறு ஏற்பட்ட பொழுது ‘ஓடினியசு’ நமக்கு ஒரு தளபதியே இருக்கட்டும் எனவும், அவனுக்குக் கட்டுப்பட்டு, நாம் அனைவரும் செயல்பட வேண்டும் எனவும் கிரேக்கர்களைக் கேட்டுக்கொள்கிறான். டிராய் நகர முற்றுகையின் போது நடைபெறும் பேரவையினுடைய மக்கள் மன்றக் கூட்ட நடவடிக்கைகள் சனநாயகத்தன்மை கொண்டவையாகவே இருந்தன. ஆகவே பசீலியசு என்பவன் சனநாயகத்தன்மை கொண்ட ஒரு குலக்குழுக் கூட்டின் இராணுவத் தளபதி மட்டுமே. அவனுக்கு இராணுவப் பணிபோக, நீதிமன்ற, புரோகிதப் பணிகளும் இருந்தன. சிவில், நிர்வாகப் பணிகள் எதுவும் அவனுக்கு இல்லை. மாவீரர் காலத்தைச் சார்ந்த பசீலியசு என்பவன் இராணுவத் தலைவன், நீதிபதி, உயர்ந்த புரோகிதன் என அரிசுடாட்டில் (Aristottle) குறிப்பிடுகிறார். ஆகவே அக்கால பசீலியசுக்கு அரசாங்க அதிகாரம் எதுவும் இல்லை.[4]

மாவீரர் கால கிரேக்கச் சமூகத்தில் பழைய கண அமைப்பு இன்னமும் வீரியத்துடன் இருப்பதை நாம் காண முடிகிறது. அதே சமயம் அதில் மிகப் பெரிய உடைப்புகளும் ஏற்பட்டுக் கொண்டிருந்தன. தந்தையுரிமையும், தந்தையின் சொத்துகள் பிள்ளைகளுக்குக் கிடைப்பதும் நடைமுறைக்கு வந்துவிட்டன. யுத்தக் கைதிகள் அடிமைகளாக்கப்பட்டனர். பரம்பரைப் பிரபுத்துவ முறைக்கும், அரச

முறைக்கும் வாரிசுகள் உருவாகத் தொடங்கி இருந்தனர். சொத்துரிமை அதற்கான வாய்ப்புகளை வழங்கி இருந்தது. கால்நடைகளையும், அடிமைகளையும், செல்வங்களையும், வேளாண்மை நிலங்களையும் கைப்பற்றும் நோக்கத்தோடு குலங்களுக்கிடையே போர்கள் இடைவிடாது நடைபெற்று வந்தன. இதன்மூலம் போர் கொள்ளையடிப்பதற்கான ஒரு தொழிலாக வளர்ந்து வந்தது. உயர்விலும் உயர்வான ஒன்றாகச் செல்வத்தைச் சேர்ப்பது மதிக்கப்பட்டது, புகழப்பட்டது. அதன்மூலம் சமூகத்தில் தனிச் சொத்துரிமையை அங்கீகரிக்கும் சூழ்நிலை தோன்றியிருந்தது. சொத்துடைமையின் காரணமாகச் சமூகத்தில் வர்க்கப் பிரிவினைகள் தோன்றி வளர்ந்துகொண்டிருந்தன. மாவீரர்கால கிரேக்கச் சமூகத்தின் ஆட்சி அமைப்பை நாம் இராணுவ சனநாயகம் எனலாம்.

ஏதென்சு நகர அரசு

கி.மு1000 வாக்கில், மாவீரர் காலத்தில் அத்தீனியர்களின் நான்கு குலங்களும் அட்டிகாவின் தனித்தனிப் பகுதிகளில் இருந்தன. அவற்றின் 12 பிராட்ரிகளும், 12 தனித்தனி சிறு நகரங்களில் தங்கள் இருப்பிடத்தைக் கொண்டிருந்தன. இதனை 12 கிராமங்களில் அத்தீனியர்கள் வசித்து வந்தனர் எனவும் அவற்றை தீசியசு என்கிற மன்னன் ஒன்றுசேர்த்து ஏதென்சு இராச்சியத்தை உருவாக்கினான் எனவும் கி.மு. ஏழாம் நூற்றாண்டின் இடைக்காலத்தில் இருந்துதான் ஏதென்சின் வரலாறு தொடங்குகிறது எனவும் வெ. சாமிநாதசர்மா குறிப்பிடுகிறார்.[5] ஏதென்சில் நிலம் ஏற்கெனவே தனிச் சொத்தாகப் பிரிக்கப்பட்டிருந்தது. தானியங்களோடு ஒயினும், எண்ணெயும் பிற பொருட்களும் விளைவிக்கப்பட்டன. ஈகியன் (Egean) கடல் வழியே நடந்த கடல்வழி வணிக ஆதிக்கம் சிறிதுசிறிதாக ஏதென்சின் கைக்கு வந்தது. வேளாண்மை, கைத்தொழில், கப்பல்தொழில், வணிகம் போன்றவற்றின் வளர்ச்சியாலும் அவற்றிடையே ஏற்பட்ட வேலைப் பிரிவுகளாலும் கணங்கள், பிராட்ரிகள், குலங்கள் ஆகியவற்றின் அங்கத்தினர்கள் வெகுவிரைவில் தமக்குள் ஒன்றோடொன்று கலந்து விட்டனர். மேலும் இவ்வளர்ச்சி அந்நியர்கள் பலர் தங்கள் பிரதேசங்களில் குடியேறவும் அவர்களை ஏற்றுக்கொள்ளவும் வழிவகை செய்தது.

நாளடைவில் இந்த அந்நியர்களின் தொகை பெருமளவில் அதிகரித்திருந்தது. அதே சமயம் ஒவ்வொரு பிராட்ரியும், ஒவ்வொரு குலமும் ஏதென்சில் உள்ள மக்கள் மன்றம், பேரவை, பசீலியசு ஆகியவற்றைக் கலந்தாலோசிக்காமல் தமது சொந்தப் பணிகளைத் தாங்களே நிர்வகித்து வந்தன. ஆனால் இந்த நிர்வாகத்தில் உள்ளூரில்

இருந்த பிற மக்கள் கலந்துகொள்ள இயலவில்லை. அதன் காரணமாகக் கண அமைப்புக்குரிய முறைப்படுத்தப்பட்ட பணிகள் பல பெரும் பாதிப்புக்குள்ளாகின. அதன் காரணமாக மாவீரர் காலத்திலேயே இதற்கு ஒரு தீர்வு தேவைப்பட்டது. தீசியசு என்பவர் வகுத்த ஒரு புதிய அரசியல் சட்டம் அதற்குத் தீர்வாக அமைந்தது.

தீசியசு சட்டம்

புதிய அரசியல் சட்டத்தின்படி ஏதென்சில் ஒரு மத்திய நிர்வாகம் அமைக்கப் பட்டது. குலங்களால் இதுவரை சுதந்திரமாக நடத்தப்பட்டு வந்த சில விடயங்கள், பொது விடையங்களாக அறிவிக்கப்பட்டு அவை ஏதென்சில் உள்ள பொதுப் பேரவைக்கு மாற்றப்பட்டன. இதன்மூலம் எல்லாக் குலங்களும் ஒரே ஒரு மக்கள் சமூகமாக இணைக்கப்பட்டது. பொது அத்தீனிய சட்ட அமைப்பு ஒன்று உருவானது. அந்தச் சட்ட அமைப்பு தனிப்பட்ட குலங்களின், கணங்களின் மரபுகளுக்கும் சட்டங்களுக்கும் மேம்பட்டதாயும் மாறுபட்டதாயும் இருந்தது. ஏதென்சின் குடிமகன் என்ற முறையில் அனைத்து அங்கத்தினர்களுக்கும் கண அமைப்பில் இல்லாதவர் களுக்கும் அட்டிகாவின் அனைத்துப் பிரதேசங்களிலும் சில கூடுதலான உரிமைகளையும், சட்டப்பாதுகாப்பையும் இச்சட்டம் வழங்கியது. இதன் மூலம் இம்முறை கண அமைப்புக்குக் குழி பறிப்பதாக இருந்தது. கண அமைப்பில் இருந்தவர்களுக்கே இருந்த உரிமை என்பது இன்று அனைவருக்கும் சொந்தமாக ஆகியது. முதல் முறையாக இரத்த உறவு இல்லாதவர்களும், பிரதேச அடிப்படையில் உரிமை பெற்றனர். அரசுக்கான முதல் அடிப்படை உருவானது.

மேலும் கணங்கள், பிராட்ரிகள், குலங்கள் என்ற வேறுபாடு இன்றி மக்கள் சமூகம் முழுவதையும் பிரபுக்கள், உழவர்கள், கம்மியர்கள் என மூன்று பிரிவுகளாகத் தீசியசு பிரித்தார் எனவும், அதில் பிரபுக்களுக்குச் சில சிறப்புரிமைகள் தரப்பட்டன எனவும் சொல்லப்படுகிறது. இதன்மூலம் ஏற்கெனவே தமது செல்வத்தினால் பலம் பெற்றிருந்த சில குடும்பங்கள் தமது கணத்திற்கு வெளியே சலுகையும் உரிமையும் பெற்ற ஒரு வர்க்கமாக ஒன்றுபடத் தொடங்கினர். மேலும் இச்சமயத்தில் விவசாயிகளுக்கும் கம்மியர்களுக்கும் இடையே இருந்த வேலைப் பிரிவினை கணங்களாகவும் குலங்களாகவும் இருந்த பழைய பிரிவினையை விட சமுதாயத்தில் பலமடைந்துவிட்டது. இவை காரணமாகக் கணத்தின் அங்கத்தினர்கள் ஒவ்வொருவரும் மற்றவருக்குச் சமம் என்ற பழைய நிலை இல்லாதுபோய், அவ்விடத்தில் சலுகையும் உரிமையும் பெற்றவர்கள், கீழ் நிலைப்பட்டவர்கள் என இரு பிரிவுகளாக மக்கள் பிரிக்கப்பட்டு விட்டனர்.

பிரபுக்கள் ஆட்சி

நாளடைவில் பசிலியசு பதவி வழக்கொழிந்து போயிற்று. பிரபுக்களால் தேர்ந்தெடுக்கப்பட்ட ஆர்கன்கள் அரசியல் தலைவர்கள் ஆனார்கள். கி.மு.600 வரை சகிக்க முடியாத அளவுக்குப் பிரபுக்களின் ஆட்சி கொடுமையானதாகவும் வலுமிக்கதாகவும் ஆனது. கடல்வழி வணிகமும், கப்பல் கொள்ளையும் கந்துவட்டிக் கடனும் பிரபுக்களின் செல்வத்தைப் பெருக்கின. கடன் பத்திரங்களும், நில அடமானப் பத்திரங்களும் உருவாகி சிறு விவசாயிகளின் வாழ்வு நசிந்து போனது. அத்தோடு பழைய கணங்களும் அழிந்து கொண்டிருந்தன. பிரபுக்களின் பண ஆட்சி ஒரு புதிய சட்டத்தைக் கொண்டுவந்தது. அது பிரபுக்களுக்கும் அவனது செல்வத்துக்கும் பாதுகாப்பு அளிப்பதாக இருந்தது. இதன் விளைவாக விவசாயிகளின் நிலங்கள் பிரபுக்களின் நிலங்களாக ஆயின. விவசாயி குத்தகைக்காரன் ஆனான். ஆறில் ஐந்து பகுதியைப் பிரபுக்குச் செலுத்திவிட்டு மீதி ஒரு பகுதியில் வாழ வேண்டிய நிர்ப்பந்த நிலைக்கு விவசாயி தள்ளப்பட்டான். அதன் பின்னரும் கடனைக் கட்ட முடியாத பொழுது அவனது குழந்தையை அடிமையாக விற்றான். பின் அவனே அடிமையாக விற்கப்பட்டான். பொதுவாகப் பிரபுக்கள் ஆட்சியில் கொடுமை தலைவிரித்தாடியது.

இதற்கிடையே கணம் தொடர்ந்து அழிந்துகொண்டிருந்தது. கண அங்கத்தினர்களும் பிராட்ரி அங்கத்தினர்களும் வரைமுறையின்றிக் கலந்தது தலைமுறைக்குத் தலைமுறை அதிகமாகியது. அடிமைகளின் எண்ணிக்கை பலமடங்கு அதிகரித்தது. சுதந்திர அத்தீனியர்களைவிட அதிக அடிமைகள் இருந்தனர். வணிக வளர்ச்சியின் காரணமாக அந்நியர்கள் பலர் ஏதென்சில் குடியேறினர். இவற்றின் விளைவாகக் கணமுறை முடிவுக்கு வந்து கொண்டிருந்தது. உழைப்புப் பிரிவினையின் காரணமாக, செய்யும் தொழிலின் அடிப்படையில் வரையறுக்கப்பட்ட குழுக்களாக மக்கள் சமூகம் பிரிந்துபோனது. இவை தங்களுக்கெனப் பல புதிய பொதுவான நலன்களைக் கொண்டிருந்தன. இந்தப் புதிய பொதுவான நலன்களைப் பாதுகாக்க பல பொதுப் பதவிகள் உருவாக்கப்பட்டன. புதிய அரசுக்குச் சொந்தமான ஆயுதப் படைகளும் உருவாக்கப்பட்டன.

ஒவ்வொரு குலத்திலும் நௌக்ரரிகள் எனப்பட்ட சிறு மாவட்டங்கள் உருவாக்கப்பட்டன. ஒவ்வொரு நௌக்ரரியும் ஒரு யுத்தக் கப்பலையும் அதற்கான ஆட்களையும், இரு குதிரை வீரர்களையும் நியமிக்க வேண்டியிருந்தது. இந்த ஏற்பாடு கண முறையை இரு வழியில் தாக்கியது. 1. மக்களுக்கு மேலான ஒரு பொது அதிகாரத்தை, ஆயுதமேந்திய தனிப்படையை உருவாக்கியது.

2. மக்களை இரத்த உறவுக் குழுக்களின் அடிப்படையில் இல்லாமல் பிரதேச அடிப்படையில் பிரித்தது. ஆயுதமேந்திய தனிப்படை என்பதும், பிரதேச அடிப்படையில் மக்களைப் பிரித்தது என்பதும் அடிப்படையிலேயே கண முறைக்கு எதிரானது.

சொலானின் புதியசட்டம்

பிரபுக்கள் ஆட்சிக்கு எதிர்ப்பு வலுத்து வந்ததால் ஒருகட்டத்தில் மக்களின் ஆதரவோடு கொடுமை மிக்க பிரபுக்கள் ஆட்சி அகற்றப்பட்டு அவ்விடத்தில் சொலான் என்பவரால் கிமு 594இல் ஒரு புதிய சட்டம் கொண்டுவரப்பட்டு ஒரு புதிய ஆட்சிமுறை உருவானது. இவன் கி.மு.594 முதல் கி.மு.572 வரை 22 வருடங்கள் ஏதென்சின் ஆர்கனாக பதவி வகித்தான். இவனது புதிய சட்டப்படி, ஒவ்வொரு குலத்திலும் நூறு பேராகப் பேரவையின் தொகை அதிகமாக்கப்பட்டது. குலமே இன்றும் ஆதாரமாக இருந்தது. அதே சமயம் ஏதென்சு மக்களைச் சொலான் அவர்கள் சாகுபடியளவையும் நிலம் சொந்தமாக வைத்துள்ளதையும் அடிப்படையாகக் கொண்டு நான்கு பிரிவுகளாகப் பிரித்தான். அதன்படி முறையே 500, 300, 150 மிதிம்னசு (ஒரு மிதிம்னசு என்பது 41 லிட்டர்) அளவு தானியம் விளைவிப்பவர்கள் முறையே முதல் மூன்று பிரிவினர் ஆயினர். மற்றவர்கள் அனைவரும் நான்காவது பிரிவினர் ஆயினர். புதிய சட்டப்படி முதல் மூன்று பிரிவினர்தான் உயர்பதவி வகிக்க முடியும். உச்ச உயர்பதவிகள் முதல் பிரிவினரைக் கொண்டு நிரப்பப்பட்டன. மக்கள் மன்றத்தில் பேசவும், வாக்களிக்கவும் நான்காம் பிரிவினருக்கு உரிமை இருந்தது.

மக்கள் மன்றத்தின் மூலமே எல்லா அதிகாரிகளும் தேர்ந்தெடுக்கப்பட்டனர். எல்லாரும் தங்கள் செயல்களுக்கு மக்கள் மன்றத்திடம் கணக்குக்காட்ட வேண்டியிருந்தது. பிரபுக்களுக்குச் சில சலுகைகள் வழங்கப்பட்டிருந்த போதிலும் நிர்ணயகரமான அதிகாரத்தை மக்களே வைத்திருந்தனர். மக்கள் மன்றமே சட்டங்களை நிறைவேற்றும் அதிகாரம் கொண்டதாக இருந்தது. 'தனி உடைமை' என்பது சட்ட அங்கீகாரம் பெற்றதுதான் இந்தச் சட்டத்தின் முக்கிய விடயம். இதுவரை தனி உடைமை சட்ட அங்கீகாரம் பெறவில்லை.⁶ ஆனால் அடிமை முறை நீடித்தது. அடிமை உழைப்பே பண்டைய கிரேக்க நாகரிகத்தின் அடிப்படையாக இருந்தது.

அடிமை உழைப்பைக் கொண்டு மேலும்மேலும் வாணிகமும், கைத் தொழில்களும், கலைத் தொழில்களும் அதிக அளவில் வளர்ந்து வந்தன. பிரபுத்துவத்தோடு செல்வம் படைத்த தொழில் அதிபர்களும்

வணிகர்களும் போட்டியிடுவது அதிகரித்தது. கணங்கள், பிராட்ரிகள், குலங்கள் ஆகியவற்றின் அங்கத்தினர்கள் இப்போது அட்டிகாவெங்கும் சிதறிக் கிடந்தனர் அத்தீனியக் குடிகள் பலர் எந்தக் கணத்தையும் சேர்ந்திருக்கவில்லை. எந்தக் குலங்களிலும் சுவீகரித்துக் கொள்ளப் படவும் இல்லை. அந்நியக் குடிகளின் எண்ணிக்கையும் நாளுக்கு நாள் அதிகரித்தது. இதற்கிடையில் பிரபுத்துவம் தனது சலுகையைத் திரும்பப்பெற முயன்றது. கிமு 509இல் ஏற்பட்ட கிளித்தெனிசு புரட்சி அதை இறுதியாக வீழ்த்தியது. அத்தோடு கண அமைப்பும் இல்லாது போனது.

கிளித்தெனிசின் புதிய சட்டம் பழைய கணம், பிராட்ரி, குலம் ஆகிய அனைத்தையும் முற்றிலும் புறக்கணித்தது. இரத்த உறவை அடிப்படையாகக் கொண்ட மக்களுக்குப் பதில் பிரதேச அடிப்படையான மக்களே இச்சட்டத்தின் அடிப்படையாக இருந்தனர். அட்டிகா நூறு பகுதிகளாகப் பிரிக்கப்பட்டது. ஒவ்வொரு பகுதியும் தமக்கான தலைவனையும், பொருளாளர் ஒருவரையும், நீதிபதிகளையும் தேர்ந்தெடுத்துக் கொண்டது. ஒவ்வொரு பத்துப் பகுதியும் சேர்ந்து ஒரு பிரதேசமாக ஆனது. இது போன்று பத்துப் பிரதேசங்கள் உருவாக்கப்பட்டன. ஒவ்வொரு பிரதேசமும் சுயாட்சி உள்ள அரசியல் நிறுவனமாக ஆக்கப்பட்டது. அதற்கென ஒரு தலைவனும் பாதுகாப்புப் படைகளும் உருவாக்கப்பட்டன. ஒவ்வொரு பிரதேசமும் தனக்கென ஒரு மாவீரனைத் தனது காவல் தெய்வமாகக் கொண்டிருந்தது. இறுதியாக ஒவ்வொரு பிரதேசமும் 50 பிரதிநிதிகளை ஏதென்சின் பேரவைக்கு தேர்தல் மூலம் அனுப்பி வைத்தது.

இந்த பத்துப் பிரதேசங்களின் 500 பேரும் சேர்ந்து ஏதென்சின் பேரவையாக ஆனார்கள். அதுபோக முன்பு போல் பொதுமக்கள் மன்றமும் இருந்தது. அனைத்து அங்கத்தினர்களும் பொதுமக்கள் மன்றத்திற்கு வாக்களிக்க முடியும். ஏதென்சிடம் ஒரு மக்கள் படையும் ஒரு கப்பல் படையும் இருந்தது. இவை போக ஒரு காவல் படையும் உருவாக்கப்பட்டது. அடிமைகளே காவல் படையில் இருந்தனர். கிமு 500 வாக்கில் பழைய கண அமைப்போடு தொடர்பில்லாத அரசு ஒன்று இவ்விதமாக உருவாகியது. ஆனால் கண அமைப்பின் கருத்தியல்கள் நீண்ட காலம் இருந்து வந்தது. அவை படிப்படியாகவே இறந்து ஒழிந்தன. எனவே, ஏதென்சு நகர அரசு என்பது கண முறையில் இருந்து நேரடியாக உருவான அரசாகும். ஆனால் இந்த அரசின் அடித்தளமாக அடிமைமுறைதான் இருந்து வந்தது. ஏதென்சில் 90,000 அத்தீனியர்களும், 3,65,000 அடிமைகளும், 45,000 குடியேறியவர்களும் விடுதலை செய்யப்பட்டவர்களும் இருந்தனர். இவ்விதமாக ஏதென்சு நகர அரசு உருவானது.[7]

வெ. சாமிநாத சர்மா

கி.மு.650இலிருந்து அல்லது குறைந்தபட்சம் சொலானின் ஆட்சிக்காலத்திலிருந்து அதாவது கி.மு. 594இலிருந்து, கிளித்தெனிசின் புதிய சட்டம் உருவான காலம் வரை அதாவது கி.மு. 507 வரை, ஏதென்சில் மிகப்பெரிய அரசியல் மாற்றங்கள் ஏற்பட்டு நவீன அரசு தோன்றியது.[8] இந்த மாற்றங்கள் என்பது தொல்லினக்குழுக்களின் கண அமைப்பு ஆட்சிமுறை படிப்படியாக அழிந்து, அவ்விடத்தில் நவீன அரசு தோன்றியதற்கான மாற்றங்கள். இவை இரத்த உறவை அடிப்படையாகக் கொண்ட கணம், பிராட்ரி, குலம் முதலியன இல்லாதுபோய் அவ்விடத்தில் பிரதேச அடிப்படையிலான நவீன அரசு உருவானதற்கான மாற்றங்கள். இவ்வரசியல் மாற்றங்கள் குறித்துப் பேசும் வெ. சாமிநாத சர்மா அவர்கள் இவற்றை பிரபுக்கள் ஆட்சி, சர்வதிகார ஆட்சி, மக்கள் ஆட்சி என்றெல்லாம்தான் குறிப்பிடுகிறார். தொல்லினக்குழுக்களின் கண ஆட்சியமைப்பு குறித்து அவர் எதுவும் குறிப்பிடுவது இல்லை.[9] ஆதலால் மிகச்சிறந்த வரலாற்று அறிஞரான வெ.சாமிநாத சர்மா போன்றவர்களால்கூட சில வரலாற்று நிகழ்வுகளை, மார்க்சிய வழியில் புரிந்துகொள்ள முடியாத சூழல்தான் அன்று இருந்து வந்தது, இன்றும் இருந்து வருகிறது என்பதை நாம் கவனத்தில் கொள்வது நல்லது.

உரோம கணம்

உரோம கணமும், கிரேக்க கணமும் கிட்டத்தட்ட ஒரே மாதிரிதான் எனலாம். கிமு 8ஆம் நூற்றாண்டு வாக்கில் 300 கணங்களைக் கொண்ட மூன்று குலங்கள் சேர்ந்து உரோம் நகரம் உருவானதாகக் கருதப்படுகிறது. ஒவ்வொரு 10 கணங்களும் ஒன்று சேர்ந்து குரியா என்ற ஒரு அமைப்பை உருவாக்கிக் கொண்டிருந்தன. மொத்தம் உள்ள 300 கணங்களுக்கும், 30 குரியாக்கள் இருந்தன. இந்த 300 கணங்களைச் சேர்ந்தவர்கள்தான் உரோம மக்கள் சமூகமாக இருந்தனர். பொது விவகாரங்களைக் கவனிக்க இந்த 300 கணங்களின் தலைவர்களைக் கொண்ட செனட் ஒன்று இருந்தது. நாளடைவில் இங்கேயும் கணத்தலைவர்கள் பரம்பரை பரம்பரையாக ஒரே குடும்பத்தில் இருந்தே உருவானார்கள். இந்தக் குடும்பங்கள் தங்களை பாட்டிரிசியன்கள் என அழைத்துக் கொண்டன. காலப் போக்கில் செனட் பதவிகளும் பிற எல்லாப் பதவிகளும் அவர்களுடைய உரிமைகள் ஆயின. பல முக்கிய முடிவுகளை எடுக்க இந்த செனட் அதிகாரம் பெற்றிருந்தது. புதிய சட்டங்கள் குறித்த பூர்வாங்க விவாதங்களையும் இந்த செனட் நடத்தியது. ஆனால் இறுதி முடிவு குரியாக்களின் மக்கள் மன்றத்தில்தான் எடுக்கப்பட்டது.

குடியிருக்கும் மக்கள் குரியா முறையில் வைக்கப்பட்டனர். 30 குரியாவுக்கும் 30 ஓட்டுகள் இருந்தன. குரியாக்களின் மக்கள் மன்றம், சட்டங்களை நிறைவேற்றியது அல்லது நிராகரித்தது. பசீலியசு போன்ற 'இரெக்சு' (Rex) என்பவன் உட்பட எல்லா அதிகாரிகளையும் அதுதான் தேர்ந்தெடுத்தது. யுத்தப் பிரகடனம் செய்தது. நீதி மன்ற விவகாரங்களையும் கவனித்துக் கொண்டது. இந்த குரியாக்களின் மன்றத்துக்கும் செனட்டுக்கும் இடையே இரெக்சு இருந்தான். இவன் பசீலியசு போன்றே இராணுவத் தளபதியாகவும் உயர்தரப் பூசாரியாகவும் நீதிபதியாகவும் இருந்தான். இவனுக்குச் சிவில் அதிகாரங்கள் இல்லை. நாளடைவில் பாட்ரீசியன்களின் பிரபுத்துவமும், இரெச்சின் அதிகாரமும் விரிவடைந்த போதிலும் நீண்ட காலம் அரசியல் சட்டத்தின் அடிப்படையில் மாற்றமில்லாதிருந்தது. மாவீரர் காலத்தைச் சேர்ந்த கிரேக்கர்களது போன்றே நாம் இந்த ஆட்சி அமைப்பை இராணுவ சனநாயகம் எனலாம்.[10]

நாளடைவில் உரோம சனத்தொகை விரிவடைந்து வந்தது. நாடு பிடிப்பின் மூலம் பரப்பளவு விரிவாகி அடிமைகளும் குடியேறியவர்களும் அதிகமாகி வந்தனர். புதிதாகக் குடியேறியவர்கள் அனைவரும் முழு உரிமையற்ற குடிமக்களாக இருந்தனர். அவர்கள் தனிப்பட்ட வகையில் சுதந்திரமானவர்கள்தான். அவர்கள் சொந்தமாக நிலம் வைத்துக் கொள்ளலாம். ஆனால் வரி செலுத்த வேண்டும். இராணுவச் சேவை செய்ய வேண்டும். அதே சமயம் அவர்கள் எந்தப் பதவிக்கும் வரத் தகுதி அற்றவர்கள்; குரியாக்களின் செனட்டுகளின் கூட்டத்தில் பங்கெடுக்க உரிமையற்றவர்கள்; மேலும் கைப்பற்றப்பட்ட அரசு நிலங்களை வினியோகிப்பதிலும் அவர்கள் பங்கெடுக்க முடியாது. அவர்கள் எல்லாப் பொது உரிமைகளில் இருந்தும் விலக்கப்பட்டிருந்தனர். அவர்கள் 'பிளெப்சு' எனப்பட்டனர். ஆனால் அவர்கள் புதிதாக வளர்ச்சி பெற்ற வியாபாரத்திலும் தொழிற்செல்வத்திலும் கணிசமான பங்கைப் பெற்றிருந்தனர். அவர்களிடம் நிலமும் பாதி அளவு இருந்தது. ஆகவே அவர்கள் கண அமைப்பில் இருந்த உரோமானியக் குடிமக்களுக்கு எதிராக இருந்தார்கள்.

இவர்கள் இருவருக்குமிடையே நடைபெற்ற மோதல்களின் விளைவாகப் புதிய அரசியல் சட்டம் கொண்டுவரப்பட்டது. அதனைச் 'செர்வியசு துல்லியசு' என்கிற இரெக்சு கொண்டுவந்ததாகக் கருதப்படுகிறது. அது சொலான் அரசியல் சட்டத்தின் மாதிரியில் இருந்தது. இராணுவச் சேவை புரிகிற உரோமக் குடிமக்களும் பிளெப்சுகளும் ஒன்றிணைந்த புதிய மக்கள் மன்றம் உருவாக்கப்பட்டது.

அதில் செல்வத்தை அடிப்படையாகக் கொண்டு ஆறு பிரிவினராக அவர்கள் பிரிக்கப்பட்டனர். அதில் முதல் ஐந்து பிரிவினர் சொத்து உடையவர்களாக இருந்தனர். ஆறாவது பிரிவினர் பாட்டாளிகள். ஆறாவது பிரிவினர் இராணுவச் சேவை, வரிகள் முதலியவற்றில் இருந்து விலக்கப்பட்டிருந்தனர். இந்தப் புதிய மக்கள் மன்றம் சென்தூரியாக்கள் மன்றம் எனச் சொல்லப்பட்டது. ஒவ்வொரு சென்தூரியாவுக்கும் ஒரு ஓட்டு இருந்தது. முதல் வகுப்புக்கு 80, பிற நான்கு வகுப்புகளுக்கு 94, ஆறாம் வகுப்புக்கு ஒன்று என 175 சென்தூரியாக்கள் ஒதுக்கப்பட்டிருந்தன. இது போக செல்வந்தர்களுக்கு 18 சென்தூரியாக்கள் ஒதுக்கப்பட்டன. மொத்தம் 193 சென்தூரியாக்கள் இருந்தன. முதல் வகுப்பும் செல்வந்தர்களும் சேர்ந்து 98 ஓட்டுகள் பெற்றிருப்பதால் அவர்கள் இருவரும் சேர்ந்து எடுக்கும் முடிவே இறுதியானதாக இருந்தது.

இந்தப் புதிய சட்டத்தின்படி கணங்களும் குரியாக்களும் குலங்களும் இல்லா தொழிந்தன. இரத்த உறவுகளின் அடிப்படையில் இருந்த பழைய அமைப்பு நீக்கப்பட்டு அவ்விடத்தில் பிரதேச அடிப்படையில் புதிய ஆட்சி அமைப்பு, புதிய அரசமைப்பு வந்தது. இந்தப் புதிய அரசு பாட்டாளிகளுக்கும் அடிமைகளுக்கும் எதிராக இருந்தது. இராணுவச் சேவை செய்பவர்களைக் கொண்டதாகவும் செல்வந்தர், பிரபுக்களைக் கொண்டதாகவும் இந்த அரசு இருந்தது. பிற்காலத்தில் இரெக்சு (Rex) என்பவர் நீக்கப்பட்டு அவ்விடத்தில் கான்சல்கள் எனப்படும் இரு இராணுவத் தளபதிகள் நியமிக்கப்பட்டனர். இவ்விதமாக உரோம் நகர அரசு உருவானது.[11]

பார்வை

1. குடும்பம், தனிச்சொத்து, அரசு ஆகியவற்றின் தோற்றம், பி.எங்கெல்சு, பாரதி புத்தகாலயம், 2008, பக்: 125, 126.

2. பக்: 128.

3. கிரீசு வாழ்ந்த வரலாறு, வெ.சாமிநாத சர்மா, சந்தியா பதிப்பகம், 2003, பக்: 79, 80.

4. குடும்பம், தனிச்சொத்து, அரசு ஆகியவற்றின் தோற்றம், பி.எங்கெல்சு, பாரதி புத்தகாலயம், 2008, பக்: 131-133.

5. கிரீசு வாழ்ந்த வரலாறு, வெ.சாமிநாத சர்மா, சந்தியா பதிப்பகம், 2003, பக்: 79-80

6. குடும்பம், தனிச்சொத்து, அரசு ஆகியவற்றின் தோற்றம், பி.எங்கெல்சு, பாரதி புத்தகாலயம், 2008, பக்: 142-144.

7. குடும்பம், தனிச்சொத்து, அரசு ஆகியவற்றின் தோற்றம், பி.எங்கெல்சு, பாரதி புத்தகாலயம், 2008, பக்: 145-148.

8. பக்: 135-148

9. கிரீசு வாழ்ந்த வரலாறு, வெ. சாமிநாத சர்மா, சந்தியா பதிப்பகம் 2003, பக்: 79-98.

10. குடும்பம், தனிச்சொத்து, அரசு ஆகியவற்றின் தோற்றம், பி.எங்கெல்சு, பாரதி புத்தகாலயம், 2008, பக்: 157-159.

11. பக்: 160-162.

பின் இணைப்பு: கிரேக்க கணம்

1. பண்டைய கிரேக்கம்

2. கிரேக்கம் - கி.மு. 774 முதல் ஒலிம்பிக் போட்டி- தேர்ப்பந்தையம்

3. ஏதென்சு நகர காவல்தெய்வம் அதீனா - அறிவு, போர்த் தெய்வம்

Detail of a marble copy of a lost sculpture by Phidias; National Museum, Athens

Athena was the goddess of wisdom and warfare. The Athenians believed she protected their city.

4. கிரேக்க கவி ஓமர்

Detail of a relief sculpture (1200s-100s BC) by Archelaos of Priene; British Museum, London (Ronald Sheridant)

Homer, seated, is traditionally considered the author of the great Greek epics the Iliad and the Odyssey. The poems were probably written in the 700's B.C

5. கிரேக்க கடவுள் அப்போலோ

Detail of a marble sculpture (465-457 B. C Olympia Museum, Olympia, Greece"

Apollo, the god of the sun and of poetry, represented the ideal young man to the ancient Greeks.

6. பெரிகிளிசும் கிரேக்க செனட்டும், அதன் சனநாயகமும்

சான்று *(1-6):* The World Book Encyclopedia, USA, 1988, vol-16, page: 390 - 402.

உரோம கணம்:

1. உரோம், போரில் வெற்றிபெற்ற தளபதியை வரவேற்கும் காட்சி

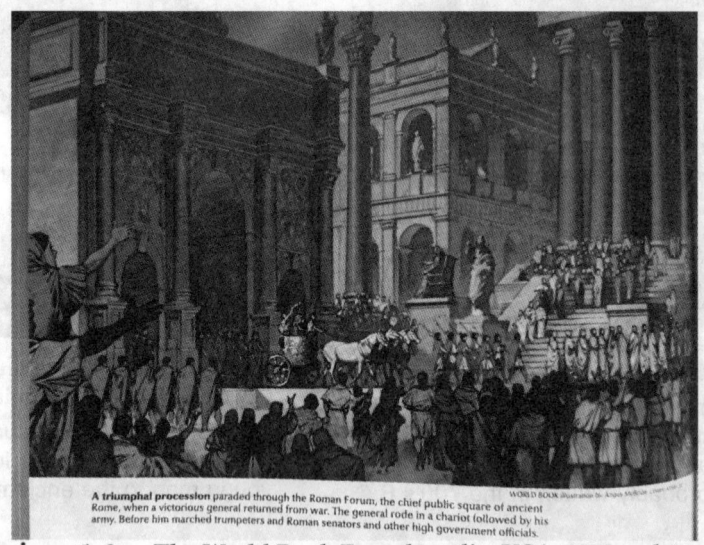

சான்று *(1-6):* The World Book Encyclopedia, USA, 1988, vol-16, page: 440-453.

2. உரோம் எட்ருசன்களிடம் இருந்து கி.மு. 500இல் விடுதலை அடைந்தது.

Tomb painting (500's B.C.) in Tarquinia, Italy (SCALA/Art Resource)

The Etruscan culture of central Italy influenced Rome during the 500's B.C. Under Etruscan rule, Rome grew from a village into a prosperous city.

3. உரோம் நகர அரசியல் மேதை

Marble sculpture by an unknown artist; Uffizi Gallery, Florence, Italy (SCALA/Art Resource)

Cicero, the great Roman statesman and orator, supported Rome's republican government. But the Roman Republic ended soon after he died in 43 B.C.

4. உரோமச்சட்டங்கள்

5. பிளப்பியன் போராட்டங்கள்

6. இத்தாலியக்கவி வெர்சில்

Mosaic (A.D. 200's); Bardo Museum, Tunis, Tunisia (Giraudon/Art Resource)

Latin literature flourished in the Age of Augustus, from 27 B.C. to A.D. 14. The poet Virgil, *seated*, wrote of Rome's creation in his great epic, the *Aeneid.*

7. உரோம் உயர்வர்க்க மக்களின் வீடு

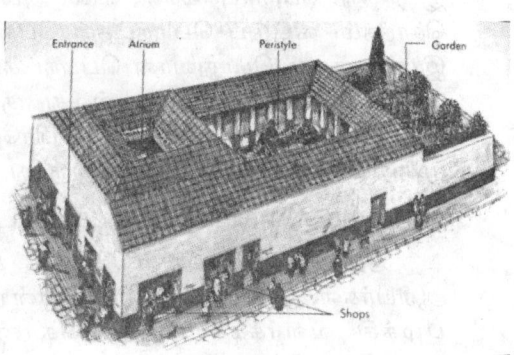

4. அநாகரிகமும் நாகரிகமும்

கணம் என்பது காட்டுமிராண்டி நிலையின் இரண்டாம் கட்டத்தில் தோன்றி அதன் மூன்றாம் கட்டத்தில் வளர்ந்து இறுதியாக அநாகரிக நிலையின் முதல் கட்டத்தில் முழு வளர்ச்சி நிலையை எட்டுகிறது எனலாம். போரில் ஒரு குலம் அழியுமே தவிர, அடிமையாக ஆகாது. ஆதலால் கண முறையில் ஆளுவோர், ஆளப்படுவோர் என்பன இருக்க முடியாது. அதன் உள்விவகாரங்களில் கடமைக்கும் உரிமைக்கும் இடையே வேறுபாடு இருக்காது. கண முறையில் வர்க்கங்களும் இருக்க முடியாது.[1]

அநாகரிக நிலையின் முதல்கட்டம்

மட்பாண்டங்கள் தயாரிக்கப்பட்ட காலம் அமெரிக்க இந்தியர்கள் அநாகரிக நிலையின் முதல் கட்டத்தில்தான் இருந்தனர். அவர்களின் கண அமைப்பு முழு வளர்ச்சி பெற்றிருந்தது. உழைப்புப் பிரிவினை ஆண் பெண் மத்தியில் மட்டுமே இருந்தது. அவர்கள் போர் செய்தார்கள், வேட்டையாடினார்கள், மீன் பிடித்தார்கள், உணவுக்கான மூலப் பொருட்கள், தொழில்கள் முதலியவற்றுக்கான கருவிகளைப் படைத்தார்கள். பெண்கள் வீட்டைக் கவனித்துக் கொண்டார்கள். உணவும் துணியும் தயாரித்தார்கள். சமைத்தார்கள், நெய்தார்கள், துணி தைத்தார்கள், வீட்டில் பெண் தலைவி; வெளியே ஆண் தலைவன்; அவரவர் பயன்படுத்திய கருவிகள் அவரவருக்குச் சொந்தமாக இருந்தது. போராயுதங்கள், வில், அம்பு, மீன்பிடி சாதனங்கள் ஆணின் சொந்தம். வீட்டுப் பொருட்கள் பெண்ணின் சொந்தம். இவை போக இருவருக்கும் பொதுவான பொருட்களும் சிறு அளவு சொத்துக்களும் இருந்தன. ஒரு கணம் அல்லது குலத்தின் அங்கத்தினர்கள் ஒரே பிரதேசத்தில் வாழ்ந்தனர். ஒரே பிரதேசத்தில் வாழ்வது என்பது கண முறையின் அடிப்படையாக இருந்து வந்தது.

அநாகரிக நிலையின் இடைக் கட்டம்

அநாகரிக நிலையின் இடைக் கட்டத்தில் ஆசியாவில் இருந்த ஆரியர்கள், செமைட்டுகள் போன்ற இனங்கள் கால்நடைகளைப் பழக்கி வளர்க்கக் கற்றுக் கொண்டன. அமெரிக்காவில் இது நடைபெறவில்லை. கால்நடைகளை வளர்த்த குலங்கள் தனியாகப் பிரிந்து சென்றன. இதுவே சமுதாய அளவில் ஏற்பட்ட முதல்

மாபெரும் வேலைப் பிரிவினை. அவை பலவகைப்பட்ட உணவுப் பொருட்களை உற்பத்தி செய்தன. பால், பாலால் செய்த பொருட்கள், இறைச்சி, தோல்கள், கம்பளி, உரோமம், ஆட்டு உரோமம், நூல்கள் துணிமணிகள் போன்ற பல பொருட்களை அதிக அளவில் உற்பத்தி செய்தன. அதிக அளவு உற்பத்தி, பண்டமாற்றத்தைச் சாத்திய மாக்கியது. இந்தப் பண்டமாற்று, தொடக்கத்தில் குலத்துக்குக் குலம்தான் நடைபெற்றது. ஆனால் கால்நடை மந்தைகள் தனிச் சொத்தாக மாறியபோது அது தனி மனிதர்களுக்கிடையே ஆன பண்டமாற்றாக வளர்ந்து பெருகியது. இந்தத் தொடக்ககால பண்டமாற்று முறையில் கால்நடைகள்தான் அனைத்து சரக்குகளுக்கும் ஆன பணமாக இருந்தன.

இந்த இடைக் கட்டத்தில்தான் காய்கறி பயிரிடும் முறை தோன்றிவளர்ந்தது. பின் கால்நடைத் தீவனங்களுக்காக தானியம் பயிரிடப்பட்டது. பின்னர் விரைவில் இந்தத் தானியமே மனிதனுக்கு உணவாக மாறியது. தொடக்கத்தில் பயிர் செய்த நிலம் குலத்தின் நிலமாகவே இருந்தது. பின் கணத்துக்கும், கணத்தின் மூலம் குடும்பத்துக்கும் பின் குடும்பத்தின் மூலம் தனி நபருக்கும் இந்த நிலம் வினியோகிக்கப்பட்டது. இந்த இடைக்கட்டத்தில் நெசவுத்தறியும், செம்பு, தகரம் போன்ற உலோகங்களை உருக்கிப் பயன்படுத்துதலும் நடைமுறைக்கு வந்தது. வெண்கலத்தால் பயனுள்ள கருவிகளும் ஆயுதங்களும் செய்யபபட்டன. ஆனாலும் கற்கருவிகள் தொடர்ந்து பயன்படுத்தப்பட்டு வந்தன. ஆடு மாடுகளை வளர்ப்பது, விவசாயம் செய்வது, கைத்தொழில்களைச் செய்வது ஆகிய எல்லாத் துறைகளிலும் உற்பத்தி பெருகியது. தனிமனிதனுக்குத் தேவையானதைவிட அதிக அளவு உற்பத்தியைச் செய்ய முடிந்தது. அதே சமயம் குடும்ப அங்கத்தினர்களின் உழைப்புப் பணி அதிகமாகிக்கொண்டே வந்தது. அதிக உழைப்புச் சக்தி விரும்பத்தக்கதாக மாறியது. யுத்தம் இந்த அதிக உழைப்புச் சக்தியை அடிமைகள் வடிவத்தில் கொண்டுவந்தது. இந்த அடிமை முறையின் மூலம் உற்பத்தித் துறைகளை விரிவுபடுத்தி மேலும் அதிக அளவு உற்பத்தி செய்வது என்பது சாத்தியமானது. அதே சமயம் இதன்மூலம் 'ஆண்டான் அடிமை' என்கிற முதல் வர்க்கப் பிரிவினை வரலாற்றில் உதயமாகியது.

கால்நடை மந்தைகள் தனிப்பட்ட குடும்பத் தலைவர்களின் சொத்தாக இந்தக் கட்டத்தின் இறுதியில் மாற்றப்பட்டுவிட்டது. கால்நடைகளைப் பழக்கி வளர்த்ததும், பராமரித்ததும் ஆணின் பணியாக இருந்தது. அதனால் அதன் பரிவர்த்தனையில் கிடைத்த சரக்குகளும் அடிமைகளும் உபரி உற்பத்தியும் ஆணுக்கே சொந்தமாகிப்

போயின. இதை அனுபவிப்பதில் பெண் பங்குகொண்டாள் ஆனால் அதன் உடைமையில் அவளுக்குப் பங்கில்லாமல் போனது. அதனால் ஆணின் வேலைதான் முக்கியம். பெண்ணின் வேலை அற்பமானது என்ற நிலை தோன்றியது. இதன் காரணமாக ஆண் வெளியில் மட்டுமல்ல, வீட்டிலும் தலைமை இடத்தைப் பெற்றான்.

அநாகரிக நிலையின் இறுதிக்கட்டம்

இதனை மாவீரர் காலகட்டம் அல்லது இரும்புப் பண்பாட்டுக்காலம் எனலாம். இரும்பு வாள், இரும்புக் கலப்பை, இரும்புக் கோடாரி முதலியன பயன்பாட்டுக்கு வந்தன. காட்டுப் பிரதேசங்கள் பெருமளவில் சாகுபடி செய்யும் நிலங்களாக மாற்றப்பட்டன. குலக்கூட்டின் இருப்பிடமாகக் கற்சுவர்கள் சூழ்ந்த சிறு நகரங்கள் தோன்றின. செல்வம் வேகமாகப் பெருகியது. இக்காலகட்டத்தில் விவசாயம், கைத்தொழில் ஆகியவற்றின் உற்பத்தி பல மடங்கு பெருகி அவை இரண்டும் பிரிந்து, சமுதாய அளவில் இரண்டாவது மாபெரும் வேலைப் பிரிவினை தோன்றியது. இங்கும் அங்குமாக இருந்த அடிமை முறை பெருகி பண்டமாற்றுக்காகச் சரக்குகளை உற்பத்தி செய்யும் முறையும் வணிகமும் உருவானது. தங்கம், வெள்ளி முதலியன பணச் சரக்குகளாக மாறின. ஆனால் நாணயங்கள் உருவாகவில்லை. நிலத்தில் பொது உடைமை போய்த் தனியுடைமை தோன்றி வளர்ந்தது. சமூகத்தில் தாய் உரிமை போய் தந்தையுரிமை உருவானது. இணைக் குடும்ப முறை படிப்படியாக ஒருதார மண முறையாக மாறத் தொடங்கியது. இதன் காரணமாகக் குடும்பம் தோன்றி வளர்ந்தது. பெண் ஆணுக்கு அடிமையாகிக் கொண்டிருந்தாள்.

சமூகத்தில் ஆண்டான் அடிமை என்பதோடு ஏழை, பணக்காரன் என்ற வேறுபாடும் உருவாகி வளர்ந்தது. இக்காலகட்ட ஆட்சி முறை இராணுவ சனநாயகமாக இருந்தது. இராணுவத் தளபதி, பேரவை, மக்கள் மன்றம் முதலியன அதன் உறுப்புகளாக இருந்தன. போரும் கொள்ளையும் ஒரு தொழிலாக இக்காலகட்டத்தில் மாறியது. கணத் தலைவர்கள், குலத் தலைவர்கள், இராணுவத் தளபதிகள் முதலியோர் தேர்வு செய்வது என்பது இல்லாதுபோய், அவை படிப்படியாக பரம்பரை வாரிசு உரிமைகளாக மாறிக் கொண்டிருந்தன. அதன் மூலம் பரம்பரை அரச வம்சம், பரம்பரைப் பிரபுத்துவம் முதலியவற்றிற்கு அடித்தளம் இடப்பட்டது. சொந்த விவகாரங்களை நிர்வகிப்பதற்காக இருந்த கண அமைப்பு முறை அழிந்து, அவ்விடத்தில் அண்டை அயலார்களை ஒடுக்கும் அரசு என்கிற நிறுவனம் உருவாகிக் கொண்டிருந்தது.

நாகரிக நிலை

நாகரிக காலகட்டத்தில் விவசாயமும் கைத்தொழிலும் மேலும் வளர்ச்சி அடைந்ததன் காரணமாக இவற்றுக்கு இடையே இருந்த வேலைப் பிரிவினை நன்கு வளர்ந்து வலுப்பெற்றது. சரக்குகளைப் பரிவர்த்தனைக்காக உற்பத்தி செய்வது என்பது ஒரு அடிப்படைத் தேவையாக ஆகியது. பரிவர்த்தனைக்கான சரக்கு உற்பத்தியின் வளர்ச்சி, உற்பத்தியோடு தொடர்பு இல்லாத 'வணிகர்கள்' என்கிற ஒரு புதிய வர்க்கத்தை உருவாக்கியது. வணிகத்தின் வளர்ச்சி உற்பத்தியாளர் மீதும் உற்பத்திப் பொருட்களின் மீதும் ஆட்சி செலுத்தக்கூடிய பணம் என்கிற புதிய சக்தியைப் பயன்பாட்டுக்குக் கொண்டுவந்தது. இந்தப் பணமானது கடன், வட்டி, கந்து வட்டி, நில அடமானம் போன்றவற்றைக் கொண்டுவந்தது. பணம் என்பது தொடக்கத்தில் உலோக நாணயங்களாக இருந்தது. ஏதென்சு, உரோமாபுரி நகரங்களில் கொண்டுவரப்பட்ட புதிய சட்டத் தொகுப்புகள் கடன்காரர்களை நாதி அற்ற நிலைக்குத் தள்ளியது.

சரக்குகள் வடிவில் செல்வம், அடிமைகள் வடிவில் செல்வம், பண வடிவில் செல்வம், நிலவடிவில் செல்வம் எனப் பல வடிவங்களில் செல்வம் உருவாகியது. தொழில் வளர்ச்சி, வணிக வளர்ச்சி முதலியன ஒரு சிறு வர்க்கத்தின் கையில் செல்வம் குவிய வழிவகை செய்தது. அதே சமயம் கிரேக்கம் போன்ற நாடுகளில் அடிமைகளின் எண்ணிக்கை பல மடங்கு பெருகியது. அடிமைகளின் கட்டாய உழைப்பு என்பது சமுதாயத்தின் அடிப்படையாக ஆகியிருந்தது. கணம் அல்லது குலத்தின் அங்கத்தினர்கள் ஒரே பிரதேசத்தில் வாழ்ந்து வருவது என்ற கண முறையை அநாகரிக காலத்தின் இரண்டாவது கட்டம் வரையில் மட்டுமே தக்கவைத்துக் கொள்ள முடிந்தது. அதன் பின் அதனைத் தக்க வைத்துக்கொள்ள இயலாது போய், அவர்கள் எல்லாப் பக்கமும் சிதறிக் கிடந்தனர். ஒரு குலத்தின் பிரதேசத்தில், வெவ்வேறு கணங்கள், பிராட்ரிகள், குலங்கள் ஆகியவற்றில் இருந்து வந்தவர்கள் பெருமளவில் வசித்தனர். அந்நியர்களும் அதிக அளவில் குடியேறி இருந்தனர். இது கண அமைப்பை மேலும் வலுவிழக்கச் செய்தது.

ஏழை, பணக்காரர்களும், நிலம் உள்ளவர்களும், நிலம் இல்லாதவர்களும் இன்னும் பல்வேறு வர்க்கப் பிரிவுகளைச் சேர்ந்தவர்களும் இருந்தனர். இவர்கள் ஒவ்வொருவரின் நலன்களும் ஒன்றுக்கொன்று எதிரானவை. இவை காரணமாகக் கண அமைப்பு என்பது அடியோடு இல்லாது ஒழிந்தது. அவ்விடத்தில் அரசு என்ற புதிய ஆட்சி அமைப்பு உருவானது. கண சமுதாயத்துக்குள் ஏற்பட்ட

வர்க்க முரண்பாடுகளால் ஏதென்சில் அரசு உருவாகியது என்பதையும், கண அமைப்பு முறையில் இருந்தவர்கள், அதில் இல்லாதவர்கள் ஆகியவர்களுக்கு இடையே ஏற்பட்ட முரண்பாடுகளின் காரணமாக உரோமாபுரியில் அரசு உருவாகியது என்பதையும் காண்கிறோம்.

நாகரிக காலத்தில் சொத்துரிமை மிகப் பெரிய அளவில் வளர்ந்து விடுவதால் வேறு வழியின்றி தாயுரிமை தந்தை உரிமைக்கும், இணைக்குடும்பம் ஒருதார மணக்குடும்பத்துக்கும் வழிவிட வேண்டிய கட்டாயம் ஏற்படுகிறது. நாகரிக காலகட்ட ஒருதார மணமுறை தந்தை உரிமையை மட்டும் கொண்டுவரவில்லை; அது குடும்பம் என்ற நிறுவனத்தையும் கொண்டு வருகிறது; அது பெண்ணை ஆணுக்கு அடிமையாக்குகிறது; பொது மகளிர் முறையையும், பரத்தமை முறையையும் உடன் கொண்டுவருகிறது; ஒருத்திக்கு ஒருவன், ஆனால் ஒருவனுக்குப் பல பெண்கள் என்கிற நிலைமையைத் தோற்றுவிக்கிறது.

அரசு

வேறுபட்ட எதிர்மறையான பொருளாதார நலன்களைக் கொண்டிருக்கும் வர்க்கங்களைக் கட்டுப்படுத்தவும், உடைமை வர்க்க நலன்களைப் பாதுகாக்கவும் சமுதாயத்தில் இருந்து தோன்றி, சமுதாயத்திற்கு மேலாகத் தன்னை உயர்த்தி வைத்துக்கொண்டு மேலும் மேலும் தன்னை மக்களிடமிருந்து பிரித்துக்கொண்டு, மக்களிடமிருந்து விலகிச் சென்று மக்களை ஆளும் அதிகார சக்தியே அரசு.

பழைய கண அமைப்பு, இரத்த உறவுமுறையை அடிப்படையாக வைத்து மக்களை கணங்களாக, குலங்களாகப் பிரித்தது. ஆனால் அரசு என்பது பிரதேசங்களை அடிப்படையாக வைத்து மக்களை மாவட்டங்களாக, மாகாணங்களாகப் பிரிக்கிறது. தனிப்பட்ட அதிகாரம் இல்லாத, சுயமாகவே இயங்குகிற, அனைத்து மக்களும் ஆயுதமேந்திய நிறுவனம்தான் பழைய கண அமைப்பு. மக்களுக்கு மேலான பொது அதிகாரத்தைக் கொண்டிருப்பதும் அதனை நிலைநிறுத்த ஆயுதப்படை, தனி நிர்வாக அமைப்பு, தனிச் சட்டத் தொகுப்பு, சிறைக் கூடங்கள் போன்ற பலாத்காரக் கருவிகள், தனி வரிகள் போன்றனவற்றைக் கொண்டிருப்பதும் தான் அரசு.

அத்தீனியர்களின் குடும்பம்

அத்தீனியர்களின் மனைவி தனது வாரிசுக்கான குழந்தைகளைப் பெற்றெடுக்க வேண்டும். தலைமை வேலைக்காரியாக இருந்து வீட்டைக் கவனித்துக் கொள்ள வேண்டும். அவளுக்கு உரிமைகள் என்பது எதுவும் இல்லை. உண்மையில் பெண், வீட்டில் காவலில் வைக்கப்பட்டாள். பெண்கள் வீட்டில் தனியாக வைக்கப்பட்டார்கள். வெளி ஆண்களோடு பழக அவளுக்கு அனுமதி இல்லை. பெண்

தனியாக வெளியே போகவும் அனுமதி இல்லை. அன்று பொதுமகளிர் முறை உச்சநிலையில் இருந்தது. அத்தீனியனுக்குப் பெண் அடிமையும் இருந்தாள். பிரசித்தி பெற்ற பெண்கள் இந்தப் பொதுமகளிரில் இருந்துதான் உருவானார்கள். பொதுவாகப் பெண்கள் மிகவும் தாழ்ந்த நிலையில் வைக்கப்பட்டிருந்தனர். வீட்டைக் கவனித்துக் கொள்கிற ஒரு அடிமையாகத்தான் அவள் கருதப்பட்டாள். ஆனால் அவள் தூய்மையான கற்போடும் உண்மையான விசுவாசத்தோடும் இருக்க வேண்டும் என எதிர்பார்க்கப்பட்டாள். ஒருவனுக்கு ஒருத்தி அல்ல, ஒருவனுக்குப் பல பெண்கள் இருந்தனர். ஆனால் ஒருத்திக்கு ஒருவன் என்கிற நிலை உறுதியாகக் கடைப்பிடிக்கப்பட்டது. சங்ககாலத்தில் தமிழகத்திலும், நாகரிக காலத்தில் உலகம் முழுவதும் இந்த நிலைதான் இருந்தது.[2]

தாயுரிமையும் தந்தையுரிமையும்

மார்கன், மார்க்சு, எங்கெல்சு, டாங்கே ஆகியவர்களின் வழியில் சங்ககாலம் ஆய்வுக்குள்ளாக்கப்பட வேண்டும். மனித இனம் வளர வளர அதன் ஆண்-பெண் உறவுமுறை மாற்றம் அடைந்து வந்துள்ளது. மகாபாரத பீசுமர் நான்கு வகையான ஆண்-பெண் உறவுகள் குறித்துக் குறிப்பிட்டுள்ளார். பண்டைய கால இந்திய, கிரேக்கப் புராணங்களும், இதிகாசங்களும் இந்த ஆண்-பெண் உறவு முறை பற்றிய பல்வேறு வகைப்பட்ட விடயங்களை வழங்கி உள்ளன. அவை குறித்து அறிவது சங்ககாலம் குறித்து முடிவு செய்வதற்குப் பயன் உள்ளதாக இருக்கும். முதலில் இந்திய வேத புராண இதிகாச இலக்கியங்களில் உள்ள விடயங்களைப் பார்ப்போம்.

காட்டுமிராண்டி நிலையின் இரண்டாம் கட்டம் முதல் அநாகரிக நிலையின் இரண்டாம் கட்டத்தின் பாதிவரை திரேதா யுகம் இருந்தது எனலாம். இக் காலகட்டம் கண அமைப்பு முறை உருவாகி வளர்ந்து முழு வளர்ச்சி பெற்ற நிலையாகும். இக்காலகட்டத்தில் குழுமணம் உருவாகி, அது பல்வேறு கட்டங்களைத் தாண்டி இறுதியில் இணை மணமாக மாறியிருந்தது. இந்த நிலை வரை சமூகத்தில் தாய் உரிமை இருந்தது. ஆணைவிடப் பெண்ணே சமூகத்திலும் குடும்பத்திலும் அதிகாரமும் உரிமையும் கொண்டவளாக இருந்தாள். குழுமணம் இருந்த பொழுது தந்தையை அறிய இயலாது. தாயை மட்டுமே அறிய இயலும். இணைத் திருமணக் காலத்தில் தந்தையை அறிய முடியும். ஆனாலும் தாய் உரிமை நீடித்து வந்தது. இக்கால கட்டம் என்பது துவாபர யுகத்தின் தொடக்க காலம் அல்லது அநாகரிக நிலையின் இரண்டாவது காலகட்டம் எனலாம். இந்தக் காலகட்டத்தில் நிகழ்ந்த இரு நிகழ்வுகளை டாங்கே பண்டைய இந்திய இலக்கியங்களில்

இருந்து குறிப்பிட்டுள்ளார். இது இனக் குழுக்களின் கம்யூன்கள் இருந்த இறுதிக் காலகட்டம்.

தீர்க்கதமசு என்பவர் தமது அகந்தையால் தொல்லைகள் தந்த பொழுது அவனது பிள்ளைகள் அன்னையின் உத்தரவுப்படி அவரை கம்யூனில் இருந்து வெளியேற்றிவிட்டனர். இங்கு தாயே உரிமையும், அதிகாரமும் கொண்டவளாக இருக்கிறாள். தாயின் கட்டளைப்படி மகன்கள் தந்தையை வெளியேற்றுகின்றனர். அதுபோன்றே சுவேதகேது என்பவன் தனது அன்னை அவளுடைய கோத்திர நண்பனுடன் வெளியே செல்வதைக் கண்டித்த பொழுது, அவனது துடுக்குத்தனம் அடக்கப்படுகிறது. இங்கும் தாயுடைய சுதந்திரம் நிலைநாட்டப்பட்டு அவள் விரும்பிய கோத்திர நண்பனோடு செல்ல அனுமதிக்கப் படுகிறாள். தாயைக் கண்டிக்க முயன்ற மகன் அடக்கப்படுகிறான்.³ ஆகக் கண அமைப்பு முறையில், கம்யூன் காலகட்டத்தில் ஒரு பெண் தான் விரும்பியவரோடு உறவு கொள்ளவும் தனது அதிகாரத்தை நிலைநாட்டவும் உரிமை கொண்டிருந்தாள் என்பதை இந்திய இலக்கியங்களில் உள்ள கதை நிகழ்வுகள் உறுதிப்படுத்துகின்றன. இணைக் குடும்ப காலத்தில் ஒரு ஆண் பல பெண்களோடும், ஒரு பெண் பல ஆண்களோடும் உறவு கொண்டிருந்தனர். ஆண்-பெண் இருவருக்கும் சம உரிமை இருந்தது.

அநாகரிக நிலையின் இரண்டாவது கட்டத்தின் பாதியில் இருந்து அநாகரிக நிலையின் மூன்றாவது கட்டம் முடியும் வரையுள்ள காலத்தை துவாபர யுகம் எனலாம். இக்காலகட்டத்தில் குழு மணம் இல்லாது போய் இணைத் திருமணம் உருவாகி வளர்ந்து உச்சநிலையை அடைந்த பின், இறுதியில் ஒருதாரத் திருமணம் உருவாகத் தொடங்கிவிடுகிறது. அநாகரிக நிலையின் இரண்டாவது மூன்றாவது கட்டங்கள் என்பன தாயுரிமையானது தந்தை உரிமையாக மாறும் காலகட்டம். இணைக்குடும்பம் ஒருதாரமணக் குடும்பமாக ஆகும் காலகட்டம். இதனை மூன்று மகாபாரதக் கதை நிகழ்வுகள் வெளிப்படுத்துகின்றன.⁴

1. சுதர்சனன்--ஓகாவதி

தனது மனைவியான ஓகாவதியை ஆசிரமத்தில் விட்டுவிட்டு சுதர்சன முனிவர் வெளியே சென்றிருந்தபொழுது, ஒரு விருந்தாளி அவரது வீட்டுக்கு வருகிறார். அவருக்கு விருந்தளிக்கப்பட்டது. அத்துடன் கண-கோத்திர வழக்கப்படி விருந்தாளி விரும்பியபடி, ஓகாவதி அவருடன் கூடினாள். சுதர்சனர் திரும்பி வந்தவுடன் இதைப்பற்றி அறிந்து தனது மனைவி அவளது கடமைகளைச்

செவ்வனே செய்திருப்பதாக மகிழ்ந்தார். இணைக்குடும்ப காலத்தில் ஆணும் பெண்ணும் தனிக்குடித்தனமாக வாழுகின்ற, இன்னும் கற்பு என்பது புனிதமாகக் கருதப்படாத காலம் இக்காலம்.

2. கௌதமன்-கௌதமி

இந்நிகழ்வு இணைக்குடும்பம் ஒருதாரக் குடும்பமாக மாறிக்கொண்டிருக்கும் காலகட்டத்தில் நடந்ததாகும். கௌதமர் இல்லாத பொழுது இந்திரன் அவருடைய வீட்டிற்கு வருகிறான். இந்திரனுடன் கௌதமி கூடுகிறாள். இதனை அறிந்த கௌதமர் கோபமடைந்து தனது மகன் இரகாரியிடம் அவனது தாயைக் கொன்றுவிடக் கட்டளையிட்டு விட்டு வெளியேறி விடுகிறார். மகன் குழம்பிப்போய் விடுகிறான். பழைய பழக்க வழக்கப்படியும், பழைய ஒழுக்க நீதிப்படியும் தாய் செய்தது குற்றமல்ல என அவன் உணருகிறான். மேலும் அவன் தாயைக் கொல்வது மிகப் பெரிய பாவம் என்பதையும் அறிவான். அதே சமயம் புதிய பழக்க வழக்கப்படியும் புதிய நீதிமுறைப்படியும் அவன் தந்தையின் கட்டளைக்குக் கீழ்ப்பணிய வேண்டும். அவன் சிந்திக்கிறான். ஆனால் எதையும் செய்யவில்லை. தந்தை கௌதமர் ஆத்திரம் தணிந்து திரும்புகிறார். இருக்கும் நிலைமையைப் பார்த்துச் சமாதானம் அடைகிறார். இங்கு தாயும் மகனும் காப்பாற்றப்படுகின்றனர் எனினும் தந்தை உரிமை மேல்நிலைக்கு வந்து கொண்டிருக்கிறது என்பதைக் கதை நிகழ்வு காட்டுகிறது.

3. ஜமதக்கினி-ரேணுகா

இதனை ஒருதார மணம் உருவாகிவிட்ட காலகட்டம் எனலாம். ஜமதக்கினியின் மனைவியான இரேணுகாதேவி சித்திரரதா என்கிற கந்தர்வன்மீது ஆசைப்பார்வை செலுத்தியதை ஜமதக்கினி முனிவர் கண்டார். அதனால் கோபமடைந்த ஜமதக்கினி முனிவர் தனது மகனான பரசுராமரிடம் அவனது தாயைக் கொல்ல உத்தரவிடுகிறார். அவனும் அதை உடனடியாக நிறைவேற்றுகிறான். இங்கு தந்தை உரிமை முழுமையாக நிலைநிறுத்தப்படுகிறது. பெண்ணின் தனிப்பண்பும் சுதந்திரமும் ஆணின் சர்வாதிகாரத்தால் அடக்கி ஒடுக்கப்படுகிறது.

தந்தை உரிமையின் காலத்தில் அடிமையாக்கப்பட்ட பெண்

ஒருதார மணமுறையின் தொடக்க காலத்தில் பெண் ஆணின் அடிமை ஆகி விடுகிறாள். ஆகையால் ஆண், பெண்ணைக் கால்நடை மாதிரி வாங்கினான்; விற்றான்; வாடகைக்குக் கொடுத்தான்; கடன் கொடுத்தான். மனைவியை மட்டுமல்ல; மகளையும் அடிமை

மாதிரியே நடத்தினான். மகாபாரதத்தில் உத்தியோக பருவத்தில் வரும் ஒரு கதை நிகழ்வு இதைக் காட்டுகிறது. யயாதி என்பவர் தனது மகளான மாதவியைக் காலவர் என்கிற முனிவருக்குக் கடன் கொடுக்கிறார். அவர் அந்தப் பெண்ணை மூன்று அரசர்களுக்கு ஒருவர் பின் ஒருவராகக் கொடுத்து அவர்களை இன்புற வைத்து 200 குதிரைகளைப் பெறுகிறார். ஒவ்வொருவரும் ஒரு மகனை அவளுக்குத் தந்து அவளைத் திருப்பி அனுப்பி விடுகின்றனர். அவள் மூலம் கிடைத்த குதிரைகளையும் செல்வங்களையும் அவளையும் காலவர் தனது குருவுக்கு குருதட்சணையாகக் கொடுத்து விடுகிறார்.

குருவான விசுவாமித்திர முனிவரும் அவளுடன் கூடி ஒரு மகனைக் கொடுத்துவிட்டு அவளைத் திருப்பி அனுப்பி விடுகிறார். காலவர் இறுதியில் அவளை யயாதியிடம் ஒப்படைத்து விடுகிறார். அதன் பின் யயாதி அவளுக்குச் சுயம்வரம் நடத்தி தனது கணவனை அவள் தேர்ந்தெடுத்துக் கொள்ள உத்தரவிடுகிறான். வெறுப்படைந்த அவள் திருமணம் வேண்டாம் எனச் சொல்லிவிட்டுக் காட்டுக்குத் துறவியாகப் போய்விடுகிறாள்.[5] ஆணின் உரிமை தனது மனைவியை, மகளை அடிமையாக்குகிறது என்பதோடு அவன் விரும்பினால் அவர்களை அவன் கொல்லவும் செய்யலாம் என்கிற நிலை இருக்கிறது. கண முறையில் இருந்த கம்யூன்களில் பரிபூரண சுதந்திரத்தோடு இருந்த பெண் ஒருதார மண முறையில், அநாகரிக காலத்தின் இறுதியில் ஆணுக்கு அடிமையாகி விடுகிறாள். மகாபாரதத்தில் திரௌபதியைத் தர்மன் சூதாட்டம் ஆடி துரியோதனனிடம் அடிமையாக்கிய கதையை நாம் அறிவோம். மாவீரர் காலத்தில் இந்நிலைதான் இருந்தது.

தந்தை உரிமைக்கு வழிவிட்ட தாயுரிமை

கிரேக்க மாவீரர் காலத்தில் தந்தை உரிமைக்கும், தாயுரிமைக்கும் நடந்த போராட்டத்தை வெளிப்படுத்தும் ஒரு நாடகம் தான் ஒரேசுதாயா என்பது. ட்ரோசான் போரில் கிரேக்கத் தொல்லினக்குழுக் கூட்டுக்குத் தலைமைத் தளபதியாக இருந்த அகமெம்னான் போரிலிருந்து திரும்பி வந்தபொழுது, அவனது மனைவி கிளிதெம்னெத்தரா தனது காதலன் எகித்தசுக்காகத் தனது கணவன் அகமெம்னானைக் கொன்றுவிடுகிறாள். அவளது மகன் ஒரெத்தசு, தனது தந்தையைக் கொன்ற தனது தாயைக் கொன்று விடுகிறான். அதனால் கோபமடைந்த தாயுரிமையைப் பாதுகாத்து வரும் எரீனியேக்கள் என்கிற பூதகணங்கள் ஒரெத்தசுவைத் துரத்துகின்றன. முடிவில் நீதிமன்றத்தில் வழக்கு நடக்கிறது. தனது தெய்வீக வாக்கால் தாயைக் கொல்ல ஒரெத்தசுவைத் தூண்டிவிட்ட அப்போலோ தெய்வமும், அந்நீதி மன்றத்தின் தலைவியாக இருந்த

அதீனா தெய்வமும் தந்தை உரிமை என்கிற புதிய முறைக்கு ஆதரவானவர்கள். எனது தாய் தனது கணவனைக் கொன்றது ஒரு குற்றம், எனது தந்தையைக் கொன்றது ஒரு குற்றம் என இரு குற்றங்களைச் செய்தவள் என ஒரெத்தசு வாதிடுகிறான்.

அதற்கு எரீனியேக்கள், ஒரெத்தசுவின் தாய்க்கு அவளது கணவனோடு இரத்த உறவு எதுவும் இல்லை என்பதால் அக்கொலைக் குற்றம் ஏற்றுக்கொள்ளக் கூடியதும், மன்னிக்கக் கூடியதும் ஆகும் எனவும், ஆனால் அவன் தனக்கு நெருங்கிய இரத்த உறவுள்ள தனது தாயைக் கொன்றது மிகப் பெரிய குற்றம் எனவும், இரத்த உறவுள்ள கொலைகளைச் செய்தவர்களைப் பழி வாங்குவது எங்களது கடமை எனவும் அவை வாதிடுகின்றன. வழக்கு மன்றத்தில் அப்பலோ ஒரெத்தசுக்கு ஆதரவாகப் பேசுகிறான். இறுதியில் ஒரெத்தசுக்கு தண்டனை கொடுப்பதா அல்லது விடுதலை செய்வதா என்பது குறித்து வாக்கெடுப்பு நடக்கிறது. வாக்குகள் சமமாகப் பதிவாகின்றன. நீதிமன்றத் தலைவி அதீனா தனது வாக்கை ஒரெத்தசுக்கு ஆதரவாகப் பதிவு செய்து, அவனை விடுதலை செய்துவிடுகிறாள். அதன் பின் புதிய தெய்வங்களின் முயற்சியால், தந்தை உரிமைக்கு ஆதரவாகப் பணி செய்ய எரீனியேக்கள் சம்மதிக்க வைக்கப்படுகின்றன.

கிரேக்க தொல்லினக்குழுக்கூட்டுக்குத் தலைமை வகித்தவன்; அதன் தளபதியாக இருந்தவன்; அரசனாகக் கருதும் அளவு அதிகாரம் பெற்றிருந்தவன் அகமெம்னான். அவனை அவனது மனைவி தனது காதலனுக்காகக் கொன்றபின்னரும், இரத்த உறவு இல்லாத தனது கணவனைக் கொன்றது குற்றமல்ல என்கின்றன தாயுரிமையைப் பாதுகாத்து வந்த பூதகணங்களான எரீனியேக்கள். கணவனைக் கொன்றது குற்றமல்ல என்கிற நிலை, ஒருதார மணக்குடும்பம் உருவாகவில்லை என்பதையும், இரத்த உறவுக்கு அன்று இருந்த மதிப்பையும், பெண்ணுக்கு அன்று இருந்த உரிமையையும் காட்டுகிறது. மாவீரர் காலகட்டம்வரை, இணைக்குடும்பம் இருக்கும்வரை, தாயுரிமை வலிமை மிக்கதாகவே இருந்தது என்பதை இக்கதை காட்டுகிறது.

குழுமணம் முதல் இணைக்குடும்பம் வரை தாயுரிமைதான் இருந்து வந்தது. ஆனால் ஒருதார மணத்திற்குப் பிறகு தந்தை உரிமை வந்து விடுகிறது. சொத்துரிமையே தந்தை உரிமைக்கும், ஒருதார மணத்திற்கும் அடிப்படை. மாவீரர் காலத்தின் இறுதியிலும் அதன் பின்னரும் சொத்துரிமை மிகப் பெரிய அளவில் வளர்ந்து விடுவதால் வேறு வழியின்றி தாயுரிமை தந்தை உரிமைக்கும், இணைக்குடும்பம் ஒருதார மணக்குடும்பத்துக்கும் வழிவிட வேண்டிய கட்டாயம்

ஏற்படுகிறது. நாகரிக காலகட்ட ஒருதார மணமுறை தந்தை உரிமையை மட்டும் கொண்டுவரவில்லை; அது பெண்ணை ஆணுக்கு அடிமை யாக்குகிறது; பொது மகளிர் முறையையும், பரத்தமை முறையையும் உடன் கொண்டுவருகிறது; ஒருத்திக்கு ஒருவன், ஆனால் ஒருவனுக்குப் பல பெண்கள் என்கிற நிலைமையைத் தோற்றுவிக்கிறது.

பார்வை

1. குடும்பம், தனிச்சொத்து, அரசு ஆகியவற்றின் தோற்றம், பி.எங்கெல்சு, பாரதி புத்தகாலயம், 2008, பக்: 196, 197.
2. பக்; 80, 81.
3. பண்டைக்கால இந்தியா, எசு.ஏ.டாங்கே, அலைகள் வெளியீட்டகம், சூன் 2003, பக்: 147.
4. பக்: 146, 147.
5. பக்: 145.

5. தொல்பழங்காலமும் பொருள்முதல்வாதமும்

தொல்பழங்காலம் முதல் அநாகரிக காலம் வரை அதாவது நாகரிக காலம் தோன்றுவதற்கு முன்வரை உலகம் முழுவதும் ஆதிகாலப் பொருள்முதல்வாதம் தான் இருந்து வந்தது. அதுவரை கருத்துமுதல் வாதம் என்பது இருக்கவில்லை என்பதை இக்கட்டுரையின் தரவுகள் உறுதி செய்கின்றன. சொத்துடமையும், தொழில்பிரிவுகளும், வகுப்பும், வர்க்கமும், குடும்பமும், அரசும் தோன்றிய பின்னர்தான் கருத்துமுதல் வாதம் தோன்றுகிறது. சமூகத்தின் ஒரு பிரிவு உழைப்பிலிருந்து முழுமையாக விடுதலைபெற்று, யதார்த்த உலகிலிருந்து விலகி இருக்கும் பொழுதுதான் கருத்துமுதல்வாதச் சிந்தனைகள் தோன்றுகின்றன. பேரரசுகளில் பேரளவான பொதுமக்களைக் கட்டுப்படுத்தவும், ஆண்டான்-அடிமைச் சமுதாயத்தில் அடிமைகள் ஆண்டான்களைவிட பலமடங்கு அதிகமாக இருக்கும்பொழுது அவர்களைக் கட்டுப்படுத்தவும் இந்த கருத்துமுதல்வாதம் என்பது ஒரு வரலாற்றுத் தேவையாக ஆகிறது.

ஆனால் வளர்ச்சிபெற்ற வணிக நகர அரசுகள், நீண்டகாலம் நிலையாக இருந்து, ஆண்டான்-அடிமைச் சமுதாயம் என்பதும் இல்லாத நிலையில் பொருள்முதல்வாத மெய்யியல் ஒரு உச்சகட்ட வளர்ச்சி நிலையை அடைகிறது. அதுபோன்ற ஒரு சூழ்நிலை பழந்தமிழகத்தில் கி.மு.1000க்கு முன்பிருந்து இருந்து வந்ததால்தான் கி.மு.8ஆம் நூற்றாண்டில் தொல்கபிலர் போன்ற ஒரு மாமேதை தோன்றவும், எண்ணியம் (சாங்கியம்) போன்ற ஒரு வளர்ச்சி பெற்ற பொருள்முதல்வாத மெய்யியலைத் தோற்றுவிக்கவும் முடிந்தது. பேரண்டம் குறித்தும், அதன் தோற்றம் குறித்தும், இயற்கை குறித்தும் நவீன அறிவியல் கண்டுணர்ந்த பலவற்றைத் தத்துவவடிவில் அன்றே தெளிவாகக் கூற முடிந்துள்ளது. அதனால்தான் 2000 ஆண்டுகளுக்கு முன்பே எண்ணிய மெய்யியலின் தாக்கம் என்பது இந்தியாவில் மட்டுமல்ல உலகம் முழுவதும் பரவி விரிந்துள்ளது.

ஆதிகாலப்பொருள்முதல்வாதம் - வரலாற்றுக்கு முந்தைய காலம்

பண்டைய கால மனித வரலாற்றை மூன்று வகையாகப் பிரிக்கலாம். அவை தொல்பழங்காலம் அல்லது காட்டுமிராண்டிக் காலம், அநாகரிக காலம், நாகரிக காலம் ஆகியன. தொல்பழங் காலத்தையும் அநாகரிக காலத்தையும் முதல், இடை, கடை என

மூன்று மூன்றாகப் பிரிக்கலாம். தொல்பழங்காலத்தின் முதல் இடைக்காலகட்டங்கள் என்பன முழுமையான காட்டுமிராண்டிக் காலம். இக்காலகட்டத்தை வேத மரபு கிருத யுகம் எனக் கூறுகிறது. இக்காலகட்டத்தில் உணவைப் பெறுவதற்கான போராட்டம் மிகமிகக் கடினமாக இருந்தது. உணவு கிடைக்கும் என்ற உறுதி இல்லாமல் இயற்கையிடமிருந்தும், காட்டு மிருகங்களிடமிருந்தும் தற்காத்துக் கொள்ள வழிவகை தெரியாமல் வேட்டைக்காக விலங்குகளின் பின்னால் ஓடிக்கொண்டிருந்த ஆதிமனிதனின் வாழ்வு நிச்சயமற்றதாக இருந்தது. இக்காலகட்ட மனிதன் பட்டைதீட்டப்படாத கற்கருவி களையும், கரடுமுரடான கற்கருவிகளையும் மரக்கிளைகளையும் கொண்டு செய்யப்பட்ட வேல், ஈட்டி போன்ற கரடுமுரடான ஆயுதங்களையும் பயன்படுத்தினான். அவை அவனது உணவுத் தேவையின் சிறிய அளவைக்கூட நிறைவேற்றவில்லை. ஆதலால் உணவுக்கான இந்தப் போராட்டத்தில் பல மனித சமூகங்கள் மீத மிச்சமில்லாமல் அழிந்து போயின. இக்காலகட்டத்தில் தாயின் தலைமையில் அவன் சிறு சிறு கூட்டமாக வாழ்ந்து வந்தான். அன்று அவன் தாயை மட்டுமே அறிவான். தந்தையை அறியான். இக்காலகட்டம், மனிதனுக்கு வாழ்வு குறித்து ஒரு அச்சத்தையும் நடுக்கத்தையும் ஏற்படுத்தியிருந்தது.

தொல்பழங்காலத்தின் கடைக்கட்ட காலத்தில், வில், அம்பு, நாண் ஆகிய மூன்றும் இணைந்த வில்-அம்பு கண்டுபிடிக்கப்பட்டது. இக்கருவியின் மூலம் அவன் ஓரளவு தொடர்ச்சியாக இறைச்சியைப் பெறத் தொடங்கினான். இதற்கு முன்பே நெருப்பு கண்டுபிடிக்கப் பட்டிருந்தது. அன்று அவன் பட்டை தீட்டப்பட்ட கற்கருவிகளைப் பயன்படுத்தினான். இவை போன்ற கண்டுபிடிப்புகள் அவனது வாழ்வில் மாபெரும் மாற்றத்தைக் கொண்டுவந்தன. அன்றும் தாய்வழி உரிமைதான் இருந்துவந்தது. இக்காலகட்டத்தில் அவன் கண ஆட்சிமுறையைக் கொண்டு வந்தான். இந்தக் கண ஆட்சி முறை தான் தொல்லினக்குழு வாழ்வின் மிகச்சிறந்த காலகட்டம். தொல் பழங்காலத்தின் கடைக்காலம் முதல் அநாகரிக காலகட்டத்தின் இடைக்காலம் வரை இம்முறை இருந்து வந்தது. அநாகரிக காலத்தின் கடைக்கட்டத்தில் இம்முறை அழியத்தொடங்கியது. இக்கடைக் கட்டம் வீரயுகக்காலம். கண ஆட்சிமுறை என்பது முழுமையான பரிபூர்ணமான சனநாயக முறை இருந்த காலகட்டம். இதில் ஆண்-பெண் அனைவரும் அனைத்திலும் சமம். தலைவர்களை அனைவரும் சேர்ந்து தேர்ந்தெடுப்பர். அவரை எப்பொழுது வேண்டுமானாலும் மாற்றமுடியும். தலைவருக்கு எனத் தனிப்பட்ட அதிகாரம் எதுவும் இருக்காது. ஒரு செயலைத் தலைமைதாங்கி செயல்படுத்துவது அவர்

பொறுப்பு. அனைவரும் அனைத்துத்தொழிலையும் செய்வர். இக்காலகட்டத்தில் குழுமணம் இருந்தது. ஆண், பெண் வீட்டில் தான் வாழ்ந்தான். கண ஆட்சிக் காலத்தில் தொழில் பிரிவினையோ, சொத்துரிமையோ, வர்க்கமோ, அரசோ, குடும்பமோ இருக்காது.[1]

அநாகரிக காலத்தின் கடைசிக்கட்டத்தில், அதாவது வீரயுக காலத்தில், கண ஆட்சிமுறை அழிந்து அவ்விடத்தில் தனிச்சொத்தும், குடும்பமும், அரசும், நாகரிக காலமும் தோன்றத் தொடங்குகிறது. தொல்பழங்காலம் முதல் அநாகரிக காலம் வரையான வரலாற்றுக்கு முந்தைய காலகட்டத்தை முழுமையாகப் புரிந்துகொள்ள பல கோணங்களில் அவற்றை ஆய்வு செய்ய வேண்டிய தேவையுள்ளது. உற்பத்திக் கருவிகள், பொருள் உற்பத்தி, திருமண உறவு, ஆட்சிமுறை, அவனது நம்பிக்கைகள் அல்லது சமயம் ஆகியன காலத்துக்குக் காலம் மாறி வந்துள்ளன.

தொல்லினப்பழங்குடிகள்

இந்தப் பழங்குடிகளை தாம்சன் என்பவர் மூன்றுகட்டங்களாகப் பிரிக்கிறார். முதல் கட்டத்தில் இருவகை இருக்கிறது. தொடக்ககால கீழ்மட்ட வேடர்கள் ஒரு வகை. அவர்கள் உணவு சேகரித்தல், வேட்டைத்தொழில் ஆகியவற்றைச் செய்கிறார்கள். அடுத்த வகை உயர்மட்ட வேடர்கள். இவர்கள் வேட்டைத்தொழிலுடன் மீன்பிடித்தல் தொழிலையும் செய்து வருகிறார்கள்.

மேய்ச்சலில் இரண்டு கட்டங்கள் உண்டு. முதல் கட்டத்தில் மேய்ச்சல் தொழில், அதாவது ஆநிரை வளர்த்தல் மட்டுமே உண்டு. அடுத்த கட்டத்தில் ஆநிரை வளர்த்தலுடன், துணையாக விவசாயமும் சிறிதளவில் நடைபெறுகிறது.

வேளாண்மையில் மூன்று கட்டங்கள் உண்டு. முதல் கட்டத்தில் ஆநிரை வளர்த்தலுடன் கூடிய சிறிய அளவு வேளாண்மை நடைபெறுகிறது. இரண்டாம் கட்டத்தில் ஓரளவு வளர்ச்சிபெற்ற வேளாண்மையுடன் ஆநிரை மேய்த்தலும் நடைபெறுகிறது. இங்கு ஏர்கலப்பை பயன்பாட்டில் இல்லை. மூன்றாம் கட்டத்தில் தோட்ட வேளாண்மையும், மண்வெட்டிகளைக் கொண்டு வயல் வேளாண்மையும் நடைபெறுகிறது. இங்கு ஏர் கலப்பை பயன்படுத்தப் படுவதோடு ஆநிரை வளர்த்தலும் இடம்பெறுகிறது.

இரண்டாம் மேய்ச்சல் கட்டத்திலும், வேளாண் வளர்ச்சியின் மூன்றாம் கட்டத்திலும், கைவினைத்தொழில் முன்னேறுவதையும், நிலைத்த குடியிருப்புகள் தோன்றுவதையும் தொல்லின மக்களுக்கு

இடையே பண்டமாற்று நடைபெறுவதையும், உலோகத்தொழில் வளர்வதையும் காண்கிறோம். இந்த நிலையில்தான் தொல்லினப் பழங்குடி அமைப்பானது சிதையத் தொடங்குகிறது.

இந்த வகையினங்கள் ஒரு குறிப்பிட்ட கால வரிசைப்படி வருவதில்லை. ஆனால் உயர்மட்ட வளர்ச்சி என்பது ஒவ்வொரு இடத்திலும் இருக்கும் விலங்குகள், தாவரங்கள், ஏனைய சூழ்நிலைக் காரணிகள் ஆகியனவற்றைச் சார்ந்து இருந்தன. சான்றாக உணவு சேகரித்தல், வேட்டை ஆகியவற்றிற்குப் பின்னர் சில தொல்பழங்கால மக்கள் மேய்ச்சல் பொருளாதாரத்திற்கு மாறினர். வேறு சிலர் வேளாண்மைக்கு மாறினர். இந்த இருவழி முன்னேற்றமானது தொல்லினப் பழங்குடிமக்கள் அமைப்பைச் சிதைத்து, வளர்ச்சி பெற்ற வேளாண்மையையும் தொழிலையும் கொண்டுவந்து நாகரிக நிலைக்கு மேலெடுத்துச்சென்றது.[2]

தொடக்ககாலப் பழங்குடி இனங்கள் அனைத்தும் தாய்வழி உரிமை முறையைத்தான் பின்பற்றின. மேய்ச்சல் பொருளாதாரத்துக்கு மாறியவர்கள் தாய்வழி உரிமையில் இருந்து தந்தைவழி உரிமைக்கு மாறினார்கள். வேளாண்மைப் பொருளாதாரத்துக்கு மாறியவர்கள் தொடர்ந்து தாய்வழி உரிமைமுறையைத்தான் பின்பற்றினர். அவர்களும் வேளாண்மையின் மூன்றாம் காலகட்டத்தில் ஏர் கலப்பையைப் பயன்படுத்தத் தொடங்கிய போது தாய்வழி உரிமையிலிருந்து தந்தைவழி உரிமைக்கு மாறினார்கள். கண ஆட்சிமுறை இருக்கும்வரை, அதாவது அநாகரிகக் காலம்வரை தந்தைவழி உரிமை முறையிலும் கூட பெண் வலிமை மிக்கவளாகவே இருந்து வந்தாள்.

தாய்வழி உரிமை குறித்து இரிவர்சு (W.H.R. Rivers), 'சமுதாயம் முழுமைக்கும் தனி ஒருவனுக்கும் இடையேயான உறவு இங்கு தாய்வழியில் தீர்மானிக்கப்படுகிறது. இது ஒருவகைச் சமுதாய அமைப்பு. இங்கு ஒருவன் சமுதாயத்திற்கு ஆற்ற வேண்டிய கடமைகள், அவன் பெறும் உரிமைகள், அவற்றின் தன்மை ஆகியன அவனுக்கும், அவனது தாயின் உறவினர்களுக்கும், தாயின் கூட்டத்தாருக்குமிடையே உள்ள உறவுகளால் தீர்மானிக்கப்படுகின்றன' என வரையறை செய்கிறார். இன்றும்கூட இந்தத் தாய்வழி உரிமை ஒருசில பழங்குடிகளிடையே இருக்கிறது. அசாமின் காசிக்கள், அமேரிக்க இராகுவாய்கள், செரி இந்தியர்கள் ஆகியோர் இன்றும் அதற்குச் சான்றுகளாக உள்ளனர்.[3] ஆனால் உலகம் முழுவதும் தந்தைவழி உரிமைதான் நாகரிக காலம் முழுவதும் இருந்து வருகிறது.

வேட்டைத்தொழில் வளர்ச்சியடைந்த காலத்திலிருந்து ஆணின் முக்கியத்துவம் அதிகரித்தது. அன்று பெண் சிறிய அளவில் வேளாண்மையையும் செய்து வந்தாள். தொடக்கத்திலிருந்தே வேளாண்மை பெண்களின் பணியாக இருந்து வந்தது. வேட்டையும் கால்நடைகளைப் பராமரித்தலும் ஆணின் கடமையாக இருந்தது. வேட்டை விலங்குகளைப் பழக்கி அவைகளைக் கால்நடைகளாகப் பராமரிக்கத் தொடங்கியதிலிருந்து ஆண் மேலும் வலிமை பெற்றான். இவற்றின் காரணமாகத்தான் மேய்ச்சல் பொருளாதாரத்தைப் பின்பற்றியவர்கள் நாளடைவில் தாய்வழி உரிமையிலிருந்து தந்தை வழி உரிமைக்கு மாறினார்கள். அதேசமயம் வேளாண்மை, பெண்களின் பணியாக இருந்ததால் வேளாண்மைப் பொருளாதாரத்திற்கு மாறியவர்கள் தாய்வழி உரிமையைத் தொடர்ந்து பின்பற்றி வந்தார்கள். ஆனால் வேளாண்மையில் ஏர்கலப்பையைப் பயன்படுத்தத் தொடங்கிய காலத்திலிருந்து வேளாண்மைப் பொருளாதாரத்தைப் பின் பற்றியவர்களும்கூட தந்தைவழி உரிமைக்கு மாறினார்கள். பொதுவாக எல்லா இடங்களிலும் சொத்துடமை வந்த பிறகு தாய்வழி உரிமை இல்லாதுபோய் தந்தைவழி உரிமை நடைமுறைக்கு வந்தது எனலாம். ஆகவே நாகரிக காலத்தில் அனைவரும் தந்தைவழி உரிமையைத்தான் பின்பற்றினர்.

போலச்செய்தல்

தொடக்க காலத்திலிருந்து இயற்கையின் செயல்பாடுகள் மனிதனுக்கு புரியாத புதிராக இருந்ததோடு அது அவனுக்கு அச்சத்தையும் நடுக்கத்தையும் கொடுத்து வந்தது. இயற்கை குறித்த அச்சத்தைப் போக்கிக் கொள்ளவும் அதைத் தனது கட்டுப்பாட்டுக்குள் கொண்டு வரவும், தனது விருப்பங்களை, ஆசைகளை நிறைவேற்றிக் கொள்ளவும் மனிதன் கண்டுபிடித்த மாயமந்திர முறைதான் ‘போலச்செய்தல்’ என்பதாகும். அதாவது தான் என்ன விரும்புகிறானோ அது நடைபெற வேண்டும் என்பதற்காக அது உண்மையிலேயே நடந்தது போல முழுமையாக நம்பி, தனது செய்கையாலும் நடத்தையாலும் அதை நடித்துக் காட்டினான். அதன் மூலம் இயற்கையைக் கட்டுப்படுத்தித் தான் விரும்பியதைச் செய்விக்க முடியும் என்று அவன் உளமாற நம்பினான். சான்றாக மழை வர வேண்டும் என விரும்பினால் இடியும் மின்னலும் ஏற்பட்டு மழை வந்துவிட்டது போலவும், மழை வந்தால் தான் மகிழ்ந்து என்ன செய்வானோ அதனையும் சேர்த்து ஒரு முழு நாடகம் போல அனைத்தையும், அதாவது இடி மின்னல் ஏற்பட்டு மழை வந்தது தொடங்கி அனைத்தையும் தனது செய்கையாலும் நடத்தையாலும்

செய்து நடித்துக் காட்டினான். இப்படிப் 'போலச்செய்தல்' மூலம் இயற்கையைத் தனது கட்டுப்பாட்டிற்குள் கொண்டுவந்து தான் விரும்பியதைச் செய்விக்க முடியும் என அவன் உளமாற நம்பினான்.

இந்தப் போலச்செய்தல் என்பதை பலரும் இணைந்து ஒரு ஒத்த உணர்வோடு செய்யும் செயலாக, ஒரு கூட்டு நடவடிக்கையாகச் செய்தனர். இந்த கூட்டு நடவடிக்கை அவர்களுக்கு ஒரு உணர்வு பூர்வமான நம்பிக்கையை வலிமையைக் கொடுத்தது. இயற்கையைக் கட்டுப்படுத்தவும் தாங்கள் விரும்பியதைப் பெறவும் முடியும் என்ற நம்பிக்கையை இந்தக் கூட்டாகவும் உணர்வுபூர்வமாகவும் முழு நம்பிக்கையோடும் செய்யும் 'போலச்செய்தல்' ஏற்படுத்தியது. ஆதலால் எல்லாத் தொல்பழங்காலச் சமூகங்களும், பழங்குடிச் சமூகங்களும் இம்முறையைப் பின்பற்றின. இந்தப் போலச்செய்தல் என்பதில் கடவுளோ, ஆன்மீகமோ, சமயமோ எதுவும் இருக்கவில்லை. இதன் நோக்கம் தெளிவானது. இயற்கையை கட்டுப்படுத்தலும், தங்களது வாழ்க்கைக்கான தேவைகளை தங்களது இன்பத்துக்கான ஆசைகளை நிறைவேற்றிக்கொள்ளுதலும் என்பது தான் இதன் நோக்கமாக இருந்தது.

ஆகவே போலச்செய்தல் என்பது நாம் என்ன விரும்புகிறோமோ அதனை அடைந்துவிட்டது போல எண்ணி அது போன்று நடிப்பதாக இருந்து வந்தது. நாளடைவில் நாம் எதனை விரும்புகிறோமோ அதனை அடைந்துவிட்டது போலத் தீவிரமாக எண்ணுவதும் அதற்காகச் செயல்படுதலும்தான் அதனை அடைவதற்கான வழி என மனிதகுலம் நம்பியது. அதனால்தான் பெரும்பாலான பண்டைய தீர்க்கதரிசிகளும், ஞானிகளும், இறைத்தூதர்களும் 'நீ என்னவாக நினைக்கிறாயோ அதுவாக ஆவாய்" எனக் கூறி வந்துள்ளனர். போலச்செய்தல் என்ற கருத்தாக்கத்தில் இருந்து வந்தவைதான் இது போன்ற கருத்துகள். வள்ளுவன்

'எண்ணிய எண்ணியாங்கு எய்துப எண்ணியார்
திண்ணியர் ஆகப் பெறின்' (குறள்-666)

எனக் கூறுகிறான். அதாவது எண்ணியவர் எண்ணியபடியே செயலாற்றுவதில் உறுதியுடையவராக இருந்தால் அவர் எண்ணியதை எண்ணியவாறே அடைவார். தற்காலத் தன்னம்பிக்கை நூல்களும் இவை போன்ற கருத்துக்களைத்தான் கூறி வருகின்றன. இக்கருத்துகள் அனைத்தும் போலச்செய்தல் என்ற கருத்தாக்கத்தின் வளர்ச்சிதான் எனலாம்.

உற்பத்திச் சடங்குகள்

போலச்செய்தல் என்பதுதான் நாளடைவில் பழங்குடி மனிதர்களின் உற்பத்திச் சடங்குகளாக ஆகின. சான்றாக இரிக் வேதத்தில் சத்ர, கிரது யாகங்கள் எனப்படும் ஆரிய தொல்லினக் குழுவின் ஆதிகால யக்ஞங்கள் சொல்லப்பட்டுள்ளன. இவை உற்பத்திச் சடங்குகள். இந்தச் சடங்குகளின் தரவுகள் அவை உற்பத்திச் சடங்குகள் என்பதை உறுதி செய்கின்றன. சான்றாக சத்ர யாகத்தில் குழுவில் உள்ள ஆண்பெண் அனைவரும் சமமாகக் கூட்டுழைப்பில் பங்கெடுத்து, உழைப்பின் பலனை அனைவரும் சமமாகப் பங்கிட்டுக்கொண்டனர். இக்காலகட்டத்தில் ஆண்பெண் என்ற பாகுபாடு இன்றி அனைத்திலும் அனைவரும் சமமாகவே நடத்தப்பட்டனர். சில சத்ர சடங்குகள் வருமாறு,

கம்பு, மரம், புல் முதலியவற்றைக்கொண்டு கூடைகளை முடைதல்,

குதிரையின் விலா எலும்புகளைக் கூராக்கி புல் அறுத்தல்,

விலங்கைத் தடியால் அடித்து அல்லது அதனை மூச்சுவிடாமல் செய்து கொல்லுதல், மரத்தால் செய்த உரல்களைக்கொண்டும், கற்களைக் கொண்டும் தானியத்தை இடித்தல்.[4]

இதுபோன்ற சடங்குகளைச் செய்வதன் மூலம் அவர்களது வாழ்க்கைக்குத் தேவையான கூடைகள் போன்ற வீட்டுப்பொருட்கள், உணவுக்கான வேட்டை விலங்குகள், தானியங்கள் (சேகரிப்பு மூலம் கிடைத்தவை) ஆகியன பேரளவில் கிடைக்கும் என பழங்குடி மனிதன் நம்பினான். தொடக்கத்தில் இவை 'போலச்செய்தல்' என்பதாகத்தான் இருந்து வந்தன. நாளடைவில் இவை சடங்குகளாக ஆகின.

தொடக்ககாலச் சடங்குகள் அனைத்துமே இதுபோன்று அவனது பொருளாதார வாழ்வுக்கான தேவைகளை நிறைவு செய்வதற்கானவை களாகவே இருந்தன. 'போலச்செய்தல்' என்பது முழுமையாகத் தங்களது வாழ்க்கைக்கான தேவைகளை தங்களது இன்பத்துக்கான ஆசைகளை நிறைவேற்றிக் கொள்ள வேண்டும் என்பதாகவே இருந்தது. இந்த உற்பத்திச் சடங்குகளின் நோக்கமும் அதுதான். ஆதலால் போலச்செய்தல் என்பதில் இருந்துதான் இந்த உற்பத்திச் சடங்குகள் உருவாகின. நாளடைவில் இவை பல்வேறு மாற்றங்களுக்கு உள்ளாகின. போலச்செய்தல் போலவே இது போன்ற தொடக்ககாலச் சடங்குகளிலும் ஆன்மீகமோ, கடவுளோ சமயமோ இருக்கவில்லை.

தொடக்ககால வேதங்களில் இடம்பெற்றுள்ள பாடல்கள் அனைத்தும் சில சடங்குகளில் - யக்ஞங்களில் பயன்படுத்துவதற்கென்றே இயற்றப்பட்டவை. வேதகால மக்களின் தொடக்ககால முன்னோர்கள் இன்று வசிக்கும் பழங்குடி மக்களிடமிருந்து அடிப்படையில் வேறுபட்டவர்கள் என்று கருத இடமில்லை... எனவே வேதகால மக்களது தொடக்ககாலப் பாடலென்பது மாந்திரீகத்தன்மை உள்ளது என்பதும், ஏதேனுமொரு சடங்குடன் அது தொடர்புள்ளது என்பதும் இயல்பானதே என்று கூறுகிறார் சட்டோபாத்தியாயா[5]. ஆகவே வேதத்தின் தொடக்க கால உற்பத்திச் சடங்குகள் மாந்திரீகத் தன்மை கொண்டவை.

உற்பத்திச் சடங்குகளின் மாந்திரீகத்தன்மை குறித்து, "பொதுவாக தொல்லினப் பழங்குடி என்பவன் செயல்படுபவன். அவனுக்கு வேண்டியதை ஒரு கடவுளைச் (அன்று அவன் கடவுளை அறியான்) செய்யச் சொல்வதைவிட அதை அவனே செய்கிறான் அல்லது செய்ய முயல்கிறான். துதிப்பாடல்களை விட அவன் வசிய மந்திரங்களைக் கூறுகிறான். சுருக்கமாகக் கூறினால் அவன் மந்திரத்தைப் பின்பற்றுகிறான். இதற்கும் மேலாக மாந்திரீக நடனங்களை அவன் தீவிரமாக ஆடுகிறான். ஒரு தொல்லினப் பழங்குடிக்கு சூரியன் அல்லது காற்று அல்லது மழை வேண்டுமென்றால் பொய்யான கடவுள்முன் மண்டியிட்டு வேண்டுவதில்லை. தேவாலயத்திற்குச் செல்வதில்லை. அவன் தனது இனத்தைக் கூட்டுகிறான். சூரிய நடனம் அல்லது காற்று நடனம் அல்லது மழை நடனம் ஆடுகிறான். அவன் ஒரு கரடியை வேட்டையாடி பிடிக்கும்பொழுது பலம் வேண்டிக் கடவுளைத் துதிப்பதில்லை. அந்தக் கரடியை வெல்லக் கரடிநடனம் ஆடி ஒத்திகை பார்க்கிறான்" எனக் கூறுகிறார் சேன் ஆரிசன் (Harrison J.E).[6]

மாயோரிசுகளிடம் உருளைக்கிழங்கு நடனம் உள்ளது. கீழ் காற்று இளம்பயிரை அழித்துவிடும் அதனைக் காப்பதற்காக இளம்பெண்கள் வயலுக்குச்சென்று காற்று வீசுதல், மழை, பயிர் முளைத்தல் ஆகியவற்றைப்போல் நடனம் செய்து பாட்டுப்பாடி ஆடுகிறார்கள். அவர்கள் விரும்பிய யதார்த்தத்தை நிறைவேற்ற கற்பனையான நடனத்தை ஆடுகிறார்கள். இது கற்பனையாக இருந்தாலும் வீணானது அல்ல. இந்த நடனம் உருளைக்கிழங்கில் எந்த மாற்றத்தையும் கொண்டுவராது எனினும் அந்தப் பெண்களிடம் பெரிய மாறுதலைக் கொண்டு வருகிறது. இந்த நடனம் அந்தப் பயிரைக் காப்பாற்றும் என முழுமையாக நம்பி, மேலும் கூடுதலாகப் பயிரின்மீது அதிகக் கவனம் செலுத்துகிறார்கள். எனவே பயிரின் மீது அது தாக்கத்தை ஏற்படுத்துகிறது. எதார்த்தம் பற்றிய அவர்களது அகவய அணுகுமுறையை அது மாற்றுகிறது. மறைமுகமாக எதார்த்தத்தை அது மாற்றுகிறது என தாம்சன் (Thomson) மேற்கண்டவாறு விளக்குகிறார்.[7]

மந்திரத்தின் பயன்பாடு உளவியல் அடிப்படையைக் கொண்டது. ஆனால் அது தனி நபர் உளவியல் அல்ல. இந்தச் சடங்குகள் ஒரே உணர்ச்சியைக் கூட்டாகப் பகிர்ந்து கொள்ளும் மனிதர்களால் நிகழ்த்தப்படுகிறது. கூட்டுத்தன்மை, உணர்ச்சியின் உச்சகட்டநிலை ஆகியன இந்த எளிமையான சடங்கை மாற்றுகின்றன. பழங்குடி களிடையே தனி நபருக்கு முக்கியத்துவம் கிடையாது. உணர்ச்சியின் உச்சகட்டநிலை என்பது சமூக அடிப்படையில் உணரப்பட்டு, உருவாக்கப்படுவது. ஆனால் உற்பத்தித்திறன் முன்னேறும் போது அது உபரி உற்பத்தியைத் தோற்றுவிக்கிறது. அதன்பின் கூட்டுத்தன்மை சிதறுகிறது. பலருடைய உழைப்பால் ஒருசிலர் பயனடையும் நிலை தோன்றுகிறது. அதன்பின் மந்திரம் மறைந்து மதம் தோன்றுகிறது. வேத இலக்கியங்களில் மந்திரம் சார்ந்த நம்பிக்கைகளின் அடையாளங்கள் உள்ளன. உண்மையில் அதர்வண வேதம் முழுவதும் மந்திரம் தவிர வேறில்லை எனக் கூறுகிறார் சட்டோபாத்தியாயா.[8] இந்த உற்பத்திச் சடங்குகள் அனைத்திலும் கடவுளோ, ஆன்மீகமோ, சமயமோ இல்லை.

வேளாண்மைச்சடங்கு - வளமைச்சடங்கு

தொல்பழங்கால மனிதன் உணவு சேகரித்தல், வேட்டையாடுதல் ஆகியவற்றில் இருந்து விடுபட்டு இரு பிரிவுகளாகப் பிரிந்து போனான் என முன்பே குறிப்பிட்டோம். அவற்றில் கால்நடைகளைப் பராமரிக்கிற மேய்ச்சல் தொழிலை விட வேளாண்மைத் தொழில் என்பது கடினமாக இருந்தது. இதுகுறித்து தாம்சன் (Thomson G),

'ஆநிரைகளை மேய்ப்பது, அவற்றிற்கு உணவு அளிப்பது, அவற்றை விருத்தி செய்வது ஆகிய தொழில்களை விட விதைப்பு, உழவு, அறுவடை போன்ற தொழில்கள் தாமதமாக இடம்பெறுபவை; கடினமானவை; உறுதியற்றவை. இதற்குப் பொறுமை, தொலைநோக்கு, நம்பிக்கை ஆகியன வேண்டும். ஆதலால் வேளாண் சமுதாயத்தில் மந்திரம் அதிகமாக வளர்ந்து வந்தது' எனக் கூறுகிறார்.[9]

தொடக்ககால வேளாண்குடிகளுக்கு விதைப்பிலிருந்து அறுப்பு வரைக்கும் உள்ள செயல்கள் மர்மமாகவே இருந்தது. வெற்றி கிடைப்பது என்பது உறுதியற்றதாக இருந்தது. அதனால் மந்திரத்தின் தேவை இங்கு அதிகமாகவே இருந்தது எனலாம். மந்திரம் என்பது போலச்செய்தல் என்பதுதான். பொறுமை, தொலைநோக்கு, நம்பிக்கை போன்ற உளவியல் தேவைகளை மந்திரம்தான் அளிக்க முடியும். எதார்த்தத்தை கட்டுப்படுத்துதல் என்ற பிரமையை உருவாக்குவதன் மூலம் நாம் உண்மையில் அதனைக் கட்டுப்படுத்துகிறோம் என்ற விதி

மந்திரத்திற்கு அதாவது போலச்செய்தல் என்பதற்கு அடிப்படையாக உள்ளது. எதார்த்தத்தைக் கட்டுப்படுத்துதல் என்ற பிரமையை உருவாக்க அதனைக் கற்பனையாக நடிக்க வேண்டும். இந்த நடிப்பு இதனை நிகழ்த்துபவர் மீது தாக்கத்தை ஏற்படுத்துகிறது. கற்பனையாகச் செய்வதன் மூலம் தேவைப்பட்ட எதார்த்தத்தை அடைய முடியும் என்ற நம்பிக்கையால் தூண்டப்பட்டு அவர் இன்னும் கடினமாகவும் பொறுமையாகவும் உழைப்பில் தொடர்ந்து ஈடுபட முடியும். ஆகவே வேளாண்மையில் மந்திரம் சார்ந்த நம்பிக்கைகள், சடங்குகள் தீவிரமடைந்தன.

வேளாண்மை தொடக்கத்தில் பெண்கள் தொழிலாக இருந்தது. ஆதலால் வேளாண் மந்திரமும் தொடக்கத்தில் பெண்களின் செயலாக மட்டுமே இருந்தது. இந்த மந்திரம் தான் நாளடைவில் வேளாண் சடங்குகளாக, அதாவது அவை வளமைச் சடங்குகளாக, தாந்திரீகச் சடங்குகளாக ஆகின.

வெற்றிகரமாக வேளாண்மையைச் செய்துமுடிக்கச் செய்யப்படும் சடங்குகளில் மழையை வரவழைக்கும் சடங்குகள் முக்கியமானவை. இவை பெண்களின் சடங்குகளாகப் பல தொல்பழங்குடிகளிடையே இருந்து வந்தது. கானரித் தீவுகளில் உள்ள குவான் செசுகளிடையே தலைமைப்பெண் பூசாரியின் வேலை மழை கொண்டு வருவது. அதற்காக அவள் கடற்கரைக்குச்சென்று கடல்நீரைக் கழிகளால் அடித்தாள். ஐரோப்பியப் பெண் பூசாரிகள் மழைகொண்டுவரச் செய்த செயல்கள் மத்தியகால இடைக்காலப் பெண் மந்திரவாதிகளின் சொற்களிலும் செயல்பாடுகளிலும் வாழ்கின்றன. இதன் காரணமாக பெண்களுக்கென ஒரு தனி சக்தி இருப்பதாகக் கருதப்பட்டது.[10] வேளாண்மை பெண்களின் கண்டுபிடிப்பு என்பதால் வேளாண்மையின் விருத்தி என்பது பெண்ணின் இனவிருத்திப் பண்புடன் தொடர்புபடுத்தப்பட்டது. பெண்களின் மந்திரச்சக்தி என்பது அவளது உடலமைப்பில் இடம்பெற்றுள்ள குழந்தைப்பேறு போன்று இயல்பானது. ஆகவே தொல்பழங்கால மனிதனின் வேளாண் வெற்றி என்பது பெண்ணையும் அவளது மக்கட்பேற்றையும் சார்ந்து இருப்பதாகக் கருதப்பட்டது. இதுவே நாளடைவில் வளமைச் சடங்காகவும், தாந்திரீகச் சடங்காகவும் வளர்ச்சியடைந்தது. இந்தச் சடங்குகள், இயற்கையின் உற்பத்தியானது, அதாவது தாய்பூமியின் விளைச்சலானது மனித இனவிருத்தியை போலச் செய்வதின் மூலம் அதிகரிக்கிறது என்ற அனுமானத்தை அடித்தளமாகக் கொண்டுள்ளது எனக் கூறுகிறார் சட்டோபாத்தியாயா.[11]

பெண்களின் வளமையானது மழையைக்கொண்டு வரும் திறன் உள்ளது என நம்பப்படுகிறது. கோரக்பூர் பஞ்ச காலத்தில் (1873-74) பெண்கள் இரவு நேரத்தில் நிர்வாணமாக வெளியே சென்று ஏர்கட்டி வயல்களை உழுதார்கள். வட வங்காளத்தில் வறட்சி நிலவும் பொழுதெல்லாம் பெண்கள் நிர்வாண நிலையில் மழைக்கடவுள் முன் நடனமாடுகின்றனர். இத்தகைய நடவடிக்கைகள் உலகம் முழுவதும் நடைபெறுகிறது. செர்பியாவில் வறட்சிக் காலத்தில் ஒரு பெண் நிர்வாணமாக்கப்பட்டு பூக்களால் மூடப்படுகிறாள். இந்த அரைநிர்வாண நிலையில் அவள் ஒவ்வொரு வீட்டின் முன்பும் நடனமாடுகிறாள். அந்தந்த வீட்டின் தலைவி அப்பெண் தலையில் நீரை ஊற்றுகிறாள். அவளது தோழிகள் மழைப்பாடல்களைப் பாடுகின்றனர். இத்தகைய சடங்குகளின் நோக்கம் மழையை வரவழைப்பதுதான். தானியங்களைத் தரும் பூமி குழந்தைகளைத் தரும் பெண்ணுடன் இணைக்கப்பட்டிருந்தது. எனவே பெண்ணின் இனவிருத்திப்பண்பு இயற்கையின் உற்பத்தியைப் பெருக்கும் எனவும், அதே போன்று இயற்கையின் உற்பத்தித்திறன் பெண்ணின் இனவிருத்தித்திறனைக் கூட்டும் எனவும் நம்பப்பட்டது.[12]

தாந்திரீகத்தில் பெண்களது பிறப்புறுப்பை மையமாகக் கொண்டு இடம்பெறும் சடங்குகளுக்கு அதிக முக்கியத்துவம் அளிக்கப் பட்டுள்ளது. இத்தகைய சடங்குகளுக்கு லதாசாதனை என்ற பெயரும் உண்டு. இந்த லதா என்பதன் நேரடிப்பொருள் செடி அல்லது கொடி என்பது. ஆனால் தாந்திரீகத்தில் அது பெண்பிறப்புறுப்பைக் குறிக்கிறது. வட அமெரிக்காவில் தானியங்களை நோய் தாக்கும்போது இரவு நேரத்தில் வீட்டுவிலக்கான பெண்கள் நிர்வாணமாக வயலில் நடந்தார்கள். இதே வழக்கம் ஐரோப்பாவிலும் இருந்தது. இத்தகைய நேரத்தில் பெண்களது உடலில் உள்ள வளமைச் சக்தி வெளிப்படும் எனக் கருதப்பட்டது. ஒரு பெண் மந்திரவாதி சடங்குகளைச் செய்யும்போது ஆடைகளைக் களையவேண்டும் என்பது ஒரு பொதுவிதி. பண்டைய கிரேக்க உரோம நாடுகளில் பெண்கள் மந்திரச் செயல்களில் ஈடுபடும்பொழுது நிர்வாணமாக இருந்தனர். இனவிருத்தி உறுப்புகளை வெளிக்காட்டுவதன் மூலம் பெண்கள் இயற்கையை அதிகமாக உற்பத்தி செய்யும்படிக் கட்டாயப் படுத்துகிறார்கள் எனக் கருதப்பட்டது.[13] அதனால்தான் சடங்குகளில் நிர்வாணம் என்பது இருந்து வந்துள்ளது. இதுவரை குறிப்பிட்ட பண்டைய வளமைச் சடங்குகளும் தாந்திரீகச் சடங்குகளும் வேளாண்மை உற்பத்தியை பெருக்குவதற்கான ஒரு வழிமுறையாகத்தான் பயன்படுத்தப்பட்டன என்பதை இத்தரவுகள் உறுதி செய்கின்றன. இச்சடங்குகளில் ஆன்மீகமோ, கடவுளோ, சமயமோ இருக்கவில்லை.

பழங்குடிகளின் கடவுள்கள்

நீலகிரி மலையில் வாழும் தோடர்கள் மேய்ச்சல் இனச் சமூகம். இவர்களை ஆய்வு செய்த இரிவர்சு (Rivers W.H.R), 'தோடர்களது கடவுள் மிகத்தெளிவான மானுட வடிவமுடையவர். அவரைத் தேவு என அழைக்கின்றனர். அவர்களது பழங்கதைகளில் அவர் சாதாரண மனிதராகவே காணப்படுகிறார். அவருக்குப் பண்ணைகள் உண்டு. எருமைகள் உண்டு. தோடர்கள் செய்வதைப் போலவே இந்தக் கடவுளர்கள் சபையைக் கூட்டுகின்றனர். ஒருவரோடு ஒருவர் கலந்து ஆலோசிக்கின்றனர். தோடர்களைப் போலவே அவர்கள் சிந்திக்கிறார்கள் தோடர்களைப் போலவே அவர்களது உணர்ச்சிகளும் நோக்கங்களும் உள்ளன... தோடர்களிடம் தெய்வீகம் என்ற கருத்தே உருவாகவில்லை. தோடர்கள் படைக்கப்படுவதற்கு முன் கடவுள்கள் தனியாக வசித்தனர். ஒரு கட்டத்தில் அவர்களும் மனிதர்களும் ஒன்றாக வசித்தனர். கடவுளர்கள் மனிதர்களை ஆண்டனர்... ஒவ்வொரு தோடர் குலத்திற்கும் ஒரு தெய்வம் உள்ளது. கடவுளர்களும் மனிதர்களும் ஒன்றாக வசித்த போது அந்தத் தெய்வம் அந்தக் குலத்தை ஆண்டது... தோடர்களது கடவுள்கள் மனிதப் பண்புகளுடன்தான் இருந்தனர்' எனக் கூறுகிறார்.[14]

பழங்கால வேதகாலக்கடவுள்கள்

தோடர்களது கடவுளர்களுக்கும் வேதக்கடவுளர்களுக்கும் இருக்கும் ஒற்றுமை வியக்கத்தக்கதாக இருக்கிறது எனக் கூறுகிறார் சட்டோபாத்தியாயா. வேதகால மக்கள் இந்திரனை மனிதன் என்று எண்ணித்தான் வணங்கினர். இந்திரனை மனிதர்களின் தலைவனாகப் புகழ்ந்தனர். அக்னியை மனிதர்களுள் முக்கியமானவன், மனிதர்களுள் சிறந்தவன் என அழைத்தனர். மனிதர்களுள் தலைமையானவன் என இந்திரனைப் பற்றி அடிக்கடி கூறப்பட்டுள்ளது. அவன் மனிதர்களில் மேன்மையானவன். அவன் மனிதர்களின் துணையுடன் போர்களில் வெற்றி பெறுகிறான். அவர்களுடன் சேர்ந்து உணவு உண்கிறான். அவன் மனிதர்களுள் தைரியசாலி. அவன் மனிதருள் சிறந்தவன். பழங்காலத்தில் அவன் மனிதர்களின் தலைவனாக இருந்தான். இரிக் வேதத்தில் இருந்த மனிதர்களான மருத்துகள் குறித்து சாயனர், 'மனிதர்கள் என்பதற்குப் பொருள் தொடக்கத்தில் உண்மையான மனிதர்களாக இருந்து கடவுளர் நிலைக்கு உயர்த்தப்பட்டு மருத்துகள் என அழைக்கப்பட்டனர்' எனக் கூறுகிறார். மற்ற எல்லா வேதக்கடவுளர்களைவிட மருத்துகள்தான் தொல்பழங்கால கூட்டு வாழ்க்கைப் பண்புகளைப் பெற்றவர்களாக இருந்தனர். அவர்கள் கணங்கள் அல்லது தொல்லினப் பழங்குடி மக்களின் கூட்டு

அமைப்பில் வாழ்ந்தார்கள். அவர்கள் சகோதரர்கள்; அவர்களிடையே பூரண சமத்துவம் இருந்தது. அவர்கள் ஒன்றாகவே வளர்ந்தார்கள். ஒரே வீட்டில் வசித்தார்கள். அவர்கள் சமபலம் உள்ளவர்கள்; நண்பர்கள்; ஒரே பிறப்பினர்.

உண்மையில் மனிதர்களாக இருந்த இரிபுக்கள் கூட படிப்படியாகக் கடவுள் நிலைக்கு உயர்த்தப்பட்டார்கள். அதுபோன்றே அசுவினிகள் கடவுள் நிலைக்கு உயர்ந்ததை இரிக் வேதமே கூறுகிறது. கடவுள் நிலைக்கு உயர்ந்த பிறகும் கூட இரிபுக்கள் கூட்டு வாழ்க்கை குறித்த அடையாளங்களைக் கொண்டிருந்தனர். அசுவினிகளும் மனிதர்களுடன் சமமாகவும் நட்புறவுடனும் பழகினார்கள். ‘அசுவினிகளே, நமது நட்புறவு நமது தந்தையர்களிடமிருந்து வருகிறது. நட்பு முறையில் நீங்கள் எங்களுக்குச் சமமானவர்கள். உங்களது பாட்டனாரும், எங்களது பாட்டனாரும் ஒருவரே’ இந்த நட்புறவு, மனித உறவு ஆகியவற்றை மற்ற கடவுளர்களிடமும் வேதக் கவிஞர்கள் கண்டனர். முனிவர்கள் இந்திரனை நண்பன் என்று அழைத்தனர். விசுவதேவர்கள் (எல்லாக்கடவுளர்களும்) அனைவரும் தோழர்கள் என அழைக்கப்பட்டனர். சோமன், பிராமணசுபதி, சாவித்திரி, வருணன், மித்ரன், ஆரியமான் ஆகிய எல்லோரும் வேதக் கவிஞர்களுடனும் அவர்களது உறவினர்களுடனும் நல்ல நட்பு கொண்டிருந்தனர். வருணன் தம்மை வணங்குபவர்களுடன் சமமாக நட்பு கொள்கிறான் எனச் சொல்லப்பட்டுள்ளது. வேதக் கடவுளர்களுடன், குறிப்பாக வருணனுடன் உள்ள நட்புறவு பற்றிய விடயங்கள் பழங்காலப் பாடல்களில்தான் இடம்பெறுகின்றன. வேதகால மக்களது பழங்காலத்தினைப்பற்றி அதிகமாக ஆராய ஆராய அவர்களது கடவுள்கள் தெளிவான மனிதப் பண்புகளுடனும், தொல்லினப் பழங்குடி மக்களுடன் நட்பாகவும் இருந்தனர் என்பது தெளிவாகத் தெரிகிறது. மிகப்பழங்காலத்தில் வேதகாலக் கவிஞர்களுக்கும் கடவுளர்களுக்கும் இருந்த நட்புறவு மனிதத்தன்மை மிகுந்ததாகவே இருந்தது.[15]

தின்காக்கள், தோடர்கள்

ஆப்ரிக்காவில் வாழும் தின்காக்கள் கருத்துப்படி, டென்கிட் என்ற அவர்களது கடவுள்தான் தொடக்கத்தில் சொர்க்கத்திலிருந்து பூமியைப் பிரித்தான். வருணன் குறித்தும் இதே கதையைத்தான் வேதகால மக்கள் கூறுகின்றனர். வருணன் பூமி சொர்க்கம் ஆகியவற்றைத் தனித்தனியாக வைத்தான். உலகம் முழுவதும் இத்தகைய நம்பிக்கைகள் இருந்தன. இதன் அடையாளங்களை சீனம், மெசபடோமியா, எகிப்து ஆகிய நாடுகளில் காணலாம்.

பாலினீசியர்களிடையே இன்றும் இக்கதை உள்ளது. தோடர்களிடமும் வேண்டுதல் பாடல்கள் இருந்தன. இவை மந்திரங்களாக சடங்குகளின்போது பாடப்பட்டன. இந்த மந்திரங்கள் இரிக் பாடல்களைப் போன்றுதான் உள்ளன. ஆனால் இவை சிறிய அளவிலானவை. இந்த சடங்குகளின் நோக்கம் கால்நடைகளைப் பாதுகாப்பதுதான். ஒரு காலத்தில் தோடர்களுக்கு வளர்ச்சி பெற்ற கடவுளர்கள் உள்ள மதம் இருந்தது எனவும், அந்தக் கடவுளர்களுடன் தான் தோடர்கள் நீலகிரி மலைக்குக் குடியேறினார்கள் எனவும் ஆனால் நாளடைவில் அவர்கள் தங்களது பழைய கடவுள்களை மறந்துவிட்டனர் எனவும் இரிவர்சு கருதுகிறார். நாளடைவில் இங்கு அவர்களுக்கு புதிய கடவுளர்கள் உருவானார்கள். இந்தப் புதிய கடவுள்கள் அனைவரும் மானிட மூலத்தைக் கொண்டவர்கள். வீரர்கள் பலர் கடவுள் நிலைக்கு உயர்த்தப்பட்டனர் எனவும் அவர் கூறுகிறார். ஆகவே மனிதன் தான் கடவுள் நிலைக்கு உயர்த்தப்பட்டுள்ளான்.[16]

பண்டைய கடவுள்கள் - மனிதர்கள்

இரிக் வேதகாலக் கடவுள்கள் தெய்வீகத்தன்மை உள்ளவர்கள் அல்ல எனவும் அவர்கள் அரை மானுடத்தன்மை அல்லது மானுடத்தன்மை கொண்டவர்களாகத்தான் இருந்திருக்க வேண்டும் எனவும் கூறுகிறார் சட்டோபாத்தியாயா. இரிக் வேதக்கவிஞர்கள் பொருளியல் மதிப்புகளுக்கே அதிக முக்கியத்துவம் கொடுத்தனர். எனவே இத்தகைய மதிப்புகளுடன் தொடர்பில்லாத கடவுளர்களைப் பற்றி அவர்களுக்குத் தெரியாது எனவும் அவர் கூறுகிறார்.[17] இதுகுறித்து மக்டொனால்டு (Macdonell), ‘விருப்பத்தினை வெளிப்படுத்தாத எந்தப் பாடல் பற்றியும் அவர்களுக்குத் தெரியாது. பொருள்கள் தொடர்பான விருப்பம் தவிர வேறு எந்த விருப்பமும் அவர்களுக்குத் தெரியாது. அவர்களது விருப்பம் இந்த உலகத்தினைப் பற்றியது. அவர்களுக்கு மறு உலகநாட்டம் இருந்ததாகக் கூறமுடியாது. இவ்வாறு இருக்கும்போது விரிந்து பரந்த அந்தப் பாடல் தொகுதியிலிருந்து சந்தேகத்திற்குரிய சில துணுக்குகள் தரும் சான்றுகளைக் கொண்டு அவர்களுக்கு மறு உலக அல்லது ஆன்மீக சிந்தனை இருந்தது என்று விளக்கக்கூடாது’ எனக் கூறுகிறார்.[18]

இரிக் வேதப் பாடல்களில் உலகம் பற்றிய ஆசை அடிநாதமாக ஒலிப்பதைக் காண முடியும். சான்றுக்குச் சில பாடல்களைக் காணலாம்.

அக்னியே எங்களுக்கு நிறைய உணவினை அளிப்பாயாக!
அக்னியே எங்களுக்கு அளவற்ற செல்வத்தை அளிப்பாயாக!

அக்னியே வலிமையின் மகனே! உணவின் தலைவனே! கால்நடைகளின் தலைவனே! எங்களுக்கு நிறையக் கொடுப்பாயாக!

அக்னியே உணவின் மூலம் மற்ற மனிதர்களிடம் எங்கள் பலத்தினை நாங்கள் காட்ட வேண்டும். எங்களது அளவற்ற செல்வம் சூரியனைப்போல ஐந்துவகை மக்களிடமும் பிரகாசிப்பதாக கடவுள் அல்லது மனிதனிடமிருந்து எந்த எதிரியும் எங்களை நோக்கி வரக்கூடாது. இத்தகைய எதிரிகளிடமிருந்து எங்களைக் காப்பாற்றுவாயாக.

எதிரிகளை வெல்லும் இந்திரனும், வருணனும் எங்களைச்சுற்றி இருப்பார்களாக. அதனால் எங்களுக்கு நல்ல மகன்கள் பிறக்கட்டும்; பேரர்கள் பிறக்கட்டும்; செழிப்பான நிலம், நீண்ட ஆயுள், பலம் ஆகியன கிட்டட்டும்.

வெல்லமுடியாத வலிமை உள்ள அக்னியே எங்களுக்கு அளவற்ற செல்வத்தினை அளிப்பாயாக. எங்களைச் சுற்றி செல்வம் இருக்கட்டும். செழிப்பிற்கான வழியைக்காட்டு.

கடவுளர்களே எங்களுக்கு தடையற்ற வளமையைக் கொடுங்கள். இதுவரை காணாத இன்பத்தில் நாங்கள் எப்போதுமே பங்குபெற வேண்டும். அசுவினிகளின் பாதுகாப்பில் நாங்கள் இருக்க வேண்டும். நிரந்தரமான அசுவினிகளே எங்களுக்கு செல்வத்தினையும், ஆண்வாரிசினையும், நல்ல பொருள்களையும் அளியுங்கள்.

அசுவினிகளே! கால்நடைகள், ஆண்வாரிசு, இரதங்கள், குதிரைகள், உணவு ஆகியவற்றைக் கொண்டு வாருங்கள்.

சோமனே எங்களுக்குத் தைரியத்தையும் ஊக்கத்தையும் கொடு. எங்களது எதிரிகளை அழி. எங்கள் நலனுக்குப்பாடுபடு.

எங்கும் பரவியிருக்கும் சோமன் பல்லாயிரம் மடங்கு செல்வத்தையும் உணவையும் அளிக்கட்டும்; மட்டற்ற வலிமையை அளிக்கட்டும்.

சோமனே மழையை அனுப்பு; அடிவானத்தில் நீரலைகள் இருக்கட்டும்; குறையாத உணவைக்கொடு.[19]

இப்பாடல்கள் மக்டொனால்டு அவர்கள் கூறுவதை உறுதி செய்கின்றன. இப்பாடல்களில் மறு உலகம் குறித்தோ ஆன்மீகம் குறித்தோ எதுவும் இல்லை.

தோடர்களது பாடல்களும் கிட்டத்தட்ட இதே போன்ற வேண்டுதல்களைத்தான் கொண்டுள்ளன.[20]

ஆகவே வேதகாலப்பாடல்களும், பழங்குடிகளின் பாடல்களும் ஆதிகாலப் பொருள்முதல்வாதத்தன்மை கொண்டவைதான் என உறுதி செய்யலாம்.

இரிக் வேதக கடவுளர்களும் மனித நிலையில் இருந்து கடவுள் நிலைக்கு உயர்த்தப்பட்டவர்களே என்பதால் அவர்களும் மானுட மூலம் கொண்டவர்கள்தான். இதுவரை பார்த்த இரிக்வேதப் பாடல்கள் குறித்தத் தரவுகள் அனைத்தும் அதைத்தான் உறுதி செய்கின்றன. வேதகாலமக்கள் மட்டுமல்ல உலகிலுள்ள எல்லாப் பழங்குடி மக்களது கடவுள்களும் மானுடமூலம் கொண்டவர்கள்தான். ஆகவே இக்கடவுள்களும், அவர்களுக்கான வேண்டுதல் பாடல்களும் ஆதிகாலப் பொருள்முதல்வாதத்தன்மை கொண்டன.

வள்ளுவன் தனது 50 ஆவது குறளில்,

"வையத்துள் வாழ்வாங்கு வாழ்பவன் வானுறையும்
தெய்வத்துள் வைக்கப் படும்'

எனப் பாடியுள்ளான். அதாவது இந்த உலகில் யார் மிகச்சிறந்த முறையில் வாழ்கிறார்களோ அவர்கள்தான் தெய்வங்களாக வணங்கப்படுவர் எனக் கூறுகிறான் வள்ளுவன். இந்த அடிப்படையில்தான் பழந்தமிழகத்தின் நில தெய்வங்களும், குலதெய்வங்களும், நடுகல் தெய்வங்களும் வணங்கப்பட்டனர். கொற்றவை, சேயோன் (முருகன்), மாயோன் (திருமால்), வேந்தன் (இந்திரன்), வருணன் ஆகிய நில தெய்வங்களும் இன்னபிற குல தெய்வங்களும், நடுகல் தெய்வங்களும் தமிழர்களின் முன்னோர்கள் தான். முப்பாட்டன்கள்தான். சங்ககாலம் வரை இக்கடவுள்கள் மானுடத்தன்மை, அல்லது அரைமானுடத்தன்மை கொண்டவர் களாகவே இருந்தனர். இவர்கள் மாந்திரீகத் தெய்வங்களாக, சிவனிய மாலிய தெய்வங்களாகவே வழிபடப்பட்டனர். வளர்ச்சிபெற்ற நகர அரசுகளில் பூசாரிகள் என்பவர்கள் இல்லாது ஒழிக்கப்படுகின்றனர். அங்கு பொருள்முதல்வாத மெய்யியல்தான் சமூகத்தின் அடித்தளமாக இருக்கிறது. அதன் காரணமாக அங்கு முழுமுதல் கடவுள் என்ற சிந்தனை உருவாவதில்லை, உருவானாலும் ஏற்கப்படுவதில்லை. கி.பி. 5ஆம் நூற்றாண்டிற்குப் பின்னர்தான் முக்கியமாக பக்திக் காலகட்டத்தில்தான் எல்லாம்வல்ல முழுக்கடவுள் என்ற கருத்தாக்கம் உருவானது. ஆகவே நாகரிக காலத்திற்கு முன்வரை இருந்த எல்லாப் பழங்குடி மக்களது கடவுள்களும் மனிதர்களில் இருந்து உருவானவர்கள்தான். அவர்கள் அனைவரும் பழங்குடிகளது முன்னோர்களாக இருந்து, அவர்களின் சிறப்பான செயல்களுக்காகப் படிப்படியாக தெய்வ நிலைக்கு உயர்த்தப்பட்டவர்கள். ஆகவே வேதகாலக் கடவுள்களான வருணன், இந்திரன், உருத்ரன் போன்ற அனைவருமே மனிதர்களாக இருந்து, பின் படிப்படியாகக் கடவுள் நிலைக்கு உயர்த்தப்பட்டவர்கள்.

ஆதிகாலப் பொருள்முதல்வாதம்

போலச்செய்தல் என்பதை அடிப்படையாகக்கொண்ட தொடக்கால மேய்ச்சல் நில மக்களின் உற்பத்திச்சடங்குகள், தொடக்ககால வேளாண்மை மக்களின் வளமைச்சடங்குகள், தாந்திரீகச்சடங்குகள் ஆகிய அனைத்துமே தங்கள் தங்கள் பொருளாதாரத் தேவைகளை ஈடுசெய்ய செய்யப்பட்ட சடங்குகள் என்பதை மேற்கண்ட தரவுகள் உறுதி செய்கின்றன. எனவே ஆதிகால மனிதனின் போலச்செய்தல் செயல்பாடுகளும், அதன் பிந்தைய அநாகரிக மக்களின் இடைக்காலம் வரையிலான (கண ஆட்சிமுறை வலிமையாக இருந்த காலம் வரை) போலச்செய்தலை அடிப்படையாகக்கொண்ட அனைத்து வகையான சடங்குகளும் பொருளாதாரத் தேவைகளுக்காகச் செய்யப்பட்டவை என்பதால் அவை அனைத்தும் பொருள்முதல்வாதத்தன்மை கொண்டவை. ஆகவே அவற்றில் இருப்பது எல்லாம் ஆதிகாலப் பொருள்முதல்வாதம்தான்.

உலகம் முழுவதும் இதே நிலைதான் இருந்து வந்தது. அதுபோன்றே அன்றைய கடவுள்கள் என்போர் மனிதர்கள்தான். அவர்களுக்கு மானுடத்தன்மை அல்லது அரை மானுடத்தன்மைதான் இருந்தது. அவர்கள் இக்காலக்கடவுள்களைப் போன்றவர்கள் அல்ல. மனிதர்கள் தங்களது விருப்பங்களான பொருளாதாரத் தேவைகளை நிறைவேற்றவே இம்மனிதத் தெய்வங்களை வேண்டினர். அன்று மனிதர்கள், அதாவது இன முன்னோர்கள்தான் தெய்வங்களாக இருந்தனர் ஆகவே அன்றைய அவர்களது வேண்டுதல்பாடல் முதலான அனைத்திலும் ஆன்மீகமோ, சமயமோ, கடவுளோ இருக்கவில்லை. ஆகவே தொழிலும் வேளாண்மையும் வளர்ச்சி அடைந்து சொத்துடமை உருவாகத்தொடங்கி வகுப்புகளும் வர்க்கங்களும் தோன்றும் வரை அதாவது நாகரிக காலம் தொடங்குவதற்கு முன்வரை ஆதிகாலப் பொருள்முதல்வாதம்தான் இருந்துவந்தது. கருத்துமுதல்வாதம் என்பது இருக்கவில்லை.

கருத்துமுதல்வாதத்தின் தோற்றம்

உடல் உழைப்பிலிருந்து முற்றிலும் விலகி, பிறருடைய உழைப்பால் உருவாகும் உபரியை உண்டு வாழும் நிலைமை தோன்றியதாலேயே கருத்துமுதல்வாதம் தோன்றுகிறது. இந்தக் கருத்துமுதல்வாதம், பொருள்முதல்வாதம் என்பன குறித்து எங்கெல்சு, "எல்லாத் தத்துவங்களினுடைய அடிப்படையான கேள்வி சிந்தனைக்கும் இருப்புக்கும் இடையே உள்ள உறவு பற்றியதுதான். தங்களது உடலின் அமைப்பு குறித்து அறியாதிருந்த அப்பழங்காலத்தில்

மனிதர்கள் கனவுகள் தரும் மாயத் தோற்றங்களின் தாக்கத்தால், தங்களது சிந்தனைகளும், உணர்வுகளும் உடலின் செயல்பாட்டினால் விளைவது அல்ல என்றும் அதற்கு உடலிலுள்ள வேறொன்றுதான் காரணம் எனவும் நம்பினார்கள். அந்த வேறொன்றுதான் ஆன்மா எனவும் அது மரணத்தின்போது உடலைவிட்டு வெளியேறிவிடுகிறது எனவும் கருதினார்கள். அதன்பின் மனிதர்கள் தங்கள் ஆன்மாவுக்கும் வெளி உலகத்திற்கும் இடையேயான உறவு குறித்து ஆராயத் தொடங்கினார்கள். அந்த ஆய்வின் முடிவில் அதற்குப்பதில் தந்த தத்துவவாதிகள் இரு பிரிவாகப் பிரிந்தனர். ஆன்மாவே இயற்கையைவிட முதன்மையானது எனக் கருதியவர்கள் கருத்துமுதல்வாதிகளாக ஆயினர். இயற்கையே முதன்மையானது எனக் கருதியவர்கள் பல்வேறு பொருள்முதல்வாதிகளாக ஆயினர்" எனக் கூறுகிறார்.[21]

உடல் உழைப்பிலிருந்து முழுமையாக விலகி இருக்கும் பொழுதுதான் கனவு போன்ற மாயத்தோற்றங்களை உண்மை என நம்பி, ஆன்மா குறித்த கருத்துகள் உருவாகின. ஆனால் உண்மையில் வரலாற்றுத் தேவைகளும் வாழ்க்கைக்கான தேவைகளும் தான் கருத்துமுதல்வாதம் தோன்றுவதற்கும் அது நிலைத்து நிற்பதற்குமான அடிப்படைக்காரணம். கருத்துமுதல்வாதக் கண்ணோட்டம் உருவாக வேண்டும் என்றால் உணர்வானது உலகிலிருந்து விடுபடவேண்டும். இதற்குரிய முன்நிபந்தனை சிந்திக்கும் வர்க்கம் உடல் உழைப்பிலிருந்து விடுபட வேண்டும் என்பதாகும். ஏனென்றால் உழைப்புச் செயல்முறை என்பது இயற்கைக்கும், இயற்கையின் பகுதியாக இருக்கும் மனித உடலுக்கும் இடையே நடக்கும் ஒன்றோடு ஒன்றுக்கான வினையின் விளைவு. மனிதன், உடலுழைப்பு சார்ந்த பணிகளில் ஈடுபட்டிருக்கும்வரை இயற்கை அல்லது பொருள் தன்மையுள்ள உலகமானது மனித உணர்வின் மீது அதன் முத்திரையைப் பதிக்கிறது.

இதுகுறித்து மார்க்சு, 'முதலாவது உழைப்பு என்பது மனிதனும் இயற்கையும் பங்கெடுக்கும் செயல். இதில் மனிதன் அவனது விருப்பத்திற்கு ஏற்ப அவனுக்கும் இயற்கைக்குமிடையே உள்ள பொருளியல் தன்மையான செயல்களைக் கட்டுப்படுத்துகிறான், ஒழுங்கு செய்கிறான். இயற்கையின் பகுதியாக உள்ள அவன் இயற்கைக்கு எதிராக நிற்கிறான். அவனது கைகால்கள், தலை, உடலின் பல்வேறு உறுப்புகள் ஆகியவற்றை இயக்குகிறான். அவனது நோக்கம் தனது தேவைகளுக்கு ஏற்ப இயற்கைப் பொருளை உருவாக்கிக் கொள்வது' என்கிறார்.[22] இயற்கையின் பண்புகளைப் புரிந்து கொண்டு தனது உழைப்பின் மூலம் மனிதன் தனக்குத் தேவையான

பொருள்களை உருவாக்கிக் கொள்கிறான். ஆகவே உழைப்புச் செயல்முறை என்பது இயற்கையுடன் மனிதன் கொண்டுள்ள உணர்வுபூர்வமான தொடர்பு வடிவம். ஆகவே மனிதன் இயற்கையோடு கொண்டுள்ள உழைப்பு என்ற அந்த உணர்வுபூர்வமான தொடர்பை விடுவிக்காமல் கருத்துமுதல்வாதக் கண்ணோட்டம் என்பது உருவாக முடியாது.

வர்க்க சமுதாயம் தோன்றிய போது கருத்துமுதல்வாதக் கண்ணோட்டம் தோன்றியதானது தற்செயலாக நிகழ்ந்த ஒரு சமநிகழ்ச்சியாகக் கருத முடியாது என எங்கெல்சு கூறுகிறார் (23). ஏனென்றால் அப்பொழுதுதான் மனித சமூகத்தின் ஒரு வர்க்கம் உழைப்பிலிருந்து விடுபட்டு பிறருடைய உழைப்பில் வாழும் சூழ்நிலை உருவாகிறது. அதனால் அந்த ஆளும் வர்க்கம் உழைப்புச் செயல்முறையிலிருந்து விடுபட்டு இருந்ததால் அது இயற்கையோடு இருந்த உணர்வுபூர்வமான தொடர்பிலிருந்து, அதாவது உழைப்பிலிருந்து விடுபட்டு கருத்துமுதல்வாதக் கணணோட்டத்தில் சிந்திக்க முடிந்தது. ஆதலால் அப்பொழுதிலிருந்துதான் கருத்துமுதல் வாதம் மலரத் தொடங்கியது. இதனை வேறுவகையிலும் விளக்கலாம். சமுதாயத்தின் தொடக்ககட்டத்தில் ஒரு செயலைச் செய்ய மனித மனது திட்டமிட்டது. பின் அந்தத் திட்டமிட்ட செயலை பிற மனிதர்களைக் கொண்டு செயல்படுத்தியது. ஆதலால் நாளடைவில் நாகரிக வளர்ச்சி என்பது மனித மனதின் உழைப்பினால்தான் ஏற்பட்டது எனக் கருதும் நிலை உருவாகியது. எனவே ஆளும் வர்க்கத்தின் உணர்வில் மனது அல்லது சிந்தனை என்பது மிகப்பெரிய முக்கியத்துவத்தைப் பெற்றது. அதன் காரணமாக வர்க்க சமுதாயம் முழுவதும் எண்ணம் அல்லது சிந்தனை முதலிடம் பெறுவதும், கருத்துமுதல்வாதம் உருவாவதும் தவிர்க்க முடியாததாக ஆகியது.

உலக வாழ்க்கையைக் கண்டனம் செய்து நிராகரிக்கும் தத்துவ நோக்கு, வாழ்க்கையையே விட்டு விலகிய தத்துவத் தேடலின் விளைவென்றே கூற வேண்டும். பண்டைய கிரேக்கத்தில் அடிமைமுறை வளர்ச்சி பெற்றதன் விளைவாக உருவானதைப் போலவே, உபநிடதகால இந்தியாவிலும் உலகை அடியோடு வெறுக்கும் போக்கு உருவானது. சுத்த உணர்வு, சுத்த ஞானம் என்றழைக்கப்படும், செயலைவிட்டு விலகிய சிந்தனையே, பொருளால் ஆகிய உலகையும் அதன் மாற்றத்தையும் வெறுக்கும் போக்குக்குக் காரணமாயிற்று. சமுதாயத்தின் ஒரு பகுதி உடல் உழைப்பிலிருந்து முற்றிலும் விலகி, பிறருடைய உழைப்பால் உருவாகும் உபரியை உண்டு வாழும் நிலைமை தோன்றியதாலேயே

- அதே போன்று புற உலகின் யதார்த்தத்தை ஒப்புக்கொள்ளும் கட்டாயத்தை விட்டு விலகியதாலேயே இந்நிலை உருவாயிற்று. ஏனெனில் உழைப்பின் செயல்பாடு மட்டுமே, புறவயமான உணர்வைத் தோற்றுவிக்க வல்லது. வேறுவிதமாகச் சொல்லவேண்டுமானால், கொள்கை, செயலிலிருந்து முற்றிலுமாக விலகிக்கொண்டது எனக் கூறுகிறார் சட்டோபாத்தியாயா.[24]

கிரேக்கத்தில் கி.மு. 5ஆம் நூற்றாண்டுக்கு முன்னால் சிந்தனை, செயல் ஆகிய இரண்டும் முதன்மையானதாகவே இருந்தன. அவற்றிற்கிடையே முரண்பாடுகள் இருக்கவில்லை. இதிகாசங்களிலும் பிற கவிதைகளிலும் அறிவென்பது தொழிற்படும் அறிவுதான். அறிவது என்பது எவ்வாறு அறிவது என்பதுதான். ஞானம் என்பது தொழிற்படும் திறன் அல்லது உழைக்கும் சக்தி மட்டுமே. உண்மையில் ஞானம் என்பது உண்மையான சிந்தனை, நேர்மையான செயல் ஆகிய இரண்டையும் குறிக்கும் என அன்று கருதப்பட்டது. பின்னாளில் அடிமைமுறை வளர்ச்சி அடைந்த பிறகு உடலுழைப்பு தாழ்வானதாக, கீழானதாகக் கருதப்பட்டது.

ஞானம் அல்லது அறிவு என்பது செயலோடு இருந்த தனது உறவை விடுவித்துக் கொண்டது. ஆதலால் இறுதியில் இந்த உலகத்திலிருந்தே தன்னை விடுவித்துக் கொண்டது. கலை என்பது இயற்கையைக் கட்டுப்படுத்துவது, அதன்மூலம் மனிதன் தன்னை விலங்குகளிலிருந்து வேறுபடுத்திக்கொள்ளும் செயல் என பண்டைய கிரேக்கப் பொருள்முதல்வாதியான டெமாக்கரிட்டசு (Democritus) கருதினார். ஆனால் கிரேக்க அறிஞரும் கருத்துமுதல்வாதியுமான பிளாட்டோ, ஞானம் என்பது இயற்கையைப் பற்றிய அறிவல்ல. கருத்துக்களால் ஆன அதி இயற்கை அல்லது இயற்கைக்கு அப்பாற்பட்டது பற்றிய அறிவு எனக் கூறினார். ஐரோப்பியத் தத்துவ வரலாற்றில் கருத்தே முதன்மையானது என பிரகடனப்படுத்திய முதல் தத்துவவாதி பிளாட்டோ. அதற்கு அவருடைய காலத்தில் கிரேக்கத்தில் இருந்த ஆண்டான்-அடிமைச் சமூகம்தான் காரணம்.[25]

சட்டங்கள் (Laws) என்ற நூலில் பிளாட்டோ அடிமைமுறையை அடிப்படையாகக் கொண்ட ஒரு சமுதாயத்தைப் படைத்திருந்தார். அதில் உயர்குடிமக்கள் உடல் உழைப்பிலிருந்து விடுவிக்கப் பட்டிருந்தனர். கலை, கைவினை, வேளாண்மை முதலியன அடிமைகளிடம் ஒப்படைக்கப்பட்டிருந்தது. அதன்மூலம் உயர்குடி மக்களின் திளைப்புத் தேவைக்கான அனைத்துப் பொருட்களையும் அளிக்கவேண்டிய பணி அடிமைகளுக்கு ஒப்படைக்கப்பட்டிருந்தது. அதன்பின் இனி உயர்குடி மக்களின் வாழ்க்கை எப்படி இருக்க வேண்டும் எனவும் புதிய வாழ்க்கைமுறை நம்முடைய வாழ்க்கையில்

எத்தகைய சிந்தனையைக் கொண்டுவரும் எனவும் அவர் கேள்வி கேட்கிறார். பின் புதியவாழ்க்கை உருவாக்கும் புதிய சிந்தனை அறிவியலுக்கு மாறானதாகவே இருக்கும். இனிமேல் இயற்கையைச் சோதனைக்கு உருவாக்குவதன் மூலம் மட்டுமே புதிய அறிவு உண்டாகும் என்று எண்ண முடியாது. ஏனெனில் இயற்கையைக் கட்டுப்படுத்த உருவாக்கப்பட்ட கருவிகளும் செயல்பாடுகளும் அடிமைகளிடம் ஒப்படைக்கப்பட்டுவிட்டன என அவர் பதிலும் தருகிறார். அதாவது புதிய சிந்தனை என்பது அதி இயற்கை அல்லது இயற்கைக்கு அப்பாற்பட்டது பற்றிய அறிவு என்பதாகத்தான் இருக்கும் எனவும் அதுவே ஞானம் எனவும் அவர் கூறி தனது கருத்துமுதல்வாதக் கருத்துக்களை வெளிப்படுத்துகிறார்.[26] அவரது மாணவரான அரிசுடாட்டிலும் கருத்துமுதல்வாதியாகத்தான் இருந்தார்.

உபநிடதகால இந்தியாவிலும் நிலைமை இவ்வாறுதான் இருந்தது. வேளாண்மையும், கலைகளும், கைத்தொழிலும் கீழ்வகுப்பாரின் தொழிலாக ஆகின. ஆளும் வர்க்கமும் அவர்களை அண்டிப்பிழைத்த பூசாரிகளும் உழைப்பின்றி பிறருடைய உழைப்பில் வாழ்ந்து கொண்டிருந்தனர். பிளாட்டோ செய்ததைப்போலவே தங்கள் வாழ்க்கைக்கேற்ப தங்கள் சிந்தனையை அவர்கள் சீரமைத்துக் கொண்டனர். இவ்வாறு சிந்தனைக்கும் உழைப்பிற்கும் இடையே ஏற்படுத்தப்பட்ட பிளவே உலகை மறுக்கும் தத்துவம் (கருத்து முதல்வாதம்) தோன்றக் காரணமாயிற்று. அன்றைய ஆளும் வர்க்கமும் பூசாரிகளும் உழைப்பிலிருந்து விடுபட்டு இருந்ததால் ஆன்மாவை இயற்கையைவிட முதன்மையானது எனவும் இயற்கை ஆன்மாவை விட முதன்மையானது என்பது தவறானது எனவும் கருதினர்.

உழைப்பிலிருந்து விடுபடும்பொழுதுதான் ஆன்மா, கடவுள் போன்ற கருத்துகள் பாதுகாக்கப்படும் என வேதாந்தக் கருத்துமுதல் வாதிகள் நன்கு அறிந்திருந்தனர் எனத்தெரிகிறது. அதனால்தான் தொடக்ககால சட்ட நூலின் ஆசிரியர் பௌதாயனர் வேதங்களும், வேளாண்மையும் ஒன்றை ஒன்று அழிக்கக்கூடியவை எனக் கூறியுள்ளார். மனுவோ பிராமணர்களும் சத்திரியர்களும் வேளாண்மையைச் செய்யவே கூடாது எனவும் வேளாண்மை அடிமைத்தொழில், அது தீங்கிழைக்கக் கூடியது எனவும் கூறுகிறார். உடல் உழைப்பு என்பது கேவலமானது என்ற கருத்தே மனுபோன்ற வேதாந்திகளின் கருத்தாக இருந்தது. ஏனென்றால் உடல் உழைப்பு பொருள்முதல்வாதச் சிந்தனையைக் கொண்டுவரும் என அவர்கள் கருதினர். ஆனால் வேதாந்திகள் போற்றும் இரிக் வேதத்தின் தொடக்கக்காலப் பாடல்களில் மக்களின் கூட்டுழைப்பு போற்றிப் புகழப்படுகிறது.

உணவு, கால்நடைகள், செல்வம் போன்றவற்றைப் பெருக்குவதற்காகக் கடவுள்களும் மக்களோடு சேர்ந்து உழைப்பது என்பது அடிக்கடி சொல்லப்பட்டுள்ளது. பண்டைய இப்பாடல்களில் வேதாந்திகள் வெறுக்கும் கைவினைஞன் தெய்வங்களின் நிலைக்கே உயர்த்தப்படுகிறான். அவன் கைதேர்ந்த தொழிலாளி, உன்னதமான கலைஞன் என அவன் இப்பாடல்களில் புகழப்படுகிறான். அந்தக் காலத்தில் அறிவு அல்லது ஞானம் என்பது உழைப்பை விட்டு விலகியதாகவோ அதனை வெறுப்பதாகவோ இருக்கவில்லை.[27] ஆகவே கி.மு. 7ஆம் நூற்றாண்டிலிருந்து, அதாவது உபநிடதகாலத்தில் இருந்துதான் வட இந்தியாவில் கருத்துமுதல்வாதம் வளரத் தொடங்கியது எனலாம்.

பார்வை

1. பழந்தமிழ்ச் சமுதாயமும் வரலாறும், கணியன்பாலன், NCBH, சனவரி-2023 புத்தகம்-1 பக்: 238-240.
2. உலகாயதம், தேவி பிரசாத் சட்டோபாத்தியாயா, NCBH, சூன்-2010, பக்: 307, 308.
3. உலகாயதம், தேவி பிரசாத் சட்டோபாத்தியாயா, NCBH, சூன்-2010, பக்: 311.
4. உலகாயதம், தேவி பிரசாத் சட்டோபாத்தியாயா, NCBH, சூன்-2010, பக்: 239, 240.
5. உலகாயதம், தேவி பிரசாத் சட்டோபாத்தியாயா, NCBH, சூன்-2010, பக்: 780,781.
6. உலகாயதம், தேவி பிரசாத் சட்டோபாத்தியாயா, NCBH, சூன்-2010, பக்: 117.
7. உலகாயதம், தேவி பிரசாத் சட்டோபாத்தியாயா, NCBH, சூன்-2010, பக்: 118, 119.
8. உலகாயதம், தேவி பிரசாத் சட்டோபாத்தியாயா, NCBH, சூன்-2010, பக்: 117.
9. உலகாயதம், தேவி பிரசாத் சட்டோபாத்தியாயா, NCBH, சூன்-2010, பக்: 356.
10. உலகாயதம், தேவி பிரசாத் சட்டோபாத்தியாயா, NCBH, சூன்-2010, பக்: 358.
11. உலகாயதம், தேவி பிரசாத் சட்டோபாத்தியாயா, NCBH, சூன்-2010, பக்: அறிமுக உரை - xxx.

12. உலகாயதம், தேவி பிரசாத் சட்டோபாத்தியாயா, NCBH, சூன்-2010, பக்: 380, 381.

13. உலகாயதம், தேவி பிரசாத் சட்டோபாத்தியாயா, NCBH, சூன்-2010, பக்: 386-389.

14. உலகாயதம், தேவி பிரசாத் சட்டோபாத்தியாயா, NCBH, சூன்-2010, பக்: 695, 696.

15. உலகாயதம், தேவி பிரசாத் சட்டோபாத்தியாயா, NCBH, சூன்-2010, பக்: 696- 702.

16. உலகாயதம், தேவி பிரசாத் சட்டோபாத்தியாயா, NCBH, சூன்-2010, பக்: 704-708.

17. உலகாயதம், தேவி பிரசாத் சட்டோபாத்தியாயா, NCBH, சூன்-2010, பக்: 718, 719.

18. உலகாயதம், தேவி பிரசாத் சட்டோபாத்தியாயா, NCBH, சூன்-2010, பக்: 717.

19. உலகாயதம், தேவி பிரசாத் சட்டோபாத்தியாயா, NCBH, சூன்-2010, பக்: 710-715.

20. உலகாயதம், தேவி பிரசாத் சட்டோபாத்தியாயா, NCBH, சூன்-2010, பக்: 706, 707.

21. இந்தியத் தத்துவம் ஓர் அறிமுகம், தேவி பிரசாத் சட்டோபாத்தியாயா, படைப்பாளிகளின் பதிப்பகம், தமிழில் வெ. கிருசுணமூர்த்தி, 2010, பக்: 187.

22. உலகாயதம், தேவி பிரசாத் சட்டோபாத்தியாயா, NCBH, சூன்-2010, பக்: 882.

23. உலகாயதம், தேவி பிரசாத் சட்டோபாத்தியாயா, NCBH, சூன்-2010, பக்: 880, 881.

24. இந்தியத்தத்துவம் ஓர் அறிமுகம், தேவி பிரசாத் சட்டோபாத்தியாயா, படைப்பாளிகளின் பதிப்பகம், தமிழில் வெ.கிருசுணமூர்த்தி, 2010, பக்: 165, 166.

25,26,27. இந்தியத்தத்துவம் ஓர் அறிமுகம், தேவி பிரசாத் சட்டோபாத்தியாயா, படைப்பாளிகளின் பதிப்பகம், தமிழில் வெ.கிருசுணமூர்த்தி, 2010, பக்: 168-170.

6. தமிழகத் தொல்பழங்காலம்

தமிழ்நாட்டு வரலாற்றுக் குழு எழுதி தமிழ்நாடு அரசால் வெளியிடப்பட்ட 'தமிழ்நாட்டு வரலாறு - தொல் பழங்காலம்' என்ற நூல் தமிழ்நாட்டின் தொல் பழங்காலம் குறித்துத் தந்துள்ள தரவுகள் இங்கு பயன்படுத்தப்பட்டுள்ளன. தமிழ்நாட்டின் தொல்பழங் காலத்தை பழங்கற்காலம் (Paleolithic-Old Stone Age), புதிய கற்காலம் (Neolithic-New Stone Age) என இரு பெரும் பிரிவுகளாகப் பிரிக்கலாம். புதிய கற்காலத்திற்குப் பின்னர் இரும்புப்பண்பாடு என்கிற பெருங்கற்காலம் தொடங்குகிறது. தொல் பழங்காலத்தின், பழங்கற்காலத்தை முதற் கற்காலம் (Lower Paleolithic), இடைக் கற்காலம் (Middle Paleolithic), கடைக் கற்காலம் (upper Paleolithic) என மூன்று சிறு பிரிவுகளாகப் பிரிக்கலாம்.

புதிய தரவுகள்

அத்திரம்பாக்கம் (Attirampakkam) என்பது தமிழ்நாட்டின் திருவள்ளூர் மாவட்டம், திருவள்ளூர் வட்டம், திருவள்ளூர் ஊராட்சி ஒன்றியத்தில் உள்ள ஒரு சிற்றூர். சென்னையிலிருந்து 60 கி.மீ தூரத்தில் உள்ள கொற்றலையாறு நதிப் படுகையில் இருக்கும் அத்திரம் பாக்கத்தில் தொல்பொருள் ஆய்வுகள் நடந்து வருகின்றன. அத்திரம் பாக்கத்தில் கே.டி.பானர்ஜி, சாந்தி பப்பு போன்ற அறிஞர்கள் அகழாய்வு செய்துள்ளனர். சாந்தி பப்பு அண்மையில் செய்த ஆய்வுகளின் வழியாக இந்த இடம் சுமார் 15 லட்சம் வருடங்களுக்கும் மேல் பழமையானது என்பது கண்டுபிடிக்கப்பட்டுள்ளது. சேகரிக்கப் பட்ட 7,200க்கும் மேற்பட்ட கல்லாலான கலைப்பொருட்கள் பற்றிய சமீபத்திய ஆய்வின் அடிப்படையில், ஆராய்ச்சியாளர்கள் தமிழ்நாட்டில் வாழ்ந்த முந்தைய மனித இனம் (hominins) 3,85,000 ஆண்டுகளில் ஒரு மத்திய பழங்கற்கால (Middle Paleolithic) பண்பாட்டுக் கட்டத்தை உருவாக்கியிருக்கலாம் என்றும் இந்தக் காலகட்டம் 3,85,000 ஆண்டு முதல் சுமார் 1,72,000 ஆண்டு வரை தொடர்ந்து இருந்திருக்கலாம் எனவும் கூறுகிறார்கள்.[1] இந்தத் தரவுகள் தற்போதைய புதிய கண்டுபிடிப்புகள். ஆனால் அதற்கு முந்தைய தரவுகளைக் கொண்டே இந்தக் கட்டுரை எழுதப்பட்டுள்ளது என்பதால், இந்தக் கட்டுரையில் குறிப்பிடப்படும் தொல்பழங்காலம் குறித்த காலங்கள் எதிர்காலத்தில் முழுமையாக மாற்றமடைய வாய்ப்பிருக்கிறது.

முதற் கற்காலம் (Lower Paleolithic)

தமிழகத் தொல் பழங்காலத்தை இராபர்ட் புரூட்புட், ஆல்சின் அம்மையார், சூனர் ஆகியோர் ஆய்வு செய்துள்ளனர். ஏழுரை இலட்சம் ஆண்டுகளுக்கு முன்பு ஆப்பிரிக்காவில் மனிதன் கல்லில் இருந்து கைக்கோடாரியைச் செய்து பயன்படுத்தத் தொடங்கினான். இதனைக் கைக்கோடாரிப் பண்பாடு என்பர். இந்த கைக்கோடாரிப் பண்பாடு என்கிற முதற் கற்காலம் தமிழகத்தில் சுமார் இரண்டு இலட்சம் ஆண்டுகளுக்கு முன்பு இருந்துள்ளது.[2] மனிதன் தோன்றிய காலம் முதல் இந்த முதல் கற்காலம் முடியும் வரையான காலத்தை இரிக் வேதக் கணக்குப்படி கிருத யுகம் எனலாம். மார்கன் அவர்களின் கணக்குப்படி இக்காலத்தைக் காட்டுமிராண்டி நிலையின் முதற்கட்டம் எனலாம்.

இடைக் கற்காலம் (Middle Paleolithic)

தமிழகத்தில் நாற்பதாயிரம் ஆண்டுகளுக்கு முன்பிருந்து இடைக் கற்காலம் தொடங்குகிறது. இக்கால மனிதன் நெருப்பின் பயனை அறிந்து அதனைப் பயன்படுத்தினான். ஆப்பிரிக்காவின் இடைக் கற்கால கருவிகளுக்கும் தமிழகத்தின் இடைக்கற்கால கருவிகளுக்கும் இடையே நிறைய ஒற்றுமை இருக்கிறது எனவும், ஆதலால் இக்காலப் பகுதியில் ஆப்பிரிக்காவில் இருந்து தமிழகத்திற்கு மக்கள்பெயர்ச்சி அல்லது கருத்துப் பெயர்ச்சி நடந்துள்ளது எனவும் ஆல்சின் அம்மையார் கருதுகிறார். முதற்கற்காலத்தை விட இடைக்கற்கால கருவிகள் சிறியனவாக உள்ளன. இக்காலத்தில் பியூரின் என்ற கல் உளி அரிதாகப் பயன்படுத்தப்பட்டுள்ளது.[3]

நெருப்புப் பயன்பாட்டை அறிந்திருத்தலே அம்மக்களின் சிறப்புப் பண்பாகும். தமிழகத்தில் வடமதுரை, அத்திரம்பாக்கம், திருவள்ளூர் வட்டம், காஞ்சிபுரம் வட்டம் ஆகிய இடங்களில் இடைக்கற்காலக் கருவிகள் கிடைக்கின்றன.[4] இரிக் வேதப்படியான திரேதாயுகத்தை மூன்று பகுதிகளாகப் பிரித்து அதன் முதல் பகுதியை இக்காலகட்டம் எனலாம். மார்கன் கணக்குப்படி இதனைக் காட்டுமிராண்டி நிலையின் இடைக்கட்டம் எனலாம். இக்காலகட்டத்தில் கண அமைப்பு முறை தோன்றி வளர்ந்து கொண்டிருந்தது. ஆண்-பெண் உறவு என்பது குழு மணமாக இருந்தது. புதிய தரவுகளின்படி இதன் காலம் *3,85000 - 1,72000* ஆண்டு பழமையானது. இதன்படி தமிழகத்தில்தான் முதல் நவீன மனிதன் தோன்றியிருக்க வாய்ப்புள்ளது எனச்சிலர் கருதுகின்றனர்.

கடைக் கற்காலம் (upper Paleolithic)

வேட்டைக்கு வில் அம்புகளைப் பயன்படுத்திய காலம் இக்காலம். இதற்குமுன் வேல்கள் மட்டுமே பயன்படுத்தப்பட்டன. இக்காலக் கருவிகள் உருவத்தில் மிகச் சிறியவையாக இருப்பதால் இக்காலம் சிறுகல்காலம் (microlithic) எனப்படுகிறது. இக்கருவிகளைச் செய்வதில் அழுத்தத் தொழில் நுட்பம் பயன்படுத்தப்பட்டுள்ளது. இந்தத் தமிழகக் கடைக்கற்காலத்தின் காலம் கி.மு.4000 எனச் சூனர் என்கிற ஆய்வாளர் தெரிவிக்கிறார். தாமிரபரணி ஆற்றுக்கு வடக்கிலும் தெற்கிலும், தூத்துக்குடி, திருச்செந்தூர் அருகே உள்ள தேரிகளை ஒட்டியும், வடஆர்க்காடு, செங்கல்பட்டு, மதுரை மாவட்டத்திலும் இக்காலக் கருவிகள் கிடைக்கின்றன.[5] கடற்பயணம் மேற்கொள்வதற்கு உரிய திறமை ஏதோ ஒருவகையில் இக்காலத் தமிழ் மக்களிடம் இருந்தது எனவும், இவர்களிடம் கடற்கலங்கள் இருந்திருக்க வேண்டும் எனவும் ஆல்சின் அம்மையார் கருதுகிறார்.[6]

இந்தக் கடைக் கற்காலத்தை இரிக் வேதக் கணக்குப்படி திரேதா யுகத்தின் இரண்டாம் பகுதி எனலாம். மார்கன் கணக்குப்படி இதனைக் காட்டுமிராண்டி நிலையின் இறுதிக் கட்டம் எனலாம். இக்காலகட்டத்தில் கண அமைப்பு வளர்ந்து குலங்கள் உருவாகி இருந்தன. குலங்களுக்கு இடையே தொடர்ந்து போர்கள் நடைபெற்று வந்தன. போரில் தோல்வியுற்ற குலத்தின் பெண்கள், குழந்தைகள் உட்பட அனைவரும் கொல்லப்பட்டனர். உணவுக்கான போராட்டம் மிகவும் கடுமையாகவும் கொடுமையாகவும் இருந்ததே அதற்கான காரணம். இக் காலகட்ட ஆண்-பெண் உறவு என்பது குழுமணம் எனினும் அது பல கட்டங்களைத் தாண்டி வளர்ச்சி அடைந்து கொண்டிருந்தது.

புதிய கற்காலம் (Neolithic-New Stone Age)

ஓரிடத்தில் நிலையாகக் குடியேறி வேளாண்மை செய்யக் கற்றுக்கொண்ட காலமே தமிழகத்தின் புதிய கற்காலம். தமிழ்நாட்டின் "பையம்பள்ளி" அகழாய்வின் மூலம் இக்காலகட்ட மக்களின் வாழ்க்கையை அறிந்துகொள்ள முடிகிறது. இக்காலத்தில் தமிழக மக்கள் குடிசைகளில் வாழ்ந்து வந்தனர். இரண்டு அறை கொண்ட குடிசைகள் இருந்தன. இக்காலத் தமிழ் மக்கள் செல்ட் (celt) எனப்படும் கற்கோடாரிகளைப் பயன்படுத்தினர். கல்லால் செய்யப்பட்ட உளி, கொத்து, தோண்டு தடிகள் போன்ற வேளாண் கருவிகளும், அம்மி, குழவி, திரிகை போன்ற வீட்டுக் கருவிகளும் இருந்தன. இவை போக எலும்பினால் செய்யப்பட்ட துளையிடுகருவிகள், முனை போன்ற

கருவிகள், சுரண்டு கருவிகள் முதலியன இருந்தன. இக்காலத் தமிழ் மக்கள் முதலில் சாம்பல் நிற மட்கல வகைகளையும் பின் சிவப்பு நிற மட்கல வகைகளையும் பயன்படுத்தினர்.[7]

இக்காலத் தமிழ் மக்கள் ஒரு வரையறுத்த சமூகமாக வாழத் தலைப்பட்டனர் எனவும் பத்துப் பதினைந்து வீடுகள் கொண்ட ஊர்த் தொகுதிகள் ஏற்பட்டிருந்தன எனவும், கால்நடைகளைப் பேணி வளர்த்தனர் எனவும் கேழ்வரகு, கொள்ளு, பச்சைப் பயறு முதலான தானியங்களைப் பயிரிட்டனர் எனவும் வேட்டையாடுதலையும் செய்து வந்தனர் எனவும் தெரிய வருகிறது. இத்தன்மைகள் அனைத்தும் பழந்தமிழ் இலக்கியங்கள் காட்டும் குறிஞ்சி நில மக்களின் வாழ்க்கையைப் போன்றுள்ளது எனலாம். ஆகவே, இந்தப் புதிய கற்காலமே தமிழக நாகரிகத்தின் முதல் படி எனலாம். இந்தப் புதிய கற்காலம் என்பது பாலத்தீனப் பகுதியில் கி.மு. 6000 எனவும் தமிழகத்தில் அதைவிட இரண்டாயிரம் அல்லது மூவாயிரம் ஆண்டுகள் பிற்பட்டதே எனவும் கருதப்படுகிறது. ஆகவே, தமிழகத்தின் புதிய கற்காலத்தை கி.மு. 3000 என வரையறுக்கலாம்.[8]

மார்கன் கணக்குப்படி இக்காலகட்டத்தை அநாகரிக நிலையின் தொடக்கக்கட்டம் முதல் இடைக்கால கட்டம் வரை எனலாம். இக்கால கட்டத்தில் ஆண்-பெண் உறவு என்பது இணைக் குடும்ப முறையாக இருந்தது. இக்கால கட்டத்தில் கணம், குலம் முதலியன வளர்ந்து குலக்குழுக் கூட்டமைப்பு உருவாகி இருந்தது. அமெரிக்கச் சிவப்பிந்தியர்கள் இக்கால கட்டத்தை முழுமையாக அடையவில்லை. இக்கால கட்டத்தில் தமிழர்கள் அமெரிக்க சிவப்பிந்தியர்களை விட முன்னேறி இருந்தனர். இக்கால கட்டத்தில் தமிழர்கள் வேளாண்மை செய்தனர், கால்நடைகளை வளர்த்தனர், கடற்கலங்களைக் கொண்டு கடற் பயணம் செய்தனர்.

மரபணு ஆய்வும் காலமும்

புதிய மரபணு ஆய்வுகளின்படி ஒன்றரை இலட்சம் ஆண்டுகளுக்கு முன் இன்றைய மனிதன் ஆப்பிரிக்காவில் தோன்றி உலகம் முழுவதும் பரவி வாழ்ந்து வருகிறான் எனவும், அவன் தமிழகத்தை கி.மு. 70,000 ஆண்டுவாக்கில் வந்தடைந்தான் எனவும் கண்டுணரப் பட்டுள்ளது. ஆப்பிரிக்காவில் இருந்த முதற் கற்கால, இடைக் கற்கால கருவிகளுக்கும் தமிழகத்தில் இருந்த முதற் கற்கால, இடைக் கற்கால கருவிகளுக்கும் இடையே ஒற்றுமை இருப்பதாகவும், ஆப்பிரிக்காவில் இருந்து தமிழகத்திற்கு மக்களின் இடப் பெயர்ச்சி நடந்திருக்கலாம் எனவும் ஆல்சின் அம்மையார் முன்பே கருத்துத் தெரிவித்திருந்தார். அதனை இந்த மரபணு ஆய்வு உறுதி செய்துள்ளது.

கி.மு.70,000 ஆண்டுவாக்கில் தமிழகத்தை வந்தடைந்த ஆப்பிரிக்க மனிதன் இடைக் கற்காலப் பண்பாட்டையும் கொண்டுவந்தான். நவீன மரபணு ஆய்வு ஆப்பிரிக்காவில் தோன்றிய மனிதனே உலகம் முழுவதும் பரவியுள்ளான் என்பதை நிறுவியுள்ளது. ஆகவே ஆப்பிரிக்க மனிதன் தமிழகம் முழுவதும் பரவி அதற்கு முன்பிருந்த இனத்தை அழித்துத் தன்னை நிலை நிறுத்திக்கொண்டான். ஆதலால் கி.மு.50,000வாக்கில் தமிழகம் முழுவதும் இந்த இடைக் கற்காலப் பண்பாடு பரவிவிட்டது. இந்த இடைக் கற்காலத்திற்குப்பின் வந்த கடைக் கற்காலம் கி.மு.4000 வாக்கில் இருந்தது என்கிறார் சூனர். ஆனால் கடைக்கற்காலம் எப்பொழுது தொடங்கியது என்பது அறியப்படவில்லை. ஆனால் அதன்பின் தமிழகத்தில் புதிய கற்காலம் (Neolithic or New Stone Age) என்பது கி.மு.3000 முதல் தொடங்குகிறது. ஆகவே, கடைக்கற்காலம் கி.மு.5000 வாக்கில் தொடங்கியது எனலாம். மார்கன் இக்கால கட்டங்களை முறையே காட்டுமிராண்டி நிலையின் முதற்கட்டம், இடைக்கட்டம், இறுதிக்கட்டம் என வரையறுத் துள்ளார். பழங்கற்காலம் முடியும் வரை உலகம் முழுவதும் மனித இன வளர்ச்சி என்பது ஒரே மாதிரிதான் இருந்துவந்துள்ளது. ஆனால் புதிய கற்காலத்தில் இருந்து, அதாவது அநாகரிக நிலையில் இருந்து இந்நிலை மாறுகிறது.

தமிழகத்தின் இடைக்கற்காலம் (Middle Paleolithic) என்பது புதிய தரவுகளின் படி, 3,85,000 முதல் 1,72,000 வரையான ஆண்டுகள் பழமையானது என்பது முன்பே சொல்லப்பட்டது. மேலும் அத்திரம்பாக்கத்தில் 15 இலட்சம் ஆண்டுகளுக்கு முன்பே மனிதன் வாழ்ந்திருந்ததற்கான சான்றாதாரங்கள் உள்ளதாக சாந்தி பப்பு அவர்களின் ஆய்வு உறுதி செய்துள்ளது. ஆகவே உலகின் முதல் நவீன மனிதன் தமிழகத்தில் தோன்றியிருப்பதற்கான சாத்தியக்கூறுகள் அதிகமாக உள்ளது. தொடர்ந்து நடக்கும் அகழாய்வுகள்தான் இது குறித்தான இறுதி முடிவை எடுக்க வழிவகுக்கும்.

மனித இனம் வாழ்ந்த இடம், அதன் தட்ப வெப்பம், அதன் பொருளாதாரக் காரணிகள், அதன் இன்ன பிற சூழ்நிலைகள் ஆகிய இவையெல்லாம் சேர்ந்து அவனது வளர்ச்சியின் போக்கை வரையறுக்கின்றன. சான்றாக அமெரிக்கச் சிவப்பிந்தியர்கள் வாழ்ந்த பகுதியில் கால்நடை வளர்ப்புக்கான வாய்ப்புகள் இருக்கவில்லை. அதனால் அவர்களால் வளர்ச்சியின் அடுத்த கட்டத்தை அடைய இயலவில்லை. கால்நடை வளர்ப்பு இறைச்சி, பால் பொருட்கள் முதலியனவற்றை அதிக அளவில் வழங்குகிறது. இவற்றைப் பெறும் இனம் நாளடைவில் மேலான வளர்ச்சியைப் பெறுகிறது. சான்றாக

தாவர உணவு மட்டும் உட்கொண்டு வந்த நியூ மெக்சிகோவைச் சேர்ந்த பியூப்ளோ மக்களின் மூளையை விட இறைச்சியையும், மீனையும், அதிகம் உண்டு வந்தவர்களின் மூளை பெரியதாக இருந்துள்ளது. ஆகவே, கால்நடை வளர்ப்பு இனங்கள் மேம்பட்ட வளர்ச்சியை அடைகின்றன. தமிழகம் புதிய கற்காலத்தில் அதாவது அநாகரிக காலத்தில் வேளாண்மை, கால்நடை வளர்ப்பு, கடற்பயணம் போன்றவற்றை மேற்கொண்டிருந்ததால் வளர்ச்சி துரிதமாக இருந்தது. கால்நடை வளர்ப்பு போன்றே கடலும் கடல் சார்ந்த வாழ்வும் மனித இனத்துக்குச் சில சிறப்புப் பண்புகளை வழங்குகின்றன. தமிழகத்தில் வேந்தர்களாக வளர்ச்சியடைந்த சேர, சோழ, பாண்டிய இனக் குழுக்கள் கடலோடு தொடர்பு கொண்டவையாகவே இருந்தன.

காட்டுமிராண்டி நிலையின் இறுதிக் கட்டத்தில் குலங்கள் உருவாகியிருந்தன. புதிய கற்காலத்தில் குலக்குழுக்கூட்டுகள் உருவாகி இருந்தன. இணைக்குடும்பமுறை உருவாகியிருந்தது. தமிழகத்தில் வேளாண்மையும், கால்நடை வளர்ப்பும், வேட்டையாடுதலும், மீன் பிடித்தலும், கடற் பயணமும் இருந்தது. மனிதன் ஒரு இடத்தில் தங்கி, ஒரு வரையறுக்கப்பட்ட சமூகமாக வாழத் தொடங்கியிருந்தான். இக்கால கட்டத்தில் தமிழகத்தில் செம்புப் பயன்பாடு இருக்கவில்லை. மார்கனின் கணக்குப்படி அநாகரிக நிலையின் முதல் இரு கட்டங்களும் புதிய கற்காலத்தைச் சேர்ந்தவை.

பெருங்கற்காலப் பண்பாடு: தமிழகம், புதிய கற்காலத்திலிருந்து நேரடியாகப் பெருங்கற்காலப் பண்பாடு என்கிற இரும்புப் பண்பாட்டுக்கு வந்து சேருகிறது. மார்கனின் கணக்குப்படியான அநாகரிக நிலையின் முதல் இரு கட்டங்களும் புதிய கற்காலத்தில் முடிவடைந்து விடுகின்றன. அநாகரிக நிலையின் இறுதிக் கட்டம் என்பது மார்கனின் கணக்குப்படி மாவீரர் காலம் எனப்படும், வீர யுகக் காலகட்டம். தமிழகத்தின் பெருங்கற்காலப் பண்பாட்டை, பெருங்கற்காலப் பண்பாடு தொடங்கி மாவீரர்காலம் முடியும் வரையான காலகட்டம் எனவும், அதன் பின் நாகரிக காலம் தொடங்கி சங்க காலம் முடியும் வரையான காலகட்டம் எனவும் இரு பிரிவுகளாகப் பிரிக்கலாம்.

தமிழகப் பெருங்கற்காலம் குறித்த அகழாய்வுத் தரவுகள்:

பெருங்கற்காலத்தில் (Megalith period) சமையலுக்காகவும், உணவு சேமிக்கவும் பல வகையான மட்கலங்களை இம்மக்கள் பயன்படுத்தினர். இரும்பு, வெண்கலம் போன்ற உலோகங்களைக் கொண்டும் பல வகையான பாத்திரங்களைச் செய்து பயன்படுத்தினர்.

மட்கலம் வனையும் தொழிலும், கருமார, கன்னாரத் தொழிலும் நன்கு வளர்ச்சி அடைந்திருந்தன. இவை போக இரும்பினால் செய்யப்பட்ட பல வகையான வேளாண் கருவிகளும் ஆயுதங்களும் கிடைத்துள்ளன. வேளாண் தொழிலுக்குத் தேவைப்படும் பல வகையான பொருட்களும் இரும்பினால் செய்யப்பட்டவையாக இருந்தன. இரும்பினால் செய்யப்பட்ட வேளாண் கருவிகளான மண்வெட்டிகள், கொத்துகள், பட்டையான கோடாரிகள், கடப்பாறைகள், அரிவாள்கள், கருக்கரிவாள்கள் ஆகியன கிடைத்துள்ளன. இவை போகப் பலவகையான பேனாக் கத்திகள், உளிகள், வாய்ச்சுகள், ஆப்புகள், ஆணிகள், தூண்டில் முள்கள், தகடுகள், குதிரைக் கடிவாளப் பொருட்கள், தொங்கு விளக்குகள், பலமுனை விளக்குக் கொக்கிகள், முக்காலிகள் போன்ற பல இரும்புப் பொருட்கள் கிடைத்துள்ளன. இரும்பு ஆயுதப் பொருட்களான பலவகைப்பட்ட அம்பு முனைகள், ஈட்டிகள், வேல்கள், பட்டாக்கத்திகள், வாள்கள், குறுவாள்கள் முதலியன கிடைத்துள்ளன. பொதுவாக இக்காலத் தமிழ் மக்கள் எல்லாத் தொழில்களுக்கும் இரும்பை மிக அதிக அளவில் பயன்படுத்தி வந்தனர் எனத் தெரிகிறது.

நாகரிக வளர்ச்சிக்கு மிக அடிப்படையான வேளாண்மை மிகுந்த வளர்ச்சியைப் பெற்றிருந்தது. நன்செய்ப் பயிரான நெல்லும், புன்செய்ப் பயிர்களான கொள்ளு, கேழ்வரகு, சோளம் முதலியனவும் பயிரிடப்பட்டன. குறுவை நெல் அன்றே பயிரிடப்பட்டது. இக்காலத் தமிழ் மக்கள் பல வகையான மணிக்கற்களைச் செய்தனர். தங்கம், வெள்ளி, செம்பு போன்ற உலோகங்களைக் கொண்டும், சங்கு, கார்னீலியன் சாசுபர், அகேட், ஆனிக்சு, செர்பன்டெயின், சுபீடைட், குவார்ட்சு போன்ற அரிய வகைக் கற்களைக் கொண்டு பல வகையான மணிகள் செய்யப்பட்டன. கண்ணாடி, பளிங்கு, சங்கு முதலியன கொண்டு பல வகையான வளையல்கள் செய்யப்பட்டன. உலோக அகல் விளக்குகள், சிறந்த வேலைப்பாடுகளையுடைய உலோகப் பாத்திரங்கள் செய்யப்பட்டுள்ளன. இந்தப் பெருங்கற்காலச் சின்னங்கள் பெரும்பாலும் தமிழ்நாடு முழுவதும் நீர் வளம் உள்ள ஏரிகளின் அருகே அதிகம் கிடைக்கின்றன.[9]

பெரிய வீடுகள் எல்லாம் மண் சுவர்களைக் கொண்டு கட்டப்பட்டன. கற்களைக் கொண்டு கட்டப்படவில்லை. தமிழகப் பெருங்கற்கால மட்கலங்களில் குறிகள் காணப்படுகின்றன. இக்குறிகளை பி.பி.லால் (Lal.B.B.) அவர்கள் 53 வகைகளாகப் பிரித்துள்ளார். இக்குறியீடுகளுக்கும் சிந்துவெளிக் குறியீடுகளுக்கும் இடையே நெருங்கிய தொடர்பு உள்ளது எனவும், இக்குறியீடுகளில்

89% குறியீடுகள் சிந்துவெளிக் குறியீடுகளோடு ஒற்றுமை கொண்டுள்ளன எனவும் லால் தெரிவித்துள்ளார். தமிழ்நாட்டில் ஏறக்குறைய எல்லா வட்டாரங்களிலும் பெருங்கற்காலச் சின்னங்கள் உள்ளன. ஆதலால் இன்றைய தமிழ்நாடு முழுவதும் அன்றைய இரும்புப் பண்பாட்டுக் காலத் தமிழ் மக்கள் பரவலாக வாழ்ந்தனர் எனலாம். அன்று பிணங்கள் பெரும்பாலும் புதைக்கப்பட்டன, எரிக்கப்படவில்லை. புதிய கற்காலத்தில் இறந்தவர்களைத் தங்களது வீடுகளுக்குள்ளோ அல்லது அதன் அண்மையிலோ புதைத்தனர். ஆனால் பெருங்கற்காலத்தில் இறந்தவர்களை ஊரிலிருந்து தள்ளித் தனி இடுகாடுகளில் புதைத்தனர்.[10]

மேலே தரப்பட்டவை போக முனைவர் கா.இராசன் அவர்களின் தொல்லியல் நோக்கில் சங்ககாலம் என்ற நூலில் தரப்பட்டுள்ள கொடுமணல், ஆதிச்சநல்லூரில் நடந்த அகழாய்வுத் தரவுகள் குறித்த விபரங்களும், வணிகம், தொழில்நுட்பம் ஆகிய தலைப்புகளில் 79-130 வரையான 52 பக்கங்களில் தரப்பட்ட தரவுகளும், சங்ககாலத் தமிழர்கள் வேளாண்மை, தொழில்நுட்பம், பொருளுற்பத்தி, கடல்வணிகம் முதலியவற்றில் பெற்றிருந்த உன்னத வளர்ச்சியை உறுதி செய்கின்றன.[11]

சங்ககாலமும் மாவீரர் காலமும்

தமிழகத்தின் தொல்பழங்காலம் குறித்த வரலாற்றை அகழாய்வுத் தரவுகளைக்கொண்டு, பொருள் உற்பத்தி அடிப்படையில் நாம் ஓரளவு அறிந்துகொண்டோம். ஆனால் அக்காலத்தில் இருந்த ஆட்சி அமைப்பு குறித்தோ, ஆண்-பெண் உறவு குறித்தோ அறிந்து கொள்ளவில்லை. ஆனால் இந்த ஆட்சி அமைப்பு முறையும் ஆண்-பெண் உறவு முறையும் தொல்லினக்குழுகால சிவப்பிந்தியர்கள், வட இந்திய ஆரிய தொல்லினக்குழுக்கள், கிரேக்க உரோம தொல்லினக்குழுக்கள் போன்றுதான் இருந்திருக்க முடியும். தமிழகத்தின் பெருங்கற்காலப் பண்பாட்டை, அதன் வரலாற்றை இரு பெரும் காலகட்டங்களாக நாம் பிரித்துள்ளோம். அதன் இரண்டாம் காலகட்டத்தை நாகரிக காலகட்டம் அல்லது சங்க காலகட்டம் எனலாம். இந்த சங்க கால கட்டத்தில் இருந்த பொருள் உற்பத்தி முறை, ஆண்-பெண் உறவு முறை, ஆட்சி அமைப்பு முறை முதலியனவற்றை முதலில் கிரேக்கர்களின் மாவீரர் காலத்தோடு ஒப்பிட்டு ஆய்வு செய்வோம்.

சங்க காலமும் கிரேக்கர்களின் மாவீரர் காலமும்

கிரேக்கர்களின் மாவீரர் காலத்தில் கண அமைப்பு முறை வீரியத்தோடும் வலுவோடும் இருந்தது என்பதை மார்கனும்

எங்கெல்சும் குறிப்பிட்டுள்ளனர்.[12] கண அமைப்பு முறை என்பது இரத்த உறவை அடிப்படையாகக் கொண்டிருந்தது. கிரேக்க மாவீரர் காலத்தில் இணைக் குடும்பம் ஒருதார மணக் குடும்பத்தை நோக்கி வளர்ந்து கொண்டிருந்தது. உற்பத்தியில் சொத்துடைமை உருவாகி இருந்தது. தந்தை உரிமைக்குத் தாய் உரிமை வழிவிட்டு நின்றது. தந்தையின் சொத்துகள் மகனுக்கு உரியனவாகிக் கொண்டிருந்தன. ஆனால் இன்னமும் ஒருதார மணக்குடும்பம் உருவாகவில்லை. ஆட்சி அமைப்பில் கண அமைப்பு முறையே இருந்தது. இன்னும் அரசு உருவாகியிருக்கவில்லை.

மாவீரர் காலத்தில் பிரதேச அடிப்படையில் மக்களைப் பிரிப்பதும் உருவாக வில்லை. தொழில் அடிப்படையிலும் மக்கள் பிரிக்கப்படவில்லை. இன்னமும் கணம், குலம் முதலியனதான் அவர்களைப் பிரித்து வைப்பதற்கான அளவு கோலாக இருந்தது. பல தொழில்கள் இருந்தன ஆனாலும் தொழில் செய்பவர்கள் ஒரு குழுவாக, ஒரு வர்க்கமாக, ஒரு மக்கள் பிரிவாக உருவாகவில்லை. அதனால் மக்களைத் தொழில் அடிப்படையில் பிரிப்பது என்பதும் அன்று இருக்கவில்லை. யார் வேண்டுமானாலும் எந்தத் தொழிலை வேண்டுமானாலும் செய்யும் நிலைதான் அன்று இருந்து வந்தது.

மகாபாரதக் காலம் என்பது மாவீரர் காலத்தின் இறுதிப்பகுதிக்கு உரியது. ஆண்-பெண் உறவில் மகாபாரதக் காலத்தில் இருந்த நடைமுறைதான் மாவீரர் காலத்து நடைமுறை. மகாபாரதக் காலத்தில் இணைக் குடும்பம் ஒருதாரக் குடும்பத்தை நோக்கி வளர்ந்து கொண்டிருந்ததையும், அரசு உருவாகிக் கொண்டிருந்ததையும், தந்தை உரிமையின் தொடக்கம் பெண்ணை மிகவும் கொடூரமான முறையில் அடிமைப் படுத்தியதையும் காண முடிகிறது. மகாபாரதக் காலத்தில் பொதுமகளிர் முறையோ பரத்தமை முறையோ இருக்கவில்லை. அன்று 'கற்பு' புனிதமானதாகவும் கருதப்படவில்லை. கிரேக்க வீரயுகக் காலம், இந்திய மகாபாரதக் காலம் ஆகியவற்றில் இருந்த மேலே கண்ட தரவுகள் எதனையும் சங்க காலத்தில் காண முடியவில்லை. சங்க காலம் என்பது இவற்றைக் கடந்து வந்துவிட்ட காலகட்டம்.

சங்க காலத்தில் இரத்த உறவு முறைக்குரிய கணம், குலம், குலக் குழுக் கூட்டு முதலியன மறைந்து மிக நீண்ட காலம் ஆகிவிட்டது. மிக நீண்ட காலத்திற்கு முன்பே தமிழகத்தில் பிரதேச அடிப்படையிலான திணைப் பாகுபாடு என்பது புகுத்தப்பட்டுவிட்டது. குறிஞ்சி, முல்லை, மருதம், நெய்தல், பாலை என்கிற திணைப் பாகுபாடுகள் தமிழ் மக்களைப் பிரதேச அடிப்படையில் பிரித்தன. தமிழகத்தில் குறிஞ்சிநிலக் குறுநில மன்னர்களும், முல்லைநிலச் சீறூர்

மன்னர்களும், மருதநில மூதூர் மன்னர்களும் சிறு நகரங்கள், பேரூர்கள் ஆகியவற்றின் ஆட்சியாளர்களாகவே உள்ளனர். அவர்கள் குலம், குலக் குழுக் கூட்டு ஆகியவற்றின் தலைவர்களாக இல்லை. அவர்கள் பிரதேச அடிப்படையில்தான் தலைவர்களாக, அரசர்களாக, மன்னர்களாக உள்ளனர். பாரி பரம்பு மலையின் ஆட்சியாளன், ஓரி கொல்லிமலையின் ஆட்சியாளன் போன்று பலரும் ஏதாவது ஒரு ஊரின், ஒரு சிறு நகரத்தின் ஆட்சியாளர்களாகவே சொல்லப் பட்டுள்ளனர். சான்றாக ஒரு நிகழ்வு. ஓரியைக் கொன்ற பிறகு காரி கொல்லிமலையின் ஒரு பெருந்தெருவில் நுழைந்தபோது, ஓரி மக்களின் நன்மதிப்பைப் பெற்றிருந்ததால் மக்கள் ஓரியைக் கொன்ற காரியை எதிர்த்துக் குரல் எழுப்புகின்றனர் (நற்:320).

"ஒருபெருந் தெருவிற் காரி புக்க" எனக் கபிலர் குறிப்பிடுகிறார். அங்கு பல பெருந்தெருக்கள் இருந்தன. அதில் ஒரு பெருந்தெருவில் காரி நுழைந்தான் என்கிறார் கபிலர். ஆகவே கொல்லிமலை பல பெருந்தெருக்களைக்கொண்ட ஒரு சிறு நகரமாக அல்லது ஒரு பெரு நகரமாக இருந்துள்ளது. ஓரி கொல்லிமலை நகரத்தைத் தலைநகராகக் கொண்ட கொல்லிமலைப் பகுதியைச் சுற்றியுள்ள பல ஊர்களைக்கொண்ட ஒரு நகர்மைய அரசு முழுவதற்குமான மன்னனாக, அதன் ஆட்சியாளனாக பிரதேச அடிப்படையில் இருந்துள்ளான் என்பதை இவை காட்டுகின்றன. அன்றைய தமிழகத்தில் தொல்லினக்குழுவின் எச்சங்கள் இருந்தன. ஆனால் தொல்லினக்குழு வாழ்க்கை முறையோ, ஆட்சிமுறையோ இருக்கவில்லை. அவை அழிந்து பல நூற்றாண்டுகள் கடந்துவிட்டன. ஆதலால் தமிழகத்தில் சங்ககால ஆட்சியமைப்பு என்பது பிரதேச அடிப்படையில்தான் இருந்தது. ஓரி மழவர் இனத்தின் தலைவனாகவும் கருதப்பட்டான். அதியமானும் மழவர் இனத்தலைவனாக இருந்தான்.

ஆனால் மழவர் என்ற தொல்லினக்குழுவின் கணம், குலம் என்ற இரத்த அடிப்படையில் இருந்த தொல்லினக்குழுவின் தலைவர்களாக அல்ல; சேர, சோழ, பாண்டிய அரசர்கள் சேர, சோழ, பாண்டிய முதுகுடிகளின் தலைவர்களாக இருந்தது போல இவர்களும் இருந்தார்கள். அதியன்கள் அசோகனின் கல்வெட்டில் இடம்பெறும் அளவு ஒரு முக்கிய அரச குலத்தவர்களாக இருந்தனர் என்பதை இங்கு கவனத்தில் கொள்வது அவசியம். அன்றைய தமிழகத்தில் கொங்கு மண்டலமும், தொண்டை மண்டலமும், தமிழகத்தின் வட எல்லைப் பகுதிகளும் ஒப்பீட்டு அளவில் முன்னேற்றமடையாத பகுதிகளாக இருந்தன. சேர, சோழ, பாண்டியப் பகுதிகள் கடலை எல்லைகளாகக்

கொண்டு வேளாண்மை, பொருள்உற்பத்தி, தொழில்நுட்பம், வணிகம் ஆகியவற்றில் இவற்றைவிடப் பல மடங்கு முன்னேறிய நிலையில் இருந்தன என்பதையும் இங்குக் கவனத்தில் கொள்ளவேண்டும்.

மக்களை இரத்தஉறவுக் குழுக்களின் அடிப்படையில் இல்லாமல் பிரதேச அடிப்படையில் குடியிருப்புப்படி பிரித்து வைத்ததும், இரத்தஉறவுக்குப் பதில் பிரதேசம்தான் நிர்ணயிக்கிற விடயமாக ஆகியதும், அரசியல் முறைப்படி பிரதேசத்தின் இணைப்பாகங்களாக மக்கள் ஆகிப்போனதும், கணங்களை அரசிலிருந்து விலக்குவதற்கு பிரதேச முறையிலான குலங்கள் புகுத்தப்பட்டதும், கண அமைப்புக்கு மாறுபட்ட முறையில் அரசு தனது மக்களை பிரதேசங்களின்படி பிரித்தலும் ஆகிய இவை கண அமைப்பு இறந்து அரசு தோன்றுவதைக் காட்டுகிறது.[13] ஆகவே மார்கன், எங்கெல்சுவின் கருதுகோளின்படி பிரதேச அடிப்படை என்பது இரத்தஉறவு முறைக்கு முரணானதும் கண அமைப்பு முறைக்கு எதிரானதும் ஆகும். மேலும் தமிழ் மக்கள் தொழில் அடிப்படையிலும் பிரிக்கப்பட்டிருந்தனர். அது போன்றே ஒருதாரக் குடும்பம் என்பது சங்க காலச் சமூகத்தின் அடித்தளமாக மிக நீண்ட காலம் முன்பே உருவாகிவிட்டது. ஒருதாரக் குடும்பம் உருவாகி வலுப்பெறும்பொழுது அதன் அருகில் பொதுமகளிர் முறையும் பரத்தமை முறையும் வந்துவிடும் என்பது எங்கெல்சின் கூற்று. சங்க காலத்தில் ஒருதார மணக்குடும்பத்தோடு, பொதுமகளிர் முறையும் பரத்தமை முறையும் இருப்பதை நாம் காணமுடிகிறது. குழு மணம், இணை மணம் போன்றனவற்றின் எந்தத் தடயங்களையும் சங்க இலக்கியங்களில் காண இயலவில்லை. அவை மறைந்துபோய், மிக நீண்ட காலம் ஆகிவிட்டது. ஒருத்திக்கு ஒருவன் என்பது சங்க இலக்கியங்களில் ஒரு நிலையான கருத்தாக உருவாகி நிலைத்துவிட்டது.

மக்களைப் பிரதேச அடிப்படையில் பிரிப்பதும், ஒருதார மணக் குடும்பத்தை அடிப்படையாகக் கொண்ட குடும்ப அமைப்பு சமூகத்தின் அடிப்படை அலகாக உருவாகி இருப்பது என்பதும் தொழில் அடிப்படையில் மக்கள் பிரிக்கப்பட்டிருந்தனர் என்பதும் அரசு உருவாகிவிட்டது என்பதற்கான சான்றாதாரங்கள். பொருள் உற்பத்தியில் ஏற்பட்ட வளர்ச்சியின் காரணமாகத் தமிழ் மக்களைத் திணை அடிப்படையில் பிரித்த ஐந்திணைக் கோட்பாடு, மக்களைத் திணைக்கு ஏற்றவாறும் திணைக்குரிய தொழில் அடிப்படையிலும் மிக நீண்ட காலத்திற்கு முன்பே பிரித்து வைத்துவிட்டது. குறிஞ்சி நில மக்கள் கானவர், குறவர், குன்றவர் எனவும், முல்லை நில மக்கள் கோவலர், ஆயர், இடையர், அண்டர் எனவும், நெய்தல் நில மக்கள்

பரதர், வலைஞர், உமணர், நுளையர் எனவும், பாலை நில மக்கள் மறவர், எயினர், எயிற்றியர் எனவும், மருத நில மக்கள் கிழவன், ஏராளர், உழவர், அரிநர், களமர், வினைஞர் எனவும் திணை மற்றும் தொழில் அடிப்படையில் பிரிந்து போயிருந்தனர்.

சங்க காலத் தமிழகத்தில் ஏற்பட்டிருந்த கைத்தொழிலும், பட்டறைத் தொழிலும், வேளாண்மையும், வணிகமும், மீன் பிடித்தல் போன்ற கடல் சார்ந்த தொழில்களும், உலகளாவிய கடல் வணிகமும் சேர்ந்து மிகப் பிரம்மாண்டமான பொருள் உற்பத்தி வளர்ச்சியை ஏற்படுத்தி இருந்தன. தொழில்கள் தனித்தனியாகப் பிரிந்து போய் பெரும் தொழில்களாக மாறியிருந்தன. அதன் காரணமாகக் கொல்லர், தச்சர், குயவர், பொன்செய் கம்மியர், செம்புசெய் கம்மியர், சங்கு அறுப்பவர், ஆடை நெய்வோர், மனை வகுப்போர், ஓவமாக்கள், புலைத்தி, மருத்துவர், அடுமகன், தூதர், ஒற்றர், நாளிகைக் கணக்கர், நகரக் காவலர், அருங்கடிக் காவலர், உமணர், வலைஞர், உழவர், இடையர், பழையர், வலவன், பாகன், பாணர், பொருநர், கூத்தர், விறலியர், கண்ணுளர், வயிரியர், கோடியர், கடவர், இரவலர், இயவர், பயிரியர், விணையர், வேலன், கட்டுவிச்சி, அகவர், அகவலன், அகவன்மகள், மாசாத்துவான், மாநாய்க்கர் என அனைத்துச் சங்ககாலத் தமிழ் மக்களும் அவரவர் தொழில்களின் அடிப்படையில் பிரிந்து நின்றனர். ஆகவே, தமிழக மக்களிடையே சங்க காலத்தில் கணம், குலம், குலக் குழுக் கூட்டமைப்பு முதலியன இல்லாதுபோய் மிக நீண்ட காலம் ஆகியிருந்தது.

ஐந்திணைக் கோட்பாடுகளும், அகம் - புறம் கோட்பாடுகளும், சங்க இலக்கியம் செவ்வியல் இலக்கியமாக இருப்பதும், அரசியல், பொருளாதாரம், வணிகம், கலை, பண்பாடு, பலவகைப்பட்ட தொழில்கள் ஆகியவற்றில் சங்க காலத் தமிழகம் பெற்றிருந்த உயர் வளர்ச்சியும், அதன் தொழில்நுட்ப மேன்மையும், கற்பு குறித்த புனிதக் கருத்தியலும், பொதுமகளிர் முறையும், பரத்தமை முறையும், கணவனுக்குப் பின் மனைவிக்கு வாழ்க்கை இல்லை என்ற நிலையும் தமிழகம் சங்க காலத்திற்குச் சில நூற்றாண்டுகளுக்கு முன்பே மாவீரர் காலத்தைத் தாண்டி நாகரிக கால நிலையை அடைந்து விட்டது என்பதை உறுதிப்படுத்துகிறது. நாகரிக நிலை என்பது இயற்கைப் பொருட்களை மேலும் பண்படுத்தி பயன்படுத்திக் கொள்வது எனவும், கம்மியத் தொழில் குறித்தும் கலை அறிவியல் குறித்தும் அறிவு பெற்ற நிலை எனவும் எங்கெல்சு குறிப்பிடுகிறார். சங்க காலத்தில் கம்மியத் தொழிலும், கலை அறிவியல் பற்றிய அறிவும், இயற்கைப் பொருட்களைப் பயன்படுத்துவதும் பெருமளவு வளர்ச்சியைப் பெற்றிருந்ததை நாம் காண முடிகிறது.

தமிழி எழுத்தின் காலம் கி.மு. 8ஆம் நூற்றாண்டு; அதற்குப் பல நூற்றாண்டுகளுக்கு முன்பே தமிழர்கள் குறியீடுகளை கருத்துகளை வெளிப்படுத்தும் எழுத்து வடிவங்களாகப் பயன்படுத்தி வந்தனர் என்கிற இராசன், பவுன்துரை போன்றவர்களின் ஆய்வு முடிவுகள்; தமிழ் மொழி ஒரு செவ்வியல் மொழியாக வளர்ந்திருப்பது; பிரதேச அடிப்படையிலான ஐந்திணைக் கோட்பாடும், ஒருதார மணக் குடும்பமும் சங்ககாலத்திற்கு முந்தைய கருத்தியலாக உருவாகி நிலைபெற்றிருப்பது; சங்ககாலத்திற்கு முன்பே கற்பு புனிதமாகக் கருதப்பட்டு, பொதுமகளிர் முறை, பரத்தமை முறை தோன்றி வளர்ந்திருப்பது முதலியன, தமிழகத்தில் சங்ககாலத்திற்கு முன்பே சேர, சோழ, பாண்டிய முதுகுடிகள் வளர்ச்சி அடைந்த நகர அரசுகளாக உருவாகி இருந்தன என்பதை உறுதிப் படுத்துகின்றன. நகர அரசு உருவாகி நிலைபெற்றபின்தான் எழுத்தின் தோற்றம் ஒரு அவசியத் தேவையாக ஆகிறது.[14] எழுத்து உருவானபின் தான் ஒரு மொழி செவ்வியல் மொழியாக வளர்ச்சியடைய முடியும். சங்ககாலத்தில் தமிழ்மொழி ஒரு செவ்வியல் மொழியாக ஆகியிருந்தது என்பது சங்ககாலத்தில் அரசு உருவாகி நிலை பெற்றிருந்தது என்பதையும் தமிழ்ச் சமூகம் பல துறைகளிலும் மிக உயர்ந்த வளர்ச்சியைப் பெற்றிருந்தது என்பதையும் உறுதி செய்கிறது.

கி.மு.8ஆம் நூற்றாண்டில் தமிழி எழுத்து உருவாகிவிட்டது என்பதும் கி.மு.1500 வாக்கிலேயே குறியீடுகளை எழுத்துகளாகப் பயன்படுத்தப்படுவது தொடங்கி, கி.மு. 1000வாக்கில் அது பரவலாகத் தமிழகம் முழுவதும் பயன்படுத்தப்பட்டு வந்தது என்பதும் கி.மு.1000வாக்கிலேயே சிறு சிறு நகர அரசுகள் தமிழகத்தில் தோன்றிவிட்டன என்பதும் உறுதிப்படுத்துகின்றன. ஆதலால் தமிழகத்தில் கி.மு.1000க்கு முன்பே மாவீரர் காலம் முடிந்து நாகரிக காலம் தொடங்கி சேர, சோழ, பாண்டிய அரசுகள் உருவாகி இருந்தன. அதன்பின் சேர, சோழ, பாண்டிய அரசுகள் வேளாண்மை சார்ந்த நகர் மைய அரசுகளாக நீண்ட காலம் இருந்து, பிற நகர்மைய அரசுகளையும், இனக் குழுக்களையும் வென்று வேந்தர்களாக மாறினர். மேலும் தங்களுக்குள்ளும் தங்கள் வேளிர்களுக்குள்ளும் ஒரு உடன்பாட்டுக்கு வந்த மூவேந்தர் அரசுகள் தாங்கள் மட்டுமே வேந்தர்கள் என்பதை உறுதிப்படுத்தி, அதனை நடைமுறைக்குக் கொண்டு வந்தனர். இவை அனைத்தும் கி.மு.750க்கு முன்பே நடந்து முடிந்துவிட்டன. கி.மு.750இல் இருந்து சங்ககாலம் தொடங்குகிறது. இக்காலத்தில் தொல்கபிலர் தோன்றி மூலச்சிறப்புள்ள தமிழ்ச்சிந்தனை மரபுக்கான ஒரு மெய்யியல் முறையை உருவாக்கி, தமிழ் அறிவு மரபுக்கான

மிகச்சிறந்த அடித்தளத்தை ஏற்படுத்துகிறார். இவையெல்லாம் அன்று அரசு உருவாகிவிட்டது என்பதை உறுதிப்படுத்துகின்றன.

மூவேந்தர்கள் தொல்பழங்காலத்தில் இருந்து, மிக நீண்ட நெடுங்காலமாக இருந்து வருகின்றனர் என்பது போல்தான் தொல்காப்பியமும், சங்க கால இலக்கியங்களும் பேசுகின்றன. தமிழகத்தில் மூவேந்தர்களின் அரசுகள் உருவாகும் பொழுதே பிரதேச அடிப்படையிலான ஐந்திணைக் கோட்பாடும், ஒருதார மணக் குடும்பமும் உருவாகி நிலைத்துவிட்டதாகத் தெரிகிறது. தமிழகத்தில் கண்டெடுக்கப்பட்ட, புதிய கற்காலத்திற்குரியதாகக் கருதப்படுகிற மயிலாடுதுறைக் கற்கோடாரி, சில சிந்துவெளிக் குறியீடுகளைக் கொண்டிருக்கிறது. ஐராவதம் மகாதேவன் அதன் காலம் கி.மு.1500 முதல் 2000 வரை எனக் கணித்துள்ளார். ஆகவே இந்தக் குறியீடுகளை தமிழர்கள், கி.மு.1500 வாக்கில், கருத்துகளை வெளிப்படுத்தும் எழுத்து வடிவமாகப் பயன்படுத்தியுள்ளனர். இதனை இராசன், பவுன்துரை ஆகியவர்களின் ஆய்வுமுடிவுகளும் உறுதி செய்கின்றன. அநாகரிக நிலையின் இறுதிக் கட்டத்தில் இரும்புப் பண்பாட்டுக் காலத்தில் மனிதர்கள் வரிவடிவத்தை எழுதுவதற்குப் பயன்படுத்துவர் எனவும், அந்த எழுத்தைப் பயன்படுத்துவதன் வழியாகவே அவர்கள் நாகரிக நிலையை அடைவர் எனவும் எங்கெல்சு குறிப்பிடுகிறார். தமிழர்களும் கி.மு.1500 வாக்கிலேயே குறியீடுகளை எழுத்து வடிவமாகப் பயன்படுத்தினர். அதன் வழியாகவே அவர்கள் கி.மு.750க்கு முன்பே நிலையான அரசுகளை உருவாக்கி, நாகரிக நிலையை அடைந்தனர் எனலாம்.

மாவீரர்காலம் என்பது அரசு உருவாகாத காலம்; ஒருதார மணக் குடும்பங்கள் சமூகத்தின் அடிப்படை அலகாக ஆகாத காலம்; பொதுமகளிர் முறை, பரத்தமை முறை முதலியன தோன்றியிராத காலம்; கற்பு புனிதமாகக் கருதப்படாத காலம்; மக்களைப் பிரதேச அடிப்படையில் பிரிக்காத காலம்; இரத்தஉறவுகளைக் கொண்டே மக்களைக் கணம், குலங்களாகப் பிரித்து வைக்கின்ற காலம். குலங்களுக்கிடையே இடைவிடாது போர்கள் நடந்து கொண்டிருந்த காலம்; தமிழகத்தில் இந்த மாவீரர்காலம் கி.மு.1000க்கு முன்பே முடிந்துவிடுகிறது. அதேகாலத்தில்தான் சேர, சோழ, பாண்டிய நகர அரசுகள் உருவாகி, வளர்ச்சியடைந்து கி.மு.750 வாக்கில் அவை வேந்தர்களாக நிலை பெற்றுவிட்டன. கிரேக்கத்தில் கி.மு.8ஆம் நூற்றாண்டுவாக்கில் மாவீரர் காலம் முடிவுற்று விடுகிறது. அதன்பின் ஏதென்சில் அத்தீனியர்களின் அரசு உருவாகத் தொடங்கி கி.மு.500வாக்கில் அது ஒரு நிலையான அரசாக ஆகிறது. ஆதிச்சநல்லூர்

நாகரிகத்தின் தொடக்ககாலம் கி.மு.2000 எனவும், கி.மு. 500வாக்கில் அது ஒரு தொழில் நகரமாக இருந்தது எனவும் முனைவர் இராமசாமி தெரிவித்துள்ளதை முன்பே குறிப்பிட்டுள்ளோம். முனைவர் கா.இராசன் கி.மு.1000வாக்கில் தமிழகத்தில் ஒரு பெரிய பண்பாட்டுப் புரட்சி ஏற்பட்டதாகத் தெரிவித்துள்ளார் என்பதையும் முன்பே குறிப்பிட்டுள்ளோம். இவற்றைக் கணக்கில்கொண்டு பார்க்கும் பொழுது தமிழகத்தில் கிட்டத்தட்ட கி.மு.1000க்கு முன்பே அதாவது சங்க காலத்திற்குச் சில நூற்றாண்டுகளுக்கு முன்பே வீரயுகம் முடிந்து, கி.மு.750வாக்கில் சங்ககாலம் தொடங்கிவிட்டது.

ஏ.கே இராமானுசமும் கைலாசபதியும் மருதநாயகமும்

சங்ககாலம் என்பது வீரயுகக்காலம் எனக் கூறிய கைலாசபதியின் கூற்றை, ஏ.கே இராமானுசம், தனது காதலும் வீரமும் பற்றிய கவிதைகள் என்கிற ஆங்கில நூலின் பின்னுரையில் மறுக்கிறார். பல புறநானூற்றுப் பாடல்கள் மறைந்துவிட்ட ஒரு காப்பியத்திலிருந்து பெறப்பட்ட துண்டுகள் என்ற கைலாசபதியின் கருத்தை மறுக்கும் இராமானுசம், ஒவ்வொரு புறப்பாடலும் கலை நுட்பத்தோடு முழுமை பெற்றவை என்கிறார்.

இவற்றை எடுத்துக்கூறும் முனைவர் வ. மருதநாயகம், சாட்விக்கும் பௌராவும் வீரயுகத்திற்கு பின்வந்த கவிதையானது எளிமையிலிருந்து விரிவுக்கும், குழூத்தன்மையிலிருந்து தனித்தன்மைக்கும் உயர்ந்ததென்று கூறியுள்ளனர் என்கிறார். சங்கப்பாடல்கள் தனித்தன்மையும், கருத்தாழமும், நுட்பமும், திட்பமும் பெற்று விரிவு பெற்றவை எனவும் வீரயுகக் கவிதைகளில் இல்லாத ஐந்திணை மரபு சங்கப்பாடலில் உள்ளது எனவும், சங்கப்பாடல்களில் 70 விழுக்காட்டுக்கு மேல் வீரர்களைப் பற்றியது அன்று எனவும் மருதநாயகம் கூறுகிறார்.

மேலும் சங்கப்பாடல்கள் பாணர் பாடல் மரபிலிருந்து வெகு தொலைவு முன் சென்றுவிட்டன என்பதற்கு ஏராளமான சான்றுகள் உள்ளன எனவும் கூறிச் சில சான்றுகளையும் அவர் தந்துள்ளார். இறுதியாக அவர், "தமிழ்ச் சமுதாய, இலக்கிய வரலாற்றில் வீரயுகம் என்பது சங்க இலக்கியங்களுக்குப் பல நூற்றாண்டுகளுக்கு முன்னதாக இருந்திருக்க வேண்டும் என்பதைப் புறநானூற்றுப் பாடல்களும் ஏனைய சங்க இலக்கியங்களும் காட்டும் பண்பாட்டு முதிர்ச்சி யிலிருந்து அறியலாம். கிரேக்க வீரயுகப்பாடல்கள் சுட்டும் வாழ்க்கை நோக்கு சங்கச் சான்றோர் கவிதைகள் சுட்டும் வாழ்க்கை நோக்கிலிருந்து மாறுபட்டது. மனித வாழ்வின் எல்லாக் கூறுகளையும் நுட்பமாகப் பார்த்து, அவைபற்றி ஆழமாகச் சிந்தித்து கலை நுணுக்கத்தோடு

முதிர்ந்த அறிஞர்களால் எழுதப்பட்டவற்றை, வாய்மொழிப் பாடல்களின் ஓரிரு கூறுகள் இருப்பதால் வீரயுகப் பாடல்கள் என்று அடையாளம் காண்பது தவறாகும்" என்கிறார் அவர்.[15] ஆகவே அவரது கருத்துப்படி சங்ககாலப் பாடல்கள் வீரயுகம் எனப்படும் மாவீரர் கால கட்டத்திற்குப் பல நூற்றாண்டுகள் பிந்தையன. நமது கணிப்பும் அக்கருத்தோடு ஒத்துப்போகின்றது.

பார்வை

1. சென்னை அருகே வாழ்ந்த ஆதி மனிதர்கள்: 3,85,000 ஆண்டுகளுக்கு முந்தைய வரலாறு, முரளிதரன் காசிவிசுவநாதன், பிபிசி தமிழ், 7 பிப்ரவரி 2018 & மே 22, 2023 தினமணி 15 இலட்சம் ஆண்டுகள் பழமையான அத்திரம்பாக்கம் - கீழடி இசுபெசல்.

2. தமிழ்நாட்டு வரலாறு, தொல்பழங்காலம், தமிழ்நாடு அரசு வெளியீடு, பக்: 175 & 167.

3. பக்: 174. & Bridget Allchin Op. cit., p. 123.

4. பக்: 169.

5. பக்: 175-181.

6. பக்: 181. & Bridget Allchin, Stone - Tipped Arrow (Phoenix House, London, 1966), pp.140 & 141.

7. பக்: 187-191.

8. பக்: 195-197.

9. தமிழ்நாட்டு வரலாறு, தொல்பழங்காலம், தமிழ்நாடு அரசு வெளியீடு, பக்: பக்: 221-228.

10. பக்: 215, 240, 245. & . Lal, B.B., From the Megalithic to the Harappa: Tracing Back the Graffiti on the pottery', Ancient India, No. 16 (1960), pp. 4-24

11. தொல்லியல் நோக்கில் சங்ககாலம், முனைவர் கா.இராசன், உலகத் தமிழாராய்ச்சி நிறுவனம், 2010, பக்: 79-130.

12. குடும்பம், தனிச்சொத்து, அரசு ஆகியவற்றின் தோற்றம், பி.எங்கெல்சு, பாரதி புத்தகாலயம், 2008, பக்: 133.

13. குடும்பம், தனிச்சொத்து, அரசு ஆகியவற்றின் தோற்றம், பி.எங்கெல்சு, பாரதி புத்தகாலயம், 2008, பக்: 142, 145, 161, 211, 212.

14. பழந்தமிழ்ச் சமுதாயமும் வரலாறும், கணியன் பாலன், NCBH சனவரி -2023 புத்தகம் - 1, பக்: 432-433.

15. தமிழ்ச் செவ்வியல் இலக்கியம் மார்க்சிய ஆய்வுகள், கோவை வாணன், NCBH, செப்டம்பர் 2011, பக்:129-131.

பின் இணைப்பு: தமிழகத் தொல்பழங்காலம்

1. **அத்திரம் பாக்கம்:** *இங்கு மனிதர்கள் 15 இலட்சம் ஆண்டுகளுக்கு முன்பே வாழ்ந்து வந்துள்ளனர் என்பதை நவீன அறிவியல் ஆய்வு மூலம் உறுதி செய்யப்பட்டுள்ளது எனவும் இதன் மூலம் ஆப்ரிக்காவில் நவீனமனிதன் தோன்றிய அதே காலத்தில் அல்லது அதற்கு முன்பே தமிழகத்தில் மனிதர்கள் வாழ்ந்து வந்துள்ளனர் எனவும் கூறுகிறார் முனைவர் சு.இராசவேலு. இது தமிழகத்தின் பழமைக்குச் சான்று.*

அத்திரம் பாக்கம்

பழங்கற்காலக் கற்கருவிகள்

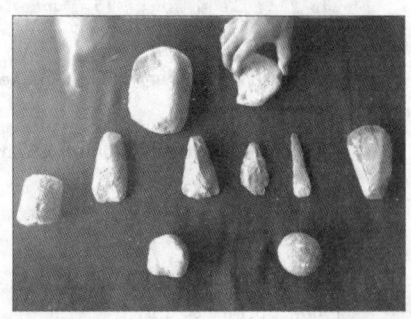

2. நுண்கருவிக்கற்காலம் (கி.மு. 4000)

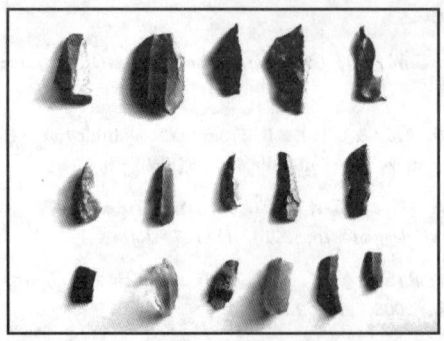

நுண்கருவிக் கற்காலகட்டத்தில் (கி.மு.4000), தமிழர்களிடம் கடற்பயணம் செய்யும் திறன் இருந்தது எனவும், அன்று அவர்களிடம் கடற்கலங்கள் இருந்திருக்க வேண்டும் எனவும் கூறுகிறார் ஆல்சின் அம்மையார். கீழ்வாலைப் பாறை ஓவியங்கள் கடற்பயணம் குறித்த காட்சியைக் கொண்டுள்ளன.

சான்று (1, 2): முனைவர் சு.இராசவேலு, அழகப்பா பல்கலைக்கழகம்

3. பண்டைய கடற்பயணம் குறித்தத் தமிழகப்பாறை ஓவியங்கள் (wikipedia)

4. புதிய கற்காலம்

கீழனூர், சவ்வாது மலை (Wikipedia)

பெருங்கற்காலம்

புதிய கற்காலத்தில் மக்கள் வேளாண்மை செய்யத்துவங்கி ஓரிடத்தில் தங்கி வாழத்தொடங்குகின்றனர். பையம்பள்ளி அகழாய்வு இக்காலகட்ட மக்கள் வாழ்க்கையை அறிந்துகொள்ள உதவுகிறது.

5. தமிழகத்தில் பாறை ஓவியங்கள்

தமிழகத்தில் நிறையப் பாறை ஓவியங்கள் இருக்கின்றன. அது பற்றிய முறையான ஆய்வு எதுவும் இதுவரை மேற்கொள்ளப் படவில்லை. அவைகளைச் சேகரம் செய்து முறைப்படி ஆய்வு செய்வது என்பது நமது பழந்தமிழகத்தைப் பற்றிய புரிதலுக்கு மிகவும் உதவும் எனலாம். முக்கியமாக சங்ககாலத்துக்கு முந்தைய தமிழக மக்களின் வாழ்க்கையை அறிந்துகொள்ள இந்தப் பாறை ஓவியங்கள் மிகவும் பயன்படும்.

தகடூர் - மல்லப்பாடி ஓவியம்

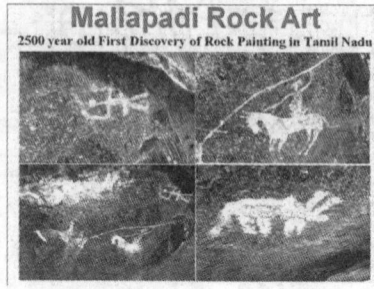

பழனி ஆனைமலை ஓவியம்

கீழ்வாலை பாறைஓவியம்

கரிக்கையூர் பாறை ஓவியம்

பெருங்கற்காலத்தில் பெரும் கற்களைக்கொண்டு இறந்தவர் புதைத்த இடங்களில் நடுவது மரபு. அதனைக்கொண்டுதான் இப்பண்பாடு பெருங்கற்காலப் பண்பாடு என அழைக்கப்படுகிறது. தமிழகத்தில் பெருங்கற்காலப் பண்பாடு தொடங்கியபொழுதே இரும்புப் பண்பாடும் தொடங்கிவிட்டது. தமிழகத்தில் கி.மு.2000 அளவிலேயே இரும்புக்காலம் தொடங்கிவிட்டது. கீழடி 4ஆம் கட்ட அகழாய்வு அறிக்கை இதனை உறுதி செய்கிறது. தமிழக இரும்புக்காலத்தை நாம் வீரயுகக்காலம், சங்ககாலம் என இரண்டாகப் பிரிக்கலாம். கி.மு.2000 முதல் கி.மு.1000க்கு முன்புவரை வீரயுகக்காலம் எனலாம். பின் கி.மு. 750 முதல் கி.மு. 50 வரை சங்ககாலம் எனலாம். தமிழகத்தின் ஆதிச்ச நல்லூர் அகழாய்வு முதல் கொடுமணல் அகழாய்வு வரை இக்காலம் குறித்தப் பல்வேறு தரவுகள் நமக்குக் கிடைக்கின்றன. இவை குறித்தப் பல்வேறு படங்கள் முதல் பகுதியில் தரப்பட்டுள்ளன. சங்ககாலம் குறித்த சிலபடங்கள் (Wikipedia).

6. சங்ககால வாழ்க்கை

7. சங்ககாலப் போர்முறை

ஆநிரை கவர்தல்

சங்ககால நாணயம்

பண்டைய ஓலைச்சுவடி

பாண்டியர் துறைமுகம், கொற்கை

8. பழந்தமிழக இரும்புக்கால நாகரிகம் 5000 ஆண்டுகள் பழமையானது:

ஆதிச்சநல்லூர் அருகே உள்ள சிவகளையில் நடந்த அகழாய்வில் வாள்கள், கூர்முனைக் கருவிகள், கத்திகள் உள்ளிட்ட 40-க்கும் மேற்பட்ட இரும்பு ஆயுதங்கள் கிடைத்தன. இவற்றின் காலம் குறித்து

அறிய, பல ஆய்வு நிலையங்களுக்கு அவை அனுப்பப்பட்டன. தமிழ்நாடு தொல்லியல்துறை ஆலோசகரும், மூத்த ஆய்வாளருமான முனைவர் கா. இராசன் இது குறித்து, "லக்னோவில் உள்ள பீர்பால் கற்கால ஆய்வகம், இலக்னோ, அகமதாபாத் ஆகிய இடங்களில் உள்ள ஆய்வகங்கள் ஆகியனவற்றில் ஒரே மாதிரியான ஆய்வு முடிவுகள் கிடைத்துள்ளன. அதன்படி கி.மு.2500 முதல் கி.மு.3000 வரையிலான காலக்கட்டத்தில், சிந்துச் சமவெளி நாகரிகத்திற்கு இணையான சமகால நாகரிகம் தமிழ்நாட்டில் இருந்ததற்கான ஆதாரங்கள் கிடைத்துள்ளன" எனக் கூறியுள்ளார்.

"Multiple labs including Birbal Sahni Institute of Paleo Sciences, Lucknow, and Physical Research Laboratory, Ahmedabad, have yielded the same dates between 2,500 BCE and 3,000 BCE, which points to a contemporary civilisation of Indus Valley in Tamil Nadu," said professor K Rajan, senior academic and research adviser to Tamil Nadu state archaeology department

"சிந்துச் சமவெளி நாகரிக மக்கள் செம்புப் பொருட்களை பயன்படுத்தினர். ஆனால் இங்கு இரும்புப் பொருட்கள் கிடைத்துள்ளன. தமிழ்நாட்டில் கிடைத்த 10,000 (தமிழ்) குறியீடுகளில் - Graftti, 8000 குறியீடுகள் ஆவணப்படுத்தப்பட்டுள்ளது. சிந்துச் சமவெளி நாகரிகத்துடன் தொடர்புடைய கலாச்சார ஒற்றுமையையும் நாங்கள் கண்டுபிடிக்க முயற்சி செய்து வருகிறோம்" என முனைவர் கா. இராசன் கூறியுள்ளார். ஆகவே இத்தரவுகள் மூலம் தமிழக இரும்புக்கால நாகரிகம் 5000 ஆண்டுகள் பழமையானது என்பதும் தமிழர்களே உலகில் முதல் முதலாக இரும்புத் தொழில்நுட்பத்தைக் கொண்ட முதல் இரும்புக்கால நாகரிகத்தைத் தோற்றுவித்தவர்கள் என்பதும் உறுதி செய்யப்பட்டுள்ளது.

சான்று: Asia Net News, Tamil, dated *8.7.2023.* 5000 ஆண்டுகள் முந்தையது - தமிழ்நாட்டில் சிந்துச் சமவெளி நாகரிகத்திற்கு இணையான இரும்புக்காலம் - புதிய தகவல் & The Times of India, Tamil Nadu iron age finds dated to Indus Valley period dt *8.7.2023.*

9. தமிழ்நாட்டின் இரும்புக்காலம் - 5345 ஆண்டுகள்

தமிழ்நாட்டின் இரும்புக்காலம் கி.மு, 3345 ஆண்டுகள் பழமையானது என தமிழ்நாட்டின் தொல்லியல்துறை 2023 ஆம் ஆண்டில் நடத்திய சிவகளை அகழாய்வு உறுதி செய்துள்ளது. சிவகளை அகழாய்வில் கிடைத்த பல்வேறு இரும்புப் பொருட்களின் காலம் குறித்து தமிழ்நாடு தொல்லியல்துறை அறிவியல் அடிப்படையில் கண்டறிந்த ஆய்வு முடிவுகள் கீழ்க்கண்ட

அட்டவணையில் தரப்பட்டுள்ளன. இத்தகவல்கள் மன்னர் மன்னன் என்ற ஆய்வாளரால் தெரிவிக்கப்பட்டுள்ளது. அது குறித்த இணையதளச் சான்று (Link) இத்துடன் இணைத்துத் தரப்பட்டுள்ளது *(10)*.

1	Thelunganur	Pondicherry University	AA 104832	2258 BCE	AMS 14C
2	Sivagalai	Tamil Nadu State Archaeology	PRL	2427 BCE	OSL
3	Sivagalai	Tamil Nadu State Archaeology	PRL	2450 BCE	OSL
4	Sivagalai	Tamil Nadu State Archaeology	BSIP	2459 BCE	OSL
5	Sivagalai	Tamil Nadu State Archaeology	Beta 583594	2953 BCE	AMS 14C
6	Sivagalai	Tamil Nadu State Archaeology	Beta 583592	3256 BCE	AMS 14C
7	Sivagalai	Tamil Nadu State Archaeology	Beta 583593	3345 BCE	AMS 14C

சான்று: https://www.facebook.com/1*00056113658826*/postspfbid08tkf5KuocqwWB4T11qTz6UnvXbcXOPAinXiLPibdyGwMigwACx7 q6YPQm9QrdeRnl ?mibextid=Nif5oz

7. சங்க காலமும் - வரலாற்றுக்கு முந்தைய சமூகமும்

மார்கன், மார்க்சு, எங்கெல்சு, டாங்கே ஆகியவர்களின் வழியில் சங்ககால கட்டத்திற்கு முந்தைய பழந்தமிழ்ச் சமுதாயத்தைக் காண்பதன் மூலமே அதனை ஓரளவு புரிந்துகொள்ளமுடியும். எங்கெல்சு, "தென்னிந்தியாவில் உள்ள தமிழர்களின் இரத்த உறவுகளைக் குறிக்கும் சொற்களும், நியூயார்க் மாகாணத்தில் உள்ள செனீகா இரோகுவாய்களின் இரத்த உறவுகளைக் குறிக்கும் சொற்களும் 200க்கும் மேற்பட்ட உறவுகள் விடயத்தில் ஒன்றாகவே இன்று வரைக்கும் இருந்து வருகின்றன" எனச் சொல்லியுள்ளார் என முன்பே பார்த்தோம். இது வியப்புக்கும் சிந்தனைக்கும் உரிய விடயம். தமிழகத்தின் முன்னோர்கள் ஒரு காலத்தில் இந்தக் கண அமைப்பு முறையில் வாழ்ந்து வந்தவர்கள் என்பதை எங்கெல்சின் மேற்கண்ட குறிப்பு உறுதிப்படுத்துகிறது.

அமெரிக்கச் சிவப்பிந்தியர்களான செனீகா இரோகுவாய்கள் அநாகரிக நிலையின் முதல் கட்டத்தில் இருந்தார்கள். கண அமைப்பு முறை முழு வளர்ச்சி பெற்றிருந்த காலகட்டம் அது. அவர்கள் குலக் குழுக் கூட்டமைப்பை உருவாக்கி இருந்தார்கள். மாவீரர்கால கிரேக்கர்கள் அநாகரிக நிலையின் இறுதிக்கட்டத்தில் இருந்தார்கள் என்பதால் அவர்களைவிட இந்தச் செனீகா இரோகுவாய்கள் இரு காலகட்டம் பின்தங்கியிருந்தார்கள். சிவப்பிந்தியர்களுடைய ஐந்து குலங்களின் குலக் குழுக் கூட்டமைப்புதான் இரோகுவாய்கள். இதனை ஒரு சிறு மக்கள் சமூகம் எனலாம். கிரீசின் அட்டிகாவில் இருந்த நான்கு குலங்கள் ஒன்றுசேர்ந்து உருவான குலக்குழு கூட்டமைப்பு, அத்தீனியர்கள் என்ற ஒரு சிறு மக்கள் சமூகமாக ஆனது போல்தான் செனீகா இரோகுவாய்களும் ஆயினர்.

அமெரிக்காவில் நியூயார்க் மாகாணத்தைச் சுற்றி இருந்த ஐந்து குலங்கள் ஒன்று சேர்ந்து ஒரு குலக் குழுக் கூட்டமைப்பை உருவாக்கி இரோகுவாய்கள் என்கிற ஒரு சிறு மக்கள் சமூகமாக உருவானார்கள். அதற்கு மேல் அவர்கள் முன்னேறவில்லை. பண்டைய இத்தாலியில் மூன்று குலங்கள் ஒன்றுசேர்ந்து ஒரு குலக்குழுக் கூட்டமைப்பை ஏற்படுத்தி ஒரு சிறு மக்கள் சமூகமாக உருவாகி உரோம் நகரத்தையும்,

அதற்கான அரசையும் தங்களுக்காக உருவாக்கிக் கொண்டு உரோமானியர்களாக ஆனார்கள். பின் பல மக்கள் சமூகங்களோடும் பல நகர அரசுகளோடும் போரிட்டுத் தங்கள் உரோம் நகர அரசை ஒரு பேரரசாக வளர்த்தெடுத்தார்கள்.

கிரீசில் அட்டிகாவில் நான்கு குலங்கள் ஒன்றுசேர்ந்து ஒரு குலக் குழூக் கூட்டமைப்பை உருவாக்கி அத்தீனியர்கள் என்ற ஒரு சிறு மக்கள் சமூகமாக உருவாகித் தங்களுக்கான ஏதென்சு நகரையும், அரசையும் உருவாக்கினர். அதன் பின் சில மக்கள் சமூகங்களோடும் சில நகர அரசுகளோடும் போரிட்டு, ஏதென்சு நகர அரசை ஒரு பெரிய அரசாக ஆக்கினார்கள்.

ஆகவே, அமெரிக்கச் சிவப்பிந்தியர்களும், உரோமானியர்களும், அத்தீனியர்களும் முதலில் சில சகோதரக் குலங்கள் ஒன்றுசேர்ந்து ஒரு குலக் குழூக் கூட்டமைப்பை ஏற்படுத்தி ஒரு சிறு மக்கள் சமூகமாக உருவாகியுள்ளனர். சிறு மக்கள் சமூகமாக ஆவது என்பது அனைத்துத் தொல்லினக் குழூக்களுக்குமான ஒரு பொது விதியாக இருந்துள்ளது.

சேர, சோழ, பாண்டிய அரசுகள்

தமிழகத்திலும் நான்கைந்து சகோதர குலங்கள் ஒன்று சேர்ந்து குலக்குழூக் கூட்டமைப்புகளை ஏற்படுத்தி சிறு மக்கள் சமூகங்கள் உருவாகியிருக்க வேண்டும். அந்த மாதிரியான சிறு மக்கள் சமூகங்களாக முதலில் ஆனவர்கள்தான் சேர, சோழ, பாண்டியர்கள். இந்த சிறு மக்கள் சமூகங்களை முதுகுடிகள் அல்லது தொல்குடிகள் என முன்பே குறிப்பிட்டோம். அட்டிகாவில் இருந்த நான்கு சகோதரக் குலங்களின் குலக் குழூக் கூட்டமைப்பு, அத்தீனியர்கள் என்கிற ஒரு சிறு மக்கள் சமூகமாக உருவாகித் தங்களுக்கான ஏதென்சு நகரை உருவாக்கிக்கொண்டது.

அதே போல், பாண்டியர்கள் தங்கள் குலக் குழூக்கூட்டமைப்பை உருவாக்கிப் பாண்டியர்கள் என்கிற சிறு மக்கள் சமூகமாக உருவாகி, தங்களுக்கான மதுரை நகரையும் அரசையும் உருவாக்கிக்கொண்டனர். பின் தங்களைச் சுற்றி இருந்தவர்களை வென்று தங்கள் அரசோடு அவர்களை இணைத்துக் கொண்டு, தங்கள் அரசை விரிவாக்கிப் பாண்டிய அரசை அமைத்தனர். பின் அந்தப் பாண்டிய அரசு மேலும் விரிவடைந்து வேந்தர் நிலையை அடைந்தது. இதே போன்றுதான் சேர, சோழர்களும் தங்கள் தங்கள் அரசுகளை உருவாக்கி வளர்த்தெடுத்து வேந்தர்களாக ஆனார்கள்.

பண்டைய தொல்லினக்குழூக்களின் இந்தச் சிறு மக்கள் சமூகங்களும் தங்களுக்கான ஒரு கண அமைப்பு ஆட்சி முறையைக்

கொண்டிருந்தன. அதற்கான நிரந்தர அதிகாரம் பெற்ற கவுன்சில் என்கிற பேரவை ஒன்றும், மக்கள் மன்றம் ஒன்றும், இராணுவத் தலைவன் ஒருவனும் என மூன்று ஆட்சி அமைப்புகள் இருந்தன. கிரேக்க உரோமானிய சிறு மக்கள் சமூகங்களில் இது போன்ற ஆட்சி அமைப்புகள் இருந்தன. கவுன்சில் என்கிற பேரவை என்பது கணங்களுடைய தலைவர்களைக் கொண்டது. நாளடைவில் இதுவே பிரபுக்கள் பேரவையாக ஆகியது. மக்கள் மன்றம் என்பது அனைத்து மக்களையும் அங்கத்தினர்களாகக் கொண்டது. மூன்றாவதாக இராணுவத் தளபதி இருந்தான். இவனே, எதிர்காலத்தில் மன்னனாக, அரசனாக, வேந்தனாக ஆனான்.

உரோமானிய சிறு மக்கள் சமூகமும் கணங்களின் தலைவர்களைக் கொண்ட செனட் என்கிற பேரவை, குரியாக்கள் என்கிற மக்கள் மன்றம், இராணுவத் தளபதி ஆகிய மூன்றையும் கொண்டிருந்தது. உலகம் முழுவதும் இனக் குழுக்கள் சிறு மக்கள் சமூகங்களாக உருவான பொழுது இது போன்ற மூன்று ஆட்சி அமைப்புகளைக் கொண்டிருந்ததைக் காண முடிகிறது.[1] ஆகவே, தமிழகத்திலும் பெருங்கற்காலப் பண்பாட்டின் தொடக்க காலத்தில் இது போன்ற மூன்று ஆட்சி அமைப்புகள் ஒவ்வொரு சிறு மக்கள் சமூகத்திலும் இருந்திருக்க வேண்டும். பாண்டியர்களின் குலக்குழுக் கூட்டமைப்பு மதுரைப் பகுதியைச் சுற்றி இருந்தது.

மதுரையைச் சுற்றிய ஏரிகளின் அருகில் பெருங்கற்காலப் பண்பாட்டின் ஈமச் சின்னங்கள் நிறையக் கிடைக்கின்றன. மதுரைக்கு அருகில் கழுகுமலை, விளாங்குடி, அனுப்பானடி, பரவை முதலிய இடங்களிலும் இந்த ஈமச் சின்னங்கள் கிடைக்கின்றன. மதுரை மாவட்டத்தின் எல்லா ஊர்களிலும் இது போன்ற முதுமக்கள் தாழி என்கிற ஈமச் சின்னங்கள் இருக்கின்றன.[2] பெருங்கற்காலப் பண்பாட்டின் தொடக்கத்தில் மதுரையைச் சுற்றி வாழ்ந்த பாண்டியர் என்கிற இனக் குழுக் கூட்டமைப்பு ஒரு சிறு மக்கள் சமூகமாக உருவாகி, கணத் தலைவர்களைக் கொண்ட பேரவை, அனைத்து உறுப்பினர்களையும் கொண்ட மக்கள்மன்றம், குலக்குழுக்கூட்டின் இராணுவத் தளபதி ஆகிய மூன்று ஆட்சி அமைப்புகளையும் கொண்டிருந்தது எனலாம். அது போன்றே சேர, சோழ முதுகுடிகளும் மூன்று ஆட்சி அமைப்புகளைக் கொண்டிருந்தனர் எனலாம்.

ஆண்டான் அடிமை முறை

கிரேக்கத்திலும் உரோமிலும் ஆண்டான் அடிமை முறை உருவானது. அங்கு வேளாண் வளர்ச்சியோடு இணைந்து

கைத்தொழில், பட்டறைத் தொழில், வணிகம், கப்பல் தொழில் முதலியன மிக வேகமாக வளர்ந்தன. பண்டைய கைத்தொழில் பட்டறைத் தொழிலாக ஆகும்பொழுது மிக அதிக உழைப்பு தேவைப்பட்டது. பண்டைய பட்டறைத் தொழிலில் இயந்திரமயமாக்கல் என்பது அறவே இல்லை என்பதால், இங்கு அதிக மனித உழைப்பு அவசியத் தேவையாகியது. கைத்தொழிலை மிக அதிக அளவு ஒரே இடத்தில் செய்வதையே பட்டறைத்தொழில் எனலாம். கிரேக்கத்தில் தொழில் வளர்ச்சியானது தொடக்கத்திலேயே வேளாண்மை வளர்ச்சியைவிட மிக மிக அதிகமாக இருந்தது. வேளாண்மையைப் பெருக்குவதற்கான வசதிகள் அங்கு குறைவாக இருந்தன என்பதும் ஒரு காரணம். இத்தோடு கப்பல் தொழிலும், வணிகமும் அதிக வளர்ச்சி பெற்றிருந்ததால் இவை அனைத்திற்கும் மிக அதிக மனித உழைப்புத் தேவைப்பட்டது.

அதன் காரணமாகப் போரில் தோற்றவர்கள் அடிமைகளாக்கப்பட்டு இத்தொழில்களின் வளர்ச்சிக்குப் பயன்படுத்தப்பட்டனர். அதன் காரணமாக அடிமை முறை வேகமாக வளர்ந்தது. கிரேக்கத்தில் ஏற்பட்ட தொழில், வணிக வளர்ச்சியானது அடிமை முறையைக் கொண்டு வந்ததோடு கடன், வட்டி, கந்துவட்டி, நில அடமானம், கடன் பத்திரம் முதலியனவற்றையும் கொண்டு வந்து சிறு விவசாயிகளை அழித்து ஒழித்தது. ஏதென்சின் பெருந்தொழில் வணிக வளர்ச்சியானது, அதிக அளவான அடிமை உழைப்பை அவசியத்தேவையாக ஆக்கியது. ஏதென்சு போன்ற கிரேக்க நகர அரசுகளில் சுதந்திரமான மக்களைவிட அடிமைகள் பல மடங்கு இருந்தனர். இவை காரணமாகவும், இன்ன பிற சூழ்நிலைகளும், காரணிகளும் ஒன்றுசேர்ந்து அங்கு ஆண்டான் அடிமை முறை அமைப்பு உருவானது.

வேளாண்மையும் மன்னராட்சியும்

நமது தமிழகத்தில் தொடக்கத்தில் இருந்து மிக நீண்ட காலத்திற்கு வேளாண்மை வளர்ச்சியே உபரி உற்பத்தியையும் பிற கைத்தொழில், வணிகம் முதலியவற்றுக்கான ஆதரவையும் வழங்கி வந்தது. அதனால் போரில் பிடிபட்ட அடிமைகள் முதலில் வேளாண் தொழிலாளி களாகவே பயன்படுத்தப்பட்டனர். தொடக்கத்தில் அதிக அளவில் உழவர்களுக்கும், சிறிய அளவில் கைத்தொழில்களுக்கும் உதவியாளர்களாக அவர்கள் இருந்தனர். தமிழகத்தில் வேளாண்மையைப் பெருக்குவதற்கான வாய்ப்புகள் அதிகமாக இருந்தன என்பதால் வேளாண்மை மிகவேகமாக அதிகரித்து வந்தது. தமிழகத்தில்

தொடக்கத்தில் ஒப்பீட்டளவில் கைத்தொழில், வணிகம் முதலியன மிக மெதுவாகவே வளர்ந்து வந்தது. நாடு பிடிப்பின் காரணமாகவும், காடுகளை வேளாண்மை நிலங்களாக மாற்றுவதன் மூலமாகவும் வேளாண்மைக்கான பரப்பு மிக அதிகமாகக் கொண்டுவரப்பட்டு மிக அதிக அளவில் வேளாண்மை செய்யப்பட்டது.

வேளாண்மை என்பது உயிர்களைக் கவனித்து வளர்த்து அதன் மூலம் பலனடைவது. ஆதலால் வேளாண்மை என்பது நுணுக்கமான பல பணிகளைக் கொண்டது. அதற்குத் தனிப்பட்ட கவனிப்பும், அர்ப்பணிப்பும் அவசியம். முறையான, நுணுக்கமான தனிப்பட்ட கவனம் இல்லையெனில் அவை உரிய பலனைத் தராது. அடித்து உதைத்து அடிமைகளை வேலை வாங்கி இப்பணிகளைப் பெரிய பரந்த பிரதேசங்களில் செய்விக்க முடியாது. ஆதலால்தான் வேளாண்மையை, அதுவும் மிகவும் பரந்த அளவிலான வேளாண்மையை மிக நீண்ட காலம் தொடர்ந்து அடிமைகளை வைத்துச் செய்வது என்பது இயலாது. ஆதலால் போரில் கைப்பற்றப்பட்டவர்கள் வேளாண்மையில் தொடக்கத்தில் அடிமையாக ஈடுபடுத்தப்பட்டாலும் நாளடைவில் அவர்கள் வேளாண் தொழிலாளர்களாகவும் சிறு உழவர்களாகவும் ஆவது என்பது தவிர்க்க இயலாதது.

ஆதலால் பேரளவில் அடிமைகள் உருவாவது என்பது தடுக்கப்படுகிறது. சிறிய அளவில் அடிமைகள் இருந்திருப்பர். சிறிய அளவிலான அடிமைகள் இருக்கும்பொழுது ஆண்டான் அடிமைமுறை தோன்ற இயலாது. தமிழகத்தில் தொடக்கம் முதலே மிகப் பெரும்பான்மை மக்கள் வேளாண்மையிலும், தொழில் வணிகம் முதலியவற்றில் மிகக் குறைவானவர்களும் ஈடுபட்டு இருந்தனர். இவை காரணமாகக் கடன், வட்டி, கந்துவட்டி, நில அடமானம், கடன் பத்திரம் முதலிய தொழில், வணிக வளர்ச்சியோடு ஒட்டி உருவாகும் இவ்விடயங்கள் தமிழகத்தில் தொடக்கத்தில் பெரிய அளவில் உருவாகவில்லை.

தமிழகத்தில் காடுகள் அழிக்கப்பட்டு, புதிய நீர்நிலைகள் உருவாக்கப்பட்டு, வேளாண்மை தொடர்ந்து பெருமளவில் அதிகரித்து வந்தது. பரந்து விரிந்த பேரளவான வேளாண்மை வளர்ச்சி என்பது அடிமைகள் பேரளவாக உருவாவதைத் தடுத்துவிடும் என்பதாலும், இன்ன பிற சூழ்நிலைகளும், காரணிகளும் ஒன்றுசேர்ந்து தமிழகத்தில் ஆண்டான் அடிமைமுறை உருவாவது தடுக்கப்பட்டு வரம்புக்குட்பட்ட பரம்பரை மன்னராட்சி வந்து சேர்ந்தது. அடிமைகளுக்குப் பதில் அவ்விடத்தில் தொழில் வகுப்புப் பிரிவினைகளும், வர்க்கங்களும் உருவாகின. தொடக்கத்தில் அடிமைகள் இருந்தாலும் நாளடைவில் அவர்கள் இல்லாது போயினர்.

அரசர்களும் வேளிர்களும்

கண முறையில் உருவான சிறு மக்கள் சமூகத்தின் பேரவையில் முதலில் கணத் தலைவர்கள் இருந்தனர். இந்த கணத் தலைவர்கள் முதலில் கண உறுப்பினர்களால் தேர்ந்தெடுக்கப்பட்டனர். பின் நாளடைவில் கணத் தலைவர்களின் மகன்களுக்குத் தேர்தலில் முன்னுரிமை வழங்கப்பட்டது. நாளடைவில் அது வாரிசுரிமையாக ஆகியது. இந்தக் கணத் தலைவர்கள் பெரும்பாலும் கணத்தினுடைய பொதுச்சொத்து அனைத்திற்கும் பொறுப்பானவர்களாக இருந்தனர். கணத்தின் ஒவ்வொரு அங்கத்தினருக்கும் நிலம் முன்பே பிரித்து வழங்கப்பட்டிருந்தது. அதுபோக கணத்திற்கென பெரிய அளவிலான நிலம் பொதுச்சொத்தாக இருந்தது. இது நாளடைவில் கணத் தலைவர்களின் குடும்பத்தின் கைக்கு மாறியது.

வாரிசுரிமை இந்தக் கணத் தலைவர்களை, அவர்களது குடும்பங்களை நிரந்தர உரிமை பெற்றவர்களாக ஆக்கி பிரபுக்களையும், பிரபுக்களின் குடும்பங்களையும் உருவாக்கியது. கணத்திற்குரிய பொதுச்சொத்துகளும் அவர்களுடைய குடும்பச் சொத்தாக ஆகியது. அவர்கள் பிரபுக்களாக ஆனார்கள். இவ்வாறே இராணுவத் தளபதியும் வாரிசுரிமை பெற்றவனாக ஆகி, நிரந்தரத் தலைவனாக ஆகி, இறுதியில் அரசனாக ஆகிப் போனான். இவ்விதமாகப் பிரபுக்களும், அரசர்களும் தமிழகத்தில் உருவானார்கள். தமிழகத்தில் இந்தப் பிரபுக்கள் வேளிர்கள் எனப்பட்டனர். கிரேக்கத்திலும் உரோமிலும் நகர அரசுகள் உருவாகின. ஆனால் தமிழகத்தில் நகர் மைய அரசுகள் உருவாகின. நகர் மைய அரசு என்பது வேளாண் ஊர்களை அதிக அளவு கொண்ட நகர அரசு. சேர, சோழ, பாண்டிய, அரசுகள் முதலில் நகர்மைய அரசுகளாகவே உருவாகின. பின்னர் அவை பல நகர, நகர்மைய அரசுகளைக் கைப்பற்றி, பல முதுகுடிகளைத் தோற்கடித்து சேர, சோழ, பாண்டிய அரசுகளாகவும் அதன்பின் வேந்தராட்சிகளாகவும் உயர்ந்தன.

சங்ககாலத் தொல்குடிகள்

சங்ககாலம் என்பது அரசுகள் உருவாகி நிலைபெற்றுவிட்ட காலம் எனினும் அங்கு வளர்ச்சியடையாத அரசுகளும், தொல்லினக் குழுக்களும் இருந்தன. சங்ககாலத்தில் ஏற்றத்தாழ்வான, சமச்சீரற்ற வளர்ச்சி இருந்து வந்தது. 20ஆம் நூற்றாண்டில் கூட இந்தியாவில் தொல்லினக்குழு வாழ்க்கை வாழ்கிற பழங்குடிகளை மலைப் பகுதிகளில் காணமுடிந்தது. ஆகவே 2000 வருடங்களுக்கு முந்தைய பழந்தமிழகத்தில் பல தொல்லினப்பழங்குடிகள் வளர்ச்சியின்

கீழ்மட்டத்தில் இருந்தன எனலாம். சான்றாக மழவர், கொங்கர், கோசர், தொண்டையர், எயினர், வடுகர், பரதவர், பூழியர், ஆவியர், அரியர், அருவாளர், குடவர் எனப் பல தொல்லினப் பழங்குடிகள் குறித்துச் சங்க இலக்கியம் குறிப்பிடுகிறது.

மழவர் குடியை எடுத்துக்கொள்வோம். அதியமான், ஓரி ஆகிய இருவரையும் மழவர் தலைவர்கள் என்றே சங்க இலக்கியம் குறிப்பிடுகிறது. ஔவையார் புறம் 88இல், அதியமானை மழவர் பெருமகன் என்கிறார். அதுபோன்றே நப்பாலத்தனார் நற்றிணை 52இல், ஓரியை மழவர் தலைவன் என்கிறார். இருவரும் மழவர் குடி என்பதால் தான் ஓரியைக் காரி கொன்ற போது கோபமடைந்த அதியமான் காரியைத் தாக்கித் தோற்கடிக்கிறான். இந்த மழவர் குடிகள் சேரர்களின் சகோதர இனக் குழுவாக இருந்தவர்கள். மழவர் குடியில் அதியமான், ஓரி போன்றவர்கள் இருந்தபோதிலும் மழவர்களில் ஒரு பிரிவினர் கல்லாதவர்கள் எனவும், கொள்ளையடிப்பவர்கள் எனவும் பிடரியை மறைக்கும் தலைமயிரையும், சிவந்த கண்களையும் உடையவர்கள் எனவும் போரில் வெற்றி பெறுகிற, வேகமான அஞ்சத்தக்க குதிரைகளை உடையவர்கள் எனவும் சங்க இலக்கியம் குறிப்பிடுகிறது.[3]

மாமூலனார் பாடல்கள் மூலம் மழவர்களில் ஒரு பகுதியினர் தொல்லினக்குழு நிலையில் வாழ்ந்தனர் என அறிய முடிகிறது. மழவர்களைவிடத் தாழ்ந்த நிலையில் வாழ்ந்த தொல்லினக் குழுக்களும் தமிழகத்தில் அன்று இருந்தன. ஆகவே சங்க காலத்தில் ஏற்றத்தாழ்வான சமச்சீரற்ற வளர்ச்சி சிறிய அளவில் இருந்தது. ஆனாலும் சங்ககாலத் தமிழகத்தின் பெரும்பகுதியில் சிறு சிறு நகர்மைய அரசுகள் முதல் வேந்தர்களின் பெரும் அரசுகள் வரையான ஒரு வளர்ச்சியடைந்த நாகரிகச் சமூகம் உருவாகி இருந்தது.

தமிழக வேளிர்கள்

தமிழகச் சேர சோழ பாண்டியர்கள் தங்கள் தங்கள் வேளிர்களோடுதான் தொடக்கம் முதல் திருமண உறவு கொண்டிருந்தார்கள். பாண்டியச் சிறு மக்கள் சமூகம் என்கிற முதுகுடியை எடுத்துக்கொண்டால் அதன் படைத்தளபதியைத் தந்து வந்த குடும்பமே பாண்டிய அரச குடும்பமாக ஆகியது. அந்தப் பாண்டிய முதுகுடியில் இருந்த கணத்தலைவர்களின் குடும்பங்களான பிரபுக்கள் குடும்பங்கள் அதன் வேளிர்களாக உருவாகினர். கணத்தலைவர்களாக இருந்த வேளிர்கள், பாண்டிய முதுகுடி வளர்ந்து அரசாக உருவாகியபொழுது, பல ஊர்களின் தலைவர்களாக உருவாகிப்

பாண்டிய அரசின் கீழ் சிற்றரசர்களாக ஆனார்கள். இந்த வேளிர்கள் அனைவரும் கணத்தலைவர்களாக, பிராட்ரி அல்லது தாய்க்கணத்தின் தலைவர்களாக இருந்திருக்க வேண்டும்.

இந்த வேளிர்கள் என்கிற கணத்தலைவர்களின் குடும்பங்களும், பாண்டியர் குடும்பமும் ஒரே முதுகுடியைச் சேர்ந்தவர்கள். அதனால்தான் தொடக்கம் முதல் தொடர்ந்து அவர்களிடையே திருமண உறவு இருந்து வந்துள்ளது. கணமுறையின் படி அன்று தமது குலத்தை விட்டு வேறுகுலத்தில் அல்லது வேறு குடியில் அவர்கள் திருமணம் செய்ய இயலாது. அதன்படிதான் இந்தத் திருமண உறவு இருந்து வந்துள்ளது. பாண்டியர் முதுகுடி, அரசை உருவாக்கிய பொழுதும் அதன்பின்னரும் பழைய முறைப்படி அம்முதுகுடிக் குள்ளேயே இருந்த கணத் தலைவர்களான வேளிர்களும், பாண்டிய அரச குடும்பமும் திருமண உறவை வைத்துக் கொண்டிருந்தன. சேர, சோழ, பாண்டிய அரசுகளுக்குக் கீழ் இருந்த கணத்தலைவர்களே வேளிர்கள் எனப்பட்டனர். நாளடைவில் இந்த வேளிர்கள அனைவரும் ஒரு குழுவாக ஆயினர். வேளிர்கள் ஒரு தனிக் குழுவாக உருவாகிய பொழுது மூவேந்தர்கள் தங்களுக்குள்ளும், அனைத்து வேளிர்களோடும் திருமண உறவை வைத்துக்கொள்ளத் தொடங்கினர்.

மூவேந்தர்கள் வேந்தர்களோடும், வேளிர்களோடும் கொண்ட திருமண உறவு மட்டுமே சமூக அங்கீகாரம் பெற்றதாக இருந்தது. வேந்தர்கள் வேறு பலரோடு திருமண உறவுகளை வைத்திருந்தாலும், வேந்தர்கள் அல்லது வேளிர்களின் பெண்களே பட்டத்தரசிகளாக ஆனார்கள். மற்ற இனப் பெண்களுக்கு அந்த உரிமை சங்ககாலம் வரை வழங்கப்படவில்லை. பதிற்றுப்பத்து குறிப்பிடும் அனைத்துப் பட்டத்தரசிகளும் வேந்தர் அல்லது வேளிர் குடும்பத்துப் பெண்களே ஆவர். இத்தரவுகள் வேந்தர்களுக்கும், வேளிர்களுக்கும் இடையே இருந்த இரத்தஉறவு முறையை உறுதிப்படுத்துகிறது. வேந்தர்களும் வேளிர்களும் தங்களுக்குள் தொடர்ந்து போரிட்டுக்கொண்டிருந்தாலும் அவர்களிடையே திருமண உறவு முறை இருந்து வந்தது. மேற்கண்ட தரவுகள் வேளிர்கள் சேர, சோழ, பாண்டிய முதுகுடிகளைச் சேர்ந்தவர்கள் என்பதை உறுதிப்படுத்துகிறது.

வேளிர்கள் முதுகுடிகள் என்பதைப் பரணர் தனது நற்றிணை-280ஆம் பாடலிலும், மாங்குடி மருதனார் தனது குறுந்தொகை-164ஆம் பாடலிலும் குறிப்பிடுகின்றனர். நன்னன் சேரர்களின் வேளிர். அவன் வேளிர்களின் தலைவன் எனவும் வேளிர்களின் செல்வம் அவனது ஏழிற்குன்றப் பாழிநகரில் பாதுகாக்கப்பட்டு வந்துள்ளது எனவும் சங்க இலக்கியம் குறிப்பிடுகிறது. வேளிர்களில் ஒருவனான இருங்கோ

வேளின் முன்னோர் 49 தலைமுறைகளாக வடுகர் பகுதியில் இருந்த புகழ்பெற்ற மிகப்பழமையான சிற்றரையம், பேரரையம் என்கிற நகரங்களை ஆண்டுவந்தவர்கள் எனவும் அவை அழிந்துவிட்டன எனவும் கபிலர் குறிப்பிடுகிறார்.[4]

இருங்கோவேள்கள் சோழர்களின் வேளிர்களாக இருந்தவர்கள். இந்தச் சிற்றரையம், பேரரையம் என்கிற நகரங்கள் (அரையம் நகரம்) துங்கபத்திரை ஆற்றங்கரையில் அமைந்திருந்த நகரங்கள். மௌரியர்களின் தக்காணப் படையெடுப்பின் போது இந்நகரங்கள் அழிந்தன. 49 தலைமுறைகள் என்பதன் மூலம் மிக நீண்ட நெடிய காலம் முதல் இருங்கோவேளின் முன்னோர்கள் அதனை ஆண்டு வந்தனர் எனலாம்.

சேரர்களின் வேளிரான நன்னன், சோழர்களின் வேளிரான இருங்கோவேளின் முன்னோர் போன்றவர்கள் இன்றைய கர்நாடகப் பகுதிகளை ஆண்டுவந்தவர்கள். தக்காணப் பகுதியை ஆண்ட சாதவாகனர்கள் பிராகிருதத்தோடு தமிழையும் ஆட்சி மொழியாகக் கொண்டிருந்தனர். சங்க இலக்கியம் தக்காணப்பகுதியை மொழிபெயர்தேயம் எனக் குறிப்பிடுகிறது. தக்காணப்பகுதி முழுவதும் தமிழக மூவேந்தர்களுடைய பாதுகாப்பின் கீழ் இருந்தது என்கிறார் மாமூலனார். தக்காணப்பகுதி முழுவதும் தமிழ் பேசப்பட்டு வந்தது என்பதையும், தமிழ் வேளிர்களால் அவை ஆளப்பட்டு வந்தன என்பதையும் இச்செய்திகள் உறுதிப்படுத்துகின்றன. மகதம் போன்ற வட இந்திய அரசுகளாலும், பிராகிருதம் சமற்கிருதம் போன்ற வட மொழிகளாலும், வைதீகம், சமணம், பௌத்தம் போன்ற வட இந்திய மதங்களாலும் தக்காணப்பகுதி தமிழை இழந்து வடமொழி மயமாக்கப்பட்டது. ஆகவே சங்க இலக்கியம் குறிப்பிடுகிற கடம்பர்கள், வடுகர்கள் போன்றவர்களும் தமிழ்க் குடிகளாக இருந்து, பின் சங்ககாலத்தில் கொடுந்தமிழ் பேசி, பிற்காலத்தில் கன்னட தெலுங்கு மக்களாக மாறியவர்களே ஆவர்.

ஆளும் வர்க்க சனநாயகமும், வரம்புக்குட்பட்ட முடியாட்சியும்

கிரேக்கத்தின் ஏதென்சில், மாவீரர் காலத்தின் இறுதியில் அத்தீனிய மக்கள் சமூகம் தீசியசு என்பவரால் மூன்று பெரும்பிரிவுகளாகப் பிரிக்கப்பட்டது எனப் பார்த்தோம். அப்பொழுது உழவர்களுக்குச் சமமாகக் கம்மியர்கள் அதாவது கைத்தொழில் செய்பவர்கள் இருந்தார்கள். வேளாண்மையைப் பெருக்குவதற்கான வாய்ப்பு அங்கு குறைவாக இருந்ததால் உழவர்கள் எண்ணிக்கை பெருகவில்லை. அதுபோன்றே உரோமில் மக்கள் மன்றம் உருவாகும்

பொழுதே கிட்டத்தட்ட 10% பிரதிநிதித்துவம் செல்வந்தர்களான தொழில் அதிபர்களுக்கும், வணிக அதிபர்களுக்கும் வழங்கப்பட்டது. இவர்கள் போகக் கைத்தொழில் செய்பவர்கள் மிகப் பெருமளவில் உரோமில் இருந்தார்கள்.

ஆகவே கிரேக்கம், உரோம் ஆகிய இரண்டிலும் தொடக்கம் முதலே தொழில், வணிகம் ஆகியவற்றின் வளர்ச்சி மிக அதிக அளவில் இருந்தது. இந்த அபரிதமான தொழில், வணிக வளர்ச்சி மிக அதிக அளவான அடிமை உழைப்பைக் கோரியது. அதனால் அங்கு ஆண்டான் அடிமை முறை உருவாகியது. கைத்தொழில் செய்பவர்கள், பட்டறைத் தொழில், வணிக அதிபர்கள் ஆகியோர் ஆளும் வர்க்க சனநாயகத்தையே ஆதரித்தனர். பரம்பரை மன்னர் ஆட்சியை எதிர்த்தனர். அதன் காரணமாகவே கிரேக்கத்திலும், உரோமிலும் பிரபுக்கள் ஆட்சியும், ஆளும்வர்க்க சனநாயக அரசுகளும் உருவாகின.

உரோமில் முதலில் ஆளும் வர்க்க சனநாயகம் இருந்த போதிலும், போரில் நாடுகளைப் பிடிப்பது அதிகரித்து, வேளாண்பரப்பும், அதிக மக்கள் வேளாண்மையைச் சார்ந்து இருப்பதும் கி.மு. முதல் நூற்றாண்டில் அதிகரித்தபோது, அங்கு சர்வாதிகாரத்தன்மை அதிகமாகிப் பரம்பரை மன்னராட்சி உருவாகியது. அது போன்றே தொல்லினக்குழு நிலையில் இருந்த செர்மானியர்கள் இடைக் காலத்தில் உரோம் ஆட்சியைப் பிடித்தபோது வேளாண்பரப்பு பெருகி அதிக மக்கள் வேளாண்மையைச் சார்ந்து இருப்பது அதிகரித்ததால் அங்கும் பரம்பரை மன்னராட்சியே ஏற்பட்டது. தமிழகத்தில், தொடக்கத்தில் பிரபுக்கள் என்கிற வேளிர்கள் மன்னராட்சியைத் தங்கள் கட்டுப்பாட்டின் கீழ் கொண்டுவர முயன்றனர். ஆனால் நாடு பிடிப்பும், வேளாண்மையில் ஏற்பட்ட பேரளவான வளர்ச்சியும் நாளடைவில் பரம்பரையான வரம்புக்குட்பட்ட முடியாட்சி உருவாக வழி வகுத்தது எனலாம்.

ஆகவே மிக அதிக அளவிலான வேளாண் வளர்ச்சி என்பது ஆண்டான் அடிமை முறையையோ ஆளும் வர்க்க சனநாயகத்தையோ கொண்டுவராது. பரம்பரை மன்னராட்சியை மட்டுமே கொண்டுவரும். அதுவே தமிழகத்தில் நடந்தது. அரசு உருவாகி நிலைத்த பின்னர், சேர, சோழ, பாண்டிய அரசுகள் தங்கள் வேளிர்களையும் ஒன்றிணைத்து தங்களுக்குள் ஒரு ஐக்கியக் கூட்டணியைக் கொண்டு வந்து தங்களைத்தவிர வேறுயாரும் வேந்தர்கள் ஆக முடியாது என்ற நிலையைத் தோற்றுவித்தனர். ஆதலால்தான் தொடக்ககாலம் தொட்டு 2000 வருடங்களுக்கும் மேலாக சேர சோழ பாண்டியர்கள் மட்டுமே வேந்தர்களாக இருக்க முடிந்தது எனலாம்.

அதன் பின்னரே தமிழகத்தில் தொழில் வணிக வளர்ச்சி மிக அதிக அளவாக இருந்தது. உலகளாவிய வணிகம் பெருகியது. செவ்வியல் இலக்கியங்கள் தோன்றி வளர்ந்தன. கல்வியறிவும் எழுத்தறிவும் நாடு முழுவதும், அனைத்து வகுப்பு மக்களிடமும் பரவியது. தமிழகத்தில் கி.மு. 600க்கு முன்னரே இவை அனைத்தும் தொடங்கிவிட்டன. அரசுகள் உருவாகி நிலைத்த பின்னரே செவ்வியல் இலக்கியங்கள் உருவாக முடியும். எனவே தொல்லினக்குழு அமைப்புகள் மிக நீண்ட காலத்திற்கு முன்னரே அழிந்து, அவ்விடத்தில் அரசுகள் உருவாகி நிலைத்துவிட்ட காலம்தான் சங்ககாலம்.

வேளாண்மையும், வணிகமும், தொழிலும் அரசும்

மனித நாகரிகத்தின் தொடக்க காலத்தில், அதிக வேளாண் வளர்ச்சி இல்லாத, அதிகத் தொழில் வணிக வளர்ச்சி இருப்பது என்பது ஆண்டான் அடிமை முறையையும், ஆளும் வர்க்க சனநாயகத்தையும் கொண்டுவரும் என்பதையும், அதிகத் தொழில், வணிக வளர்ச்சி இல்லாத, அதிக வேளாண் வளர்ச்சி இருப்பது என்பது வரம்புக்குட்பட்ட பரம்பரை மன்னராட்சியைக் கொண்டுவரும் என்பதையும் காணமுடிகிறது. பரம்பரை மன்னராட்சியிலும் அடிமைகள் இருப்பர். ஆனால் ஒப்பீட்டளவில் அவர்கள் எண்ணிக்கை மிகக் குறைவாக இருக்கும். அதிக வேளாண் வளர்ச்சி என்பது சமூகத்திலுள்ள மிகப் பெரும்பான்மையான மக்கள் வேளாண்மையைச் சார்ந்து இருப்பது எனவும் அதிகத் தொழில், வணிக வளர்ச்சி என்பது மிக அதிக அளவு மக்கள் தொழில் வணிகத் துறையைச் சார்ந்து இருப்பது எனவும் பொருள்படும்.

முழுமையாக வளர்ச்சி பெற்ற கண அமைப்பில் பரிபூர்ண சனநாயகம் இருக்கும். அதில் உண்மையான சுதந்திரம், சமத்துவம், சகோதரத்துவம் முதலியன இருக்கும். கண அமைப்பு அழிந்துதான் அரசு உருவாகிறது. மாவீரர் காலத்தில் சொத்துடைமையால் கண அமைப்பில் உடைப்புகள் ஏற்பட்டு, அதன் சனநாயக உறுப்புகள் படிப்படியாக அதன் தன்மைகளை இழந்து இறுதியில் அதன் இடத்தில் அரசு உருவாகும் சூழ்நிலை ஏற்படுகிறது. கண அமைப்பில் இருந்துதான் அரசு தோன்றுகிறது என்பதால் கண அமைப்பின் மரபுகளும் பழக்கவழக்கங்களும், கருத்தியல்களும் மிக நீண்ட காலம் அழியாது இருக்கும். அந்த அடிப்படையில் சனநாயக உணர்வு என்கிற கண முறையின் கருத்தியல், அரசு உருவான பின்னரும் அழியாது. ஆதலால்தான் பரம்பரை மன்னராட்சி என்றாலும் மக்கள் பிரதிநிதிகளால் கட்டுப்படுத்தப்பட்ட வரம்புக்குட்பட்ட முடியாட்சி உருவாகிறது.

பிரபுக்கள் பேரவையும் அரசனும்

அநாகரிக நிலையின் இறுதிக் கட்டத்தில் அதாவது மாவீரர் காலத்தில் உரோமானிய மக்கள் சமூகம் மூன்று கண அமைப்பு ஆட்சி முறைகளைக் கொண்டிருந்தன. அவை வளர்ச்சியடைந்து நாகரிக நிலையை நோக்கி நகர்ந்த பொழுது, மூன்று கண அமைப்பு ஆட்சிமுறைகளில் மக்கள் மன்றமும், படைத்தளபதியும் வலுக்குறைந்து போய், பிரபுக்கள் பேரவை வலுப்படுவதைக் காண முடிகிறது. ஏதென்சில் மாவீரர் காலத்துத் தீசியஸ் காலத்திலேயே பிரபுக்கள் ஒரு தனி வகுப்பாகப் பிரிக்கப்பட்டு, அவர்கள் மட்டுமே பொதுப் பதவிகளைப் பெறும் உரிமை பெற்றவர்களாக ஆகின்றனர். அதன்பின் சொலான் காலம் வரை பிரபுக்கள் பேரவை வலுப்பெற்று அவர்கள் ஆட்சி நடைபெறுவதைக் காண முடிகிறது. மக்கள் மன்றமும், படைத் தளபதியும் வலுவிழந்து போகின்றனர். உரோமானியர்களிடத்திலும் புதிய அரசியல் சட்டமானது மக்கள் மன்றமான குரியாக்களை இல்லாதொழித்து விடுகிறது. படைத்தளபதிகள் இருவராக்கப்பட்டு அவர்களுடைய அதிகாரமும் குறைக்கப்பட்டு விடுகிறது. ஆனால் பாட்ரீசியன்களின் பிரபுக்கள் பேரவை தொடர்ந்து வலுவாகவே இருந்து வருகிறது.

ஓப்பீட்டளவில் தொழிலும் வணிகமும் நன்கு வளர்ச்சி பெற்றிருந்த, ஆண்டான் அடிமைகளைக் கொண்டிருந்த அத்தீனிய, உரோமானிய சமூகங்களில் கூட அரசு முழுமை அடைவதற்கு முந்தைய ஒரு கட்டத்தில் பிரபுக்கள் பேரவை வலுவாக இருப்பதைப் பார்க்கிறோம். இந்தப் பிரபுக்கள் பேரவை கிரேக்கத்தில் பிரபுக்கள் ஆட்சியைக் கொண்டுவருவதைக் காண முடிகிறது. வேளாண்மையை அதிகம் சார்ந்த மக்களைக் கொண்டிருந்த தமிழகம் போன்ற சமூகங்களில் கண்டிப்பாக அரசு முழுமையாக உருவாவதற்கு முன், பிரபுக்கள் பேரவை ஒரு கட்டத்தில் வலுவோடு இருந்திருக்க வேண்டும் என்பதில் சந்தேகமில்லை. அதே கட்டத்தில் தமிழகத்தில் படைத் தளபதியும் வலுவோடு இருந்திருப்பான்.

ஆனால் அதே காலகட்டத்தில் மக்கள்மன்றம் வலுவிழந்து போயிருக்கலாம். தொடர்ந்து இடைவிடாது நடந்து வந்த போர்களும், நாடு பிடித்தல் அதிகமாகி வேளாண்மைப் பரப்பு தொடர்ந்து அதிகரித்து வருதலும் இணைந்து படைத் தளபதி அதிக அதிகாரம் பெற்றவனாக உயரத் தொடங்கியிருப்பான். நாளடைவில் பிரபுக்கள் பேரவையும் வலுவிழக்கத் தொடங்கி அரசு உருவாகத் தொடங்கும் பொழுது, படைத் தளபதி அரசனாக உருவாகியிருப்பான். பிரபுக்கள் பேரவை சடங்குபூர்வமானதாக, அதிகாரமற்ற ஒன்றாக ஆகியிருக்கும். பிரபுக்கள்

என்கிற வேளிர்களில் சிலர் சிறு குறு அரசர்களாக ஆகியிருப்பர். மீதியுள்ள பிரபுக்கள் பேரவை என்பது ஐம்பெருங்குழு, எண்பேராயம் என ஆகி அரசனுக்கு ஆலோசனை சொல்லும் அமைப்புகளாக ஆகியிருக்க வேண்டும்.

அத்தீனியர்கள், உரோமானியர்கள் ஆகியவர்களின் மக்கள் சமூகத்தில் பிரபுக்கள் பேரவை ஆளும் வர்க்கத்தின் சனநாயகத்தை, ஆண்டான்களின் சனநாயகத்தைக் கொண்டுவந்தது. தமிழகம் போன்ற ஆண்டான் அடிமை இல்லாத, வேளாண் மக்கள் அதிகம் வாழும் சமூகத்தில் பிரபுக்கள் பேரவை அரசனைக் கொண்டுவந்து தனது சொத்துடைமை ஆட்சியை நிலைநிறுத்திக் கொண்டது. தமிழகம் மட்டுமல்ல, இந்தியா முழுமையும், சீனம், எகிப்து, மெசபடோமியா போன்ற வேளாண் மக்கள் அதிகம் உள்ள இடங்களிலும் இவ்விதமாகவே அரசன் தோன்றினான்.

நகர அரசுகள் பேரரசுகளாக உருவாகும் பொழுதுதான் மக்கள் மன்றங்கள் வலுவிழந்து இறுதியில் அழிந்து போகின்றன. ஆனால் நகர நகர்மைய அரசுகளில் மக்கள் மன்றங்கள் அல்லது மக்கள் பிரதிநிதிகளின் மன்றங்கள் ஓரளவு வலுவோடுதான் இருந்துள்ளன. தமிழகத்தில் நகர, நகர்மைய அரசுகள்தான் இருந்தன, பேரரசுகள் உருவாகவில்லை. மூவேந்தர்களும் அவர்களின் கிளை அரசர்களும் கூட நகர, நகர்மைய அரசுகளைத் தனித்தனியாகவே ஆண்டு வந்தனர். ஆதலால் தமிழகத்தில் மக்கள் பிரதிநிதி மன்றங்கள் அரசனின் அதிகாரத்தை ஒரு கட்டுக்குள் வைத்திருந்தன எனலாம். அதனால்தான் நேரு “அரசியல்துறையில் தென்னாட்டு சன பிரதிநிதி சபைகள் அரசர்களின் அதிகாரத்தை ஒரு கட்டுக்கு உட்படுத்தி வைத்திருந்தன” என கிரேக்கப் பயணியான மெகத்தனிசு கூறியதைத் தனது உலக சரித்திரம் என்ற நூலில் குறிப்பிட்டுள்ளார்.[5] ஆகவே சங்ககாலத் தமிழக நகர்மைய அரசுகளின் அதிகாரம் கட்டுப்படுத்தப்பட்டு, அது ஒரு வரம்புக்குட்பட்ட முடியாட்சியாக இருந்தது.

சிறந்த அரச மரபும் வளர்ச்சியும்

முதலில் எல்லா இடங்களிலும் நகர அல்லது நகர் மைய அரசுகளே தோன்றின. தமிழகத்தில் நகர் மைய அரசுகளே தோன்றின. தமிழக அரசப் பரம்பரைகள் வாரிசு முறையில் ஒரு சிறந்த மரபைப் பின்பற்றினர். இந்தச் சிறந்தமரபு உருவானதுக்குக் கண அமைப்பு முறையின் பண்புகளே காரணம். இரத்த உறவுகளிடையே சுதந்திரம், சமத்துவம், சகோதரத்துவம் முதலிய பண்புகள் முழுமையாக, பரிபூர்ணமாக இருக்க வேண்டும் எனவும் இரத்தஉறவு உறுப்பினர்கள்

ஒருவரையொருவர் பாதுகாத்துக் கொள்வது அவர்களின் மிக முக்கியக் கடமை எனவும் கண அமைப்பு முறை கோருகிறது. தமிழக அரச குடும்பங்களில் சுதந்திரம், சமத்துவம், சகோதரத்துவம் முதலிய பண்புகள் கடைப்பிடிக்கப்பட்டதோடு ஒருவரையொருவர் பாதுகாக்க வேண்டும் என்பதை உயிரினும் மேலான கடமையாகக் கருதும் நிலைமை இருந்தது. இவை கண அமைப்பு முறை மூலம் பண்டைய மரபுவழி வந்த பண்புகள். தமிழகத்தில் கண அமைப்பு முறை இருந்து வந்தது என்பதற்கு தமிழக அரசக் குடும்பங்களில் இருந்த இப்பண்புகள் ஒரு சான்றாக இருக்கின்றன.

தொல்லினக்குழு மக்கள் சமூகங்களின் இராணுவத் தளபதி முதலில் ஒரு குறிப்பிட்ட குடும்பத்திலிருந்து தேர்ந்தெடுக்கப் படுகிறான். பின் தேர்வு என்பது நியமனமாக ஆகி, அப்பதவி நாளடைவில் அக்குடும்பத்துக்குரிய பதவியாக ஆகி விடுகிறது. இராணுவத் தளபதி வளர்ந்து அரசனாக ஆகும் பொழுது அக்குடும்பம் அரச குடும்பமாக ஆகி விடுகிறது. தமிழகத்தில் இது போன்று உருவான தொடக்க கால அரச குடும்பங்கள்தான் சேர, சோழ, பாண்டிய அரச குடும்பங்கள். அதாவது கண அமைப்பு முறையில் இருந்து சிறப்புரிமை பெற்று அரச குடும்பங்களாக மாறிய குடும்பங்கள்தான் இவை. அதனால்தான் இவை கண அமைப்பு முறையில் இருந்த சிறந்த மரபுகளையும் பண்புகளையும் கொண்டிருந்தன.

தமிழக அரச குடும்பங்களில் அனைவருக்கும் மூத்தவன் தந்தை போன்றவன். அவனே வேந்தன் ஆக இருப்பான். சகோதர அரசர்கள் தனித்தனி நகர்மைய அரசுகளை ஆண்டு வந்தனர். அவர்களுக்குக் கண முறையில் இருந்த சுதந்திரம் நகர்மைய அரசுகளை ஆளுவதில் வழங்கப்பட்டிருந்தது.[6] தனித்தனி நகர்மைய அரசுகள் தனித்தனி அரசர்களால் சுதந்திரமாக ஆளப்பட்டன என்பது பண்டைய தமிழகத்தின் வளர்ச்சிக்கு ஒரு மிக முக்கியமான காரணம். தமிழகத்தில் அரசு உருவாகி வலுவடைந்த பின்னர்தான் தொழில், வணிகம் முதலியனவற்றின் வளர்ச்சி மிக அதிக அளவாக இருந்தது. ஐரோப்பாவில் மறுமலர்ச்சிக்காலத்தில் இத்தாலியின் வெனிசு போன்ற நகரங்களில் ஏற்பட்ட வளர்ச்சியைப் பண்டையத் தமிழக நகர்மைய அரசுகளில் ஏற்பட்ட வளர்ச்சியோடு ஒப்பிடலாம். கி.மு. 8 ஆம் நூற்றாண்டுக்குப் பின்னர்தான் தமிழகத்தின் தொழில் வணிக வளர்ச்சி வேகமாக ஆகியது. அதாவது மூவேந்தர்கள் உருவாகி நிலை பெற்ற பின்னர், நகர்மைய அரசுகள் தனித்தனி அரசர்களால் சுதந்திரமாக ஆளப்பட்ட நிலை ஏற்பட்ட பின்னர் தொழில் வணிக வளர்ச்சி வேகமாக ஆகியது எனலாம்.

நந்த அரசர்கள் காலம் முதல் தமிழகம் வட நாட்டோடு மிக அதிக அளவு வணிகத் தொடர்பைக் கொண்டிருப்பதைக் காண முடிகிறது. அது போன்றே அரபு, கிரேக்கம், எகிப்து, மெசபடோமியா போன்ற மேலை நாடுகளோடும், தென்கிழக்கு ஆசியா, சீனா போன்ற கீழை நாடுகளோடும் கி.மு.6 ஆம் நூற்றாண்டிலிருந்து வணிக வளர்ச்சி பெருமளவு இருந்துள்ளது. சுகாப், கென்னடி, வின்செண்ட் சுமித் போன்ற புகழ்பெற்ற வெளிநாட்டு வரலாற்று அறிஞர்கள் கி.மு.7 ஆம் நூற்றாண்டிலிருந்து தமிழக வணிகம் மிகப் பெரும் அளவு தொடர்ந்து நடைபெற்றது எனவும் அவ்வணிகம் உலகளாவிய வணிகமாகவும் இருந்தது எனவும் தெரிவித்துள்ளார்கள். வெளிநாட்டு வணிக வளர்ச்சி என்பது உள்நாட்டுத் தொழில் வளர்ச்சியோடு தொடர்புடையது. உள்நாட்டுப் பொருள் உற்பத்தியும், தொழில்நுட்பத் திறனும், வணிக மேலாண்மையும், வேளாண் உற்பத்தியும் மிக அதிக அளவு இருக்கும் பொழுதுதான் உலகளாவிய வணிக வளர்ச்சி என்பது சாத்தியம். தமிழகத்தில் அந்நிலை இருந்தது. முனைவர் கா. இராசன் போன்றவர்களுடைய ஆய்வுகளின் அடிப்படையில் பண்டைய தமிழகத்தின் தொழில் வளர்ச்சி பேரளவாக இருந்தது என்பதை முன்பே விரிவாகச் சொல்லப்பட்டுள்ளது. அதன் காரணமாகத்தான் உலகளாவிய வணிக வளர்ச்சி பழந்தமிழகத்தில் சாத்தியமானது எனலாம்

பார்வை

1. குடும்பம், தனிச்சொத்து, அரசு ஆகியவற்றின் தோற்றம், பி.எங்கெல்சு, பாரதி புத்தகாலயம், 2008, பக்: 129-131, 157-159.
2. தமிழ்நாட்டு வரலாறு, தொல்பழங்காலம், தமிழ்நாடுஅரசு வெளியீடு, பக்:211. & Raman, K. V., 'Distribution of Culture - Traits in the Pre and Proto-historic Times in Madurai Region', Aaraaichi, Vol. 1, Pt. 4 (July 1970), p. 505
3. மாமூலனாரின் அகநானூற்றுப் பாடல்கள்: 1, 10, 127, 187.
4. கபிலரின் புறநானூற்றுப் பாடல்கள்: 201, 202.
5. சவகர்லால் நேரு, 'உலக சரித்திரம்' தமிழாக்கம் - ஓ.வி. அளகேசன் 3ஆம் பதிப்பு, அலைகள் வெளியீட்டகம், அக்டோபர் - 2005, பக்: 153.
6. பழந்தமிழ்ச் சமுதாயமும் வரலாறும், கணியன் பாலன், NCBH சனவரி -2023 புத்தகம் - 1, பக்: 443-446.

8. தொல்லினக்குழு வாழ்வின் எச்சங்கள்

சங்க காலத்தில் இரத்தஉறவு முறைக்குரிய கணம், குலம், குலக் குழுக் கூட்டமைப்புகள் முதலியனவும், குழு மணம், இணை மணம் முதலியனவும் மறைந்து மிக நீண்ட நெடுங்காலம் ஆகிவிட்டது எனவும், அதற்கான எந்தத் தடயங்களையும் சங்க இலக்கியங்களில் காண இயலவில்லை எனவும் முன்பே குறிப்பிட்டோம். கணம், குலம், குலக் குழுக் கூட்டமைப்பு, குழு மணம், இணை மணம் முதலியன இல்லையே ஒழிய அவற்றின் எச்சங்களான ஒருசில மரபுகளும் பழக்கவழக்கங்களும் சங்க காலத்தில் இருந்திருப்பதை நாம் காணமுடிகிறது. இது குறித்து பெ.மாதையன் அவர்கள் எழுதிய 'சங்க இலக்கியத்தில் வேளாண் சமுதாயம்' என்கிற நூல் சில தரவுகளை வழங்குகிறது. சங்க காலம் ஒரு ஏற்றத்தாழ்வான, சமச்சீரற்ற சமூகமாகவே இருந்துள்ளது. வளர்ச்சியின் பல நிலைகளும் சங்க காலத்தில் இருந்தன.

குறிஞ்சி முல்லை நில சமூகங்கள்

ஒருசில குறிஞ்சி, முல்லை நிலப் பகுதிகளில் மக்கள் பழங்குடிகளாகவே வாழ்ந்து வந்துள்ளனர். குறிஞ்சிப் பகுதியில் மலைவளமும் புன்செய் வேளாண்மையும் வேட்டையாடுதலும் தொழிலாக இருந்துள்ளன. தினையும், ஐவன வெண்ணெல்லும், புல்லரிசியும், மூங்கில் அரிசியும் அவரையும் கிழங்கும் தேனும் வேட்டை விலங்குகளும் அவர்களின் உணவுப் பொருட்களாக இருந்தன. முல்லைப் பகுதியில் கால்நடை வளர்ப்பும், புன்செய் வேளாண்மையும் தொழிலாக இருந்தன. பால், மோர், தயிர், நெய், தினை, வரகு, கொள், அவரை, கால்நடை இறைச்சி, வேட்டை விலங்குகள் முதலியன இப்பகுதி மக்களின் உணவுப் பொருட்களாக இருந்தன. முல்லை நிலப் பகுதிகளை சீறூர்த்தலைவர்களும், குறிஞ்சி நிலப் பகுதிகளை குறுநிலத் தலைவர்களும் ஆண்டுவந்துள்ளனர். இவர்களை மன்னர்கள் எனச் சங்க இலக்கியம் அழைக்கிறது.

இத்தலைவர்கள் குறித்த பாடல்களே புறம் 269 முதல் 335 வரையான பாடல்கள். இப்பாடல்கள் இத்தலைவர்களின் வீரம் குறித்தும், குடியோடு குடியாய் அவர்கள் வாழ்வது குறித்தும், வறுமையிலும் பாணர்களுக்கும், விருந்தினர்களுக்கும் உணவு

வழங்கும் மாண்பு குறித்தும், அவர்களுடைய தலைவிகளின் விருந்தோம்பும் பண்பு குறித்தும், அவர்களின் வறுமை குறித்தும், வேந்தர்களுக்காக அவர்கள் போர்மேல் செல்வது குறித்தும், வாழ்க்கை குறித்த அவர்களின் கருத்தியல்கள் குறித்தும், அதில் போரும் வீரமும் வகிக்கும் முக்கியப் பங்கு குறித்தும் இப்பாடல்கள் பேசுகின்றன. புறநானூற்று வீரம் என்பது இப் பாடல்களில் தான் ஓங்கி ஒலிக்கிறது.

புறம் 312 முதல் 335 வரையான பாடல்கள் மூதின் முல்லை, வல்லாண் முல்லைப் பாடல்கள். இப்பாடல்களிலும் போரும் வீரமும், வேந்தன் படைகளையே எதிர்க்கும் துணிச்சலும், கொடைத் தன்மையும், வறுமையும், தலைவியின் விருந்தோம்பலும், ஊரின் வறட்சியும், கடன்பெற்று பரிசு வழங்குதலும் பருத்திப் பயிரும், பெண்கள் நூல் நூற்றலும் பேசப்படுகின்றன. குடியோடு குடியாய் வாழுதலும், வறுமையின்போது அனைவரும் பங்கிட்டு உண்ணுதலும், அவர்களின் வீரமிக்க போர் வாழ்க்கையும் தொல்லினக்குழு வாழ்க்கையின் எச்சங்கள் எனலாம். அதே சமயம் இரத்தஉறவு அடிப்படையிலான கணம், குலம், குலக் குழுக் கூட்டமைப்பு, குழு மணம், இணை மணம் முதலியன அடியோடு அழிந்து அவ்விடத்தில் பிரதேச அடிப்படையிலான சீறூர்த் தலைவர்களும், குறுநிலத்தலைவர்களும், வேந்தனுக்குப் போர்ப்பணி புரிதலும், அரசுக்கு வரி செலுத்துதலும், ஒருதார மணக் குடும்பமும், கற்பு புனிதமானதாகக் கருதப்படுதலும், தனியார் சொத்துடைமையும், கடன் வாங்குதலும், கடன் கொடுத்தலும் இச்சமூகத்தில் நிலைபெற்று விட்டிருப்பதைக் காணமுடிகிறது.

ஆகவே இவர்களின் வாழ்க்கையை தொல்லினக்குழு வாழ்க்கை எனக் கருத இயலாது. தொல்லினக்குழு வாழ்க்கையை இவர்கள் மிக நீண்ட நெடுங்காலத்திற்கு முன்னரே கடந்து வந்துவிட்டனர். இங்கு சங்ககாலத்திற்கே உரிய பிரதேச அடிப்படையிலான திணைக் கோட்பாடுகளும், அகம் புறக் கோட்பாடுகளும், ஒருதார மணக் குடும்பமும், கற்பு குறித்த புனிதக் கருத்தியல்களும், அரசும் தோன்றிவிட்டது. வேந்தர்களும், பிற குறுநில ஆட்சியாளர்களும் மிக முன்பே தோன்றி நிலைபெற்று விட்டனர்.

சீறூர் மன்னர்கள்

முல்லைநில ஊரின் ஆட்சியாளர்கள் சீறூர் மன்னர்கள் (பு-308, 319, 328) என அழைக்கப்படுகின்றனர். இவர்கள் வேந்தர்களின் படைத்தலைவர்களாக ஆகியுள்ளனர் (பு-314). இக்குடி மறவர்கள்

வழிவழியாக வேந்தனுக்கு போர்ப்பணி செய்பவர்களாக இருக்கிறார்கள். இவர்களின் தலைவன் வேந்தனுக்காகப் போரில் தனது உயிரையும் தரத் தயாராக இருக்கிறான் (பு-290, 291). தங்களின் போர்ப் பணிகளுக்காக இவர்கள் வேந்தர்களின் மூலம் நன்செய்நிலம் பெறுகின்றனர் (பு-312). இவர்களின் தாய் பெருங்குடியைச் சேர்ந்தவளாகவும், செம்மையான பண்புகளை உடைய முதியவளாகவும், போர்புரிந்து இறப்பதைப் பெருமைக்குரியதாகக் கருதுபவளாகவும், தைரியமும் துணிச்சலும் உடையவளாகவும் இருக்கிறாள் (பு-270, 276, 278, 279). விருந்தினர் என் அகம் வரட்டும், என் கணவனுக்குப் போரிடும் வாய்ப்புக் கிடைக்கட்டும் என வேண்டுகிறாள் இவர்களின் தலைவி (பு-306). இவர்களின் ஊர்களுக்குப் பருத்திச் செடியே வேலியாக இருக்கிறது (பு-299). இங்கு பெண்கள் பருத்தி நூலை நூற்கின்றனர் (பு-326). இங்கு நடுகல் வழிபாடு உண்டு (பு-329).

சீறூர் மன்னன் ஒருவன் கடன் பெற்று விருந்தோம்புகிறான் (பு-316, 327). 'கடவர்' என்கிற கடன் தருபவர் இருக்கிறார் (பு-327). ஊரில் அரசுக்கு வரி செலுத்த முடியாத நிலை இருக்கிறது (பு-330). தலைவி வறுமையிலும் அனைவருக்கும் உணவு தரும் பண்புடையவளாக இருக்கிறாள் (பு-331, 333). தலைவன் இறந்த பிறகு தலையை மொட்டையடித்து அல்லி அரிசியை உண்டு, அணிகள் அற்ற கைம்பெண்ணாக நான் வாழ விரும்பவில்லை, ஆகவே எனது தலைவனுடன் நானும் மடிந்து விடுகிறேன் என்கிறாள் ஒரு தலைவி (பு-280). போரில் புண்பட்ட தனது தலைவன் ஒருவனைக் காக்க அரும்பாடுபடுகிறாள் ஒரு தலைவி (பு-281). சீறூர் மன்னர்கள் ஊர்கள் பல உடையவர்களாக இருக்கின்றனர் (பு-328). தலைவன் நெல் விளையும் ஊர்களைக் கொடையாக இரவலர்களுக்குத் தரும் அளவு செல்வம் உடையவனாக உள்ளான் (பு-285).

சீறூர் மன்னன் கணம், குலம் அடிப்படையில் தலைவனாக இல்லை. பிரதேச அடிப்படையில் மன்னனாக உள்ளான். அதாவது ஊர் அடிப்படையில் சீறூர் மன்னனாக இருக்கிறான். இங்கு கணம், குலம் முதலியன இல்லை என்பதை அது உறுதிப்படுத்துகிறது. சீறூர் மன்னர்கள் வேந்தனின் படைத்தலைவர்களாக இருக்கின்றனர். இந்தச் சீறூர் மன்னர்கள் போர்புரிந்து வேந்தர்களிடம் மருத நிலங்களைப் பெறுபவர்களாக இருக்கின்றனர். அரசுக்கு வரி செலுத்த வேண்டியவர்களாக இருக்கின்றனர். கடன்பெற்றுத் திருப்பித்தரும் முறை நிலவுகிறது. வட்டிக்கு கடன் தருகிற 'கடவர்' என்பவர்கள் இருக்கின்றனர். பாணர்களுக்கு மருத நில ஊர்களைத் தருபவர்களாகச்

சீறூர் மன்னர்கள் இருக்கிறார்கள். தலைவன், தலைவி என்கிற ஒருதார மணச் சங்ககாலக் குடும்பமுறை இங்கு நிலைத்து விட்டதை அறிய முடிகிறது. தலைவன் இறந்தபிறகு தலைவிக்கு வாழ்க்கை இல்லை என்கிற சமூக நிலை, கற்பு புனிதக் கருத்தியலாக ஆகிவிட்டது என்பதையும், ஒருதார மணக்குடும்பம் சமூகத்தின் ஒரு அடிப்படை அலகாக ஆகிவிட்டது என்பதையும் உறுதிப்படுத்துகிறது. இவை அனைத்தும் இங்கு அரசு உருவாகி நிலைத்துவிட்டது என்பதையும், இவர்கள் அரசின் அங்கமாக, அதன் உறுப்பாக ஆகிவிட்டனர் என்பதையும், தொல்லினக்குழு நிலையைக் கடந்து வந்துவிட்டனர் என்பதையும் பறைசாற்றுகிறது.

ஆகவே இந்தச் சீறூர் மன்னர்களின் வாழ்க்கையை தொல்லினக்குழு வாழ்க்கை எனச் சொல்ல முடியாது. தொல்லினக்குழு வாழ்க்கைக்குரிய கணம், குலம் முதலியனவோ, இணைமணமோ, பொதுவுடைமையோ, தாயுரிமையோ அவர்களிடத்தில் இல்லை. அதற்குப் பதிலாக, தனி உடைமையும், தந்தை உரிமையும், நிலையான ஒழுங்குபடுத்தப்பட்ட ஊர்ச்சமூக வாழ்வும், பிரதேச அடிப்படையிலும் தொழில் அடிப்படையிலும் மக்கள் பிரிந்திருத்தலும் அவர்களிடத்தில் இருக்கின்றன. எனவே அவர்களின் வாழ்க்கையை தொல்லினக்குழு வாழ்க்கை எனச் சொல்லமுடியாது.

மூதூர் மன்னர்கள்

மருதநிலப் பகுதிகளை ஆண்டவர்கள் மூதூர் மன்னர்கள் எனப்பட்டனர். இவர்களுடைய ஊர் மூதூர் எனப்பட்டது. குறிஞ்சி, முல்லை நிலங்கள் வன்புலம், மேட்டு நிலம், வலிய நிலம், புன்புலம், புன்செய் நிலம் எனக் குறிக்கப்பட்டன. மருத நிலங்கள் மென்புலம், தண்ணடை, பழனம், கழனி, பணை, வயல் எனப்பட்டது. குறிஞ்சி நிலப் பகுதிகளை ஆண்டவர்கள் குறுநில மன்னர்கள் எனவும் முல்லை நிலப்பகுதி ஊர்களை ஆண்டவர்கள் சீறூர் மன்னர்கள் எனவும் மருதநிலப்பகுதி ஊர்களை ஆண்டவர்கள் மூதூர் மன்னர்கள் எனவும் அழைக்கப்பட்டனர். புறம் 336 முதல் 355 வரையான 20 பாடல்கள் மகட்பாற் காஞ்சி என்ற துறையின் கீழ் பாடப்பட்டு, மூதூர் மன்னர்கள் வேந்தர்களுக்குத் தங்கள் மகளைத் திருமணம் செய்ய மறுத்தது குறித்துப் பாடுபவையாக உள்ளன. இதனால் வேந்தர்கள் படையோடு வந்து போர்புரிந்து மூதூர்மன்னர்களின் மருதநில ஊர்களைக் கைப்பற்றி அழிப்பது அல்லது அதனைக் கைப்பற்றித் தங்கள் நாட்டோடு இணைத்துக்கொள்வது என்பது நடைபெற்றது.

மூதூர் மன்னன் மகள் பெருஞ்செல்வமுடையவளாக இருக்கிறாள் (பு -338).

தன்னை மணப்பவர்கள் போர் செய்து வெற்றி பெற வேண்டும் என அவள் விரும்புகிறாள் (பு-339).

மூவேந்தர்கள் எனினும் தன்னை வணங்குபவர்களுக்கும், யானைகளைப் பொருது வீழ்த்தும் மன்னர்களுக்கும், குடிமையும் ஆண்மையும் உடையவர்களுக்கும் மட்டுமே பெண் தருவேன் என்கிறான் பெண்ணின் தந்தை (பு-338, 340, 345).

பெரும்பொருள் கொடுத்து மணம் செய்தல் ஒருவழி. போர் செய்து இவளது தந்தையின் ஊரை வென்று மணம்செய்தல் இரண்டாவது வழி (பு-344).

பெண் கேட்டு வந்த பகைவரோடு போரிட்டு அழிந்தவர் போக, எஞ்சி இருப்பவர்களோடு, பெண்ணின் தந்தை சுற்றமாக இருந்து வேண்டியதைச் செய்வான் (பு-346).

பெண் கேட்டு வந்த வேந்தனால் ஊர் அழியும் எனத் தெரிந்தும் போர் செய்யும் மறவர்களாக பெண்ணின் உறவினர்கள் இருக்கின்றனர். போரால் மதிலும், அகழியும் சிதைந்து போய் உள்ளது. தமையன்மார்களும் வீரம் உள்ளவர்களாக உள்ளனர். (பு-341, 342, 347-355)

புறம் 336 முதல் 355 வரையான மகட்பாற்காஞ்சி பாடல்களின் முக்கிய விடயங்கள்தான் மேலே சுருக்கமாகத் தரப்பட்டுள்ளன. பண்டைய தொல்லினக்குழு வாழ்க்கையின் ஒரு முக்கிய அடிப்படைப் பண்பு என்பது இரத்த உறவு இல்லாத பிற குலங்களோடும், பிற குடிகளோடும் திருமண உறவு கொள்ளக்கூடாது என்பதாகும். அந்த தொல்லினக்குழுப் பண்பு தொடர்ந்து இந்த மூத்த குடிகளிடம் இருந்து வந்திருக்கலாம். இந்தப் பண்பு இன்றும்கூட 'அக மண முறை' என்கிற பெயரில் நமது சாதி அமைப்புகளில் இருக்கிறது. இதன் காரணமாகவே இந்த முதுகுடி மன்னர்கள் பிற குடிகளைச் சேர்ந்த வேந்தர்களுக்குப் பெண் தர மறுத்திருக்க வாய்ப்புள்ளது அல்லது பெரும்பொருளைத் தருபவர்களுக்கும், போரில் வெற்றி பெறுபவர்களுக்கும் மட்டுமே மணம் புரிந்து தருவது என்கிற மரபு இருந்திருக்கலாம்.

ஆனால், வேந்தர்களின் நோக்கம் திருமணம் என்பதைவிட மருதநிலங்களைக் கைப்பற்றல் என்பதாகவே இருந்துள்ளது. மேலும் இப்பெண்கள் மண உறவுக்குப் பின் வேந்தரின் அந்தப்புரங்களில் பத்தோடு பதினொன்றாக வாழவேண்டிய நிலை இருந்திருக்கலாம். அதன் காரணமாகவும் பெண்ணின் உறவினர்கள் பெண்தர மறுத்திருக்கலாம். படையெடுத்து வந்த வேந்தர்கள் என்போர் வேந்தர்களின் கிளை அரசர்கள் அல்லது அவர்களின் குடும்ப

உறுப்பினர்கள் எனலாம். மருதநில முதுகுடி மன்னர்கள் அனைவரும் ஒரே குடியைச் சேர்ந்தவர்கள் அல்லர். அவர்களும் பல்வேறு குடிகளைச் சேர்ந்தவர்களே. அதனால் அவர்களிடையேயும் திருமண உறவுகளில் வேறுபட்ட மரபுகளும், பழக்கவழக்கங்களும் இருந்திருக்க வாய்ப்புள்ளது. ஆனால் பொதுவாகப் பெரும்பாலான மருதநில முதுகுடி மன்னர்கள் சுதந்திரமாகத் தங்கள் பகுதியை ஆட்சி புரிந்துவந்த மன்னர்களாகவே இருந்துள்ளனர். இங்கும் சொத்துடைமையும், ஒருதார மணக் குடும்பமும், பிரதேச அடிப்படையிலான அரசாட்சியும், தந்தை உரிமையும் இன்ன பிற அரசுக்கான நிலையான விடயங்களும் உருவாகி நிலை பெற்றுவிட்டன.

சங்ககாலத் தமிழரசுகள்

இம்மகட்பாற்காஞ்சியைப் பாடிய புலவர்களான பரணர், கபிலர், குன்றூர் கிழார் மகனார், அள்ளூர் நன்முல்லையார், அரிசில் கிழார், அடைநெடுங்கல்வியார், அண்டர் மகன் குறுவழுதி, மதுரை மருதன் இளநாகனார், காவிரிப்பூம்பட்டினத்துக் காரிக்கண்ணனார் போன்றவர்கள் கி.மு. 3ஆம் நூற்றாண்டு முதல் கி.மு. 2ஆம் நூற்றாண்டு வரையான காலத்தில் வாழ்ந்த புலவர்களாகவே உள்ளனர். தமிழரசுகளின் ஐக்கியக் கூட்டணி மௌரியப் பேரரசைத் தோற்கடித்ததற்கு பிந்தைய காலகட்டம் இதுவாகும். இக்காலத்தில் தென்னிந்தியா முழுவதும் மூவேந்தர்களின் கட்டுப்பாட்டின் கீழ் இருந்தது. தென் இந்தியாவின் வலிமை மிக்க அரசர்களாக அவர்கள் இருந்தனர். வடமேற்கே கல்யாண் நகர் முதல் வடகிழக்கே கலிங்கத்தின் பித்துண்டா நகர் வரையில் தமிழரசுகளின் ஐக்கியக் கூட்டணியின் கட்டுப்பாட்டின் கீழ் இருந்துள்ளது. தமிழர்கள் இக்காலத்தில் உலகளாவிய அளவில் வணிகம் புரிந்து வந்தனர்.

சேரன் செங்குட்டுவனுடைய வடநாட்டுப் படையெடுப்புக்குப் பின் குறுநில மன்னர்களுடைய, சீறூர் மன்னர்களுடைய, மூதூர் மன்னர்களுடைய நிலப் பரப்பைத் தங்களின் நேரடிக் கட்டுப்பாட்டின் கீழ் கொண்டுவரும் பணி நடைபெற்றது. கி.மு. 3ஆம் நூற்றாண்டின் இறுதியில் பாரி, அதியமான், ஓரி முதலியோரின் நாடுகளை மூவேந்தர்கள் கைப்பற்றிக் கொண்டனர். இவைகளைக் கைப்பற்ற உதவிய மலையமான் திருமுடிக்காரி போன்றவர்களின் நாடுகளும் பிற்காலத்தில் அதாவது கி.மு.1ஆம் நூற்றாண்டின் தொடக்கத்தில் கைப்பற்றப்பட்டு அவனது வாரிசுகள் அழித்தொழிக்கப்பட்டார்கள் என்பதை கோவூர் கிழார் அவர்களின் பாடல் தெரிவிக்கிறது (பு-46). கி.மு.3ஆம் நூற்றாண்டு முதல் கி.மு.2ஆம் நூற்றாண்டு வரையான காலத்தில் தான் மகட்பாற்காஞ்சிப் பாடல்கள் பாடப்பட்டுள்ளன.

மூவேந்தர்கள் சுதந்திரமான குறுநில, சீறூர், முதுகுடி மன்னர்களை அழித்தொழித்து அவர்களின் பகுதிகளைத் தங்கள் பகுதிகளாக மாற்றிக் கொண்டிருந்த காலம் இக்காலம். இதுபோன்ற சுதந்திரமான முதுகுடி, குறுநில சிற்றரசுகளின் அழிவு இறுதியில் களப்பிரர்கள் எளிதாகத் தமிழகத்தைக் கைப்பற்ற வழிவகுத்தது.

மூவேந்தர்களின் பேரரசுக்கொள்கை இந்த அடாவடிச் செயலுக்குக் காரணம். சமயச் சிந்தனை இதற்குத் தனது தார்மீக ஆதரவை வழங்கியது. முன்பு சிற்றரசுகள் திறை மட்டும் செலுத்தி வந்தன. அவர்களின் சுதந்திரம் பாதுகாக்கப்பட்டு வந்தது. ஆனால் கி.மு.3ஆம் நூற்றாண்டுக்குப் பின்னர் மூவேந்தர்களின் பேரரசுக்கொள்கை, தங்கள் நிலப்பரப்பை விரிவாக்குவதை அடிப்படையாகக்கொண்டு செயல்பட்டது. சிற்றரசுகளின் சுதந்திரமும், பாதுகாப்பும் ஆபத்துக் குள்ளானது. பல்வேறு காரணங்களின் அடிப்படையில் சிற்றரசுகளின் நிலப்பரப்புகள் மூவேந்தர்களின் பகுதிகளாக மாற்றப்பட்டன. கி.மு.2ஆம் நூற்றாண்டின் இடைக்காலம் வரை இப்பணி நடைபெற்றது. பெரும்பாலான சிற்றரசுகள் இல்லாது ஒழிந்தன. மருத நில முதுகுடி மன்னர்களும், குறிஞ்சி நில குறுநில மன்னர்களும், முல்லை நிலச் சீறூர் மன்னர்களும் இல்லாது போயினர். தமிழகத்தின் பெரும்பகுதி, மூவேந்தர்களின் பகுதிகளாக மாற்றப்பட்டன.

சங்க காலத்தில் தமிழகத்தில் ஏற்பட்டுக் கொண்டிருந்த ஒட்டுமொத்த மாற்றங்களைக் கொண்டு, மகட்பாற்காஞ்சிப் பாடல்களைப் பார்ப்பதென்பது நமக்கு மேலும் தெளிவை வழங்கும். கி.மு. 3ஆம் நூற்றாண்டில் தமிழகம் நன்கு வளர்ச்சி அடைந்த சமூகமாக இருந்தது. தென்னிந்தியா முழுவதையும் மூவேந்தர்கள் தங்கள் கட்டுப்பாட்டின் கீழ் வைத்திருந்தனர். அரபிக்கடலும் வங்காள விரிகுடாவும் தமிழக அரசுகளின் கடற்படையின் ஆளுகையின் கீழ் இருந்தது. உலகளாவிய அளவில் வணிகம் நடைபெற்று வந்தது. தமிழ் அரசுகளிடையே ஐக்கிய கூட்டணி ஒன்று நடைமுறையில் இருந்தது.

வேளாண்மை, கைத்தொழில், பட்டறைத் தொழில், வணிகம் முதலியன நன்கு வளர்ந்து கொண்டிருந்தன. பெருநகரங்கள் பல உருவாகி இருந்தன. கல்வியறிவும், எழுத்தறிவும் தமிழர்களிடையே பரவலாக இருந்தது. தமிழில் செவ்வியல் இலக்கியப் படைப்புகள் இயற்றப்பட்டன. கி.மு. 3ஆம் நூற்றாண்டுக்குரிய சேரன் செங்குட்டுவன் வடநாடு சென்று இமயத்தில் விற்சின்னம் பொறித்து வெற்றிவாகை சூடி வந்தான். அவனது படையெடுப்பின் மூலம் சாதவாகனர்கள் தனி அரசாக உருவானார்கள். கிருட்டிணா நதியின்

தென்பகுதிகள் அனைத்தும் தமிழரசுகளின் கட்டுப்பாட்டின் கீழ் கொண்டுவரப்பட்டிருந்தன. கி.மு. 2ஆம் நூற்றாண்டுக்குரிய 2ஆம் கரிகாலனும், தலையாலங்கானத்துச் செருவென்ற நெடுஞ்செழியனும் தமிழகத்தைப் புகழின் உச்சிக்குக் கொண்டுசென்றனர். முசிறி, பூம்புகார், கொற்கை போன்ற துறைமுக நகரங்களும் வஞ்சி, மதுரை, உறையூர், கரூர் போன்ற தலைநகரங்களும் மிகப் பெரும் நகரங்களாக வளர்ந்திருந்தன. இவை போக வேறு பல நகரங்கள் தமிழகமெங்கும் பெருநகரங்களாக வளர்ந்துகொண்டிருந்தன. உலகளாவிய வணிகம் கிரேக்கம், எகிப்து, அரேபியா, பாரசீகம் போன்ற மேலை நாடுகளோடும் சீனம், கிழக்காசிய நாடுகள் போன்ற கீழை நாடுகளோடும் வட இந்தியாவோடும் மிக அதிக அளவு நடைபெற்று வந்தது. தமிழ்ச் சமூகத்தின் தொழில் நுட்பத்திறனும், பொருள் உற்பத்தித் திறனும், வணிக மேலாண்மையும் உலக நாடுகள் அனைத்தையும் விஞ்சி நின்றது. இந்நிலை கி.பி. 2ஆம் நூற்றாண்டு வரை இடைவிடாது தொடர்ந்து பெருகி வந்தது.

மூவேந்தர்கள் - முதுகுடி அரசுகள்

பெ. மாதையன் அவர்களால், 'வேந்தர் எழுச்சிக்கு முன்னரே முதுகுடி மன்னர்கள் மருத வேளாண்மை செய்து மருத நிலத் தலைவர்களாய் இருந்த நிலைமை தெளிவாகிறது' என்கிற கருத்தும் 'முதுகுடி மன்னர்கள் வேந்தர்கள் வளரத்தலைப்பட்ட காலத்தைச் சேர்ந்தவர்கள், சிலர் அவர்களுக்கு முன் ஆண்டவர்கள்' என்கிற கருத்தும் சொல்லப்பட்டுள்ளது.[1] ஆனால் இக்காலம் கி.மு. 3ஆம் நூற்றாண்டைச் சேர்ந்த பரணர், கபிலர் காலம். கபிலரின் புறம் 34ஆம் பாடலில் பாடப்பட்ட அகுதை என்பவன் அகுதை-1 இன் வழிவந்த அகுதை-2 என்பவனாவான். இவனைப் பரணரும் (அ-76, 208; குறுந்-19) பாடியுள்ளார். நமது கணிப்புப்படி இவன் 4ஆம் காலகட்டம். கபிலர் 5ஆம் காலகட்டம். இந்த அகுதை-2 இன் ஆழ்ந்த நீர்நிலைகளை உடைய நகர் கூடல் எனக் கூறுகிறார் கபிலர். இந்தக் கூடலும் பாண்டியர்களின் கூடல் நகரமும் ஒன்றல்ல. ஒரே பெயரில் இரு நகரங்கள் இருப்பது தமிழகத்தில் புதிய விடயமல்ல.

புறம் 3இல் முதற் கரிகாலனின் ஆசிரியரும் அவனது மாமனும் ஆன இரும்பிடர்த்தலையாரால் பாடப்பட்டவன் பாண்டியன் கருங்கைஒள்வாள் பெரும்பெயர் வழுதி. இவனைப் பெரும்புலவர் குடவாயிற் கீரத்தனாரும் தனது அகம் 315இல் பாடியுள்ளார். அதில் இவனது கூடல் நகரைப் பெரும்புகழ் பெற்ற நகரமெனக் குறிப்பிடுகிறார். இரும்பிடர்த்தலையார், குடவாயிற் கீரத்தனார்,

பாண்டியன் கருங்கைஒள்வாள் பெரும்பெயர் வழுதி ஆகிய அனைவரும் முதல் காலகட்டம். அதாவது கி.மு. 4ஆம் நூற்றாண்டைச் சேர்ந்தவர்கள். கிரேக்கத் தூதர் மெகத்தனிசு கி.மு. 4ஆம் நூற்றாண்டில் மதுரை வந்து சென்றதாகவும் அப்பொழுது மதுரை நகர் சுறுசுறுப்பும் வளர்ச்சியும் மிக்க பெருநகராக இருந்ததாகவும் அவரது வரலாற்றுக் குறிப்பு தெரிவிக்கிறது.[2]

காலமறிந்த சங்க இலக்கியக் கணிப்புப்படி நமக்குத் தெரிந்த முதல் பாண்டிய வேந்தன் மேலே குறிப்பிடப்பட்ட பெரும்பெயர் வழுதி ஆவான். இவன் காலத்திலேயே கூடல் நகர் ஒரு பெரும்புகழ் பெற்ற நகராக இருந்ததாகக் குடவாயிற் கீரத்தனார் குறிப்பிடுகிறார். எனவே அதற்குப் பின் கி.மு.3ஆம் நூற்றாண்டில் வாழ்ந்த, அதாவது நமது சங்க இலக்கியக் கணிப்புப்படி 5ஆவது காலகட்டத்தில் வாழ்ந்த கபிலரால் பாடப்பட்ட அகுதை-2 இன் கூடல் நகர் என்பது பாண்டியர்களின் கூடல் நகராக இருக்க முடியாது. கபிலர் குறிப்பிடும் அகுதையின் கூடல் நகருக்கு 100 ஆண்டுகளுக்கும் முன்னரே ஒரு பெரும்புகழ் பெற்ற நகரமாக பாண்டியர்களின் கூடல் நகர் இருந்துள்ளது.

அகம் 296ஐப் பாடிய மதுரை பேராலவாயரும் அவர் பாடிய நெடுந்தேர்ச் செழியனும் நமது சங்க இலக்கியக் கணிப்புப்படி 4ஆம் காலகட்டம். இந்த நெடுந்தேர்ச்செழியன் என்பவன் ஆரியப்படை கடந்த நெடுஞ்செழியன் காலத்தில் கொற்கையை ஆண்டுவந்தவன். கொற்கையை ஆண்டு வந்த இவன், தமையன் இறந்த பிறகு குல மரபுப்படி பாண்டிய வேந்தனாகி மதுரையை ஆள்கிறான். எனவே வெற்றிவேற்செழியன் என்கிற நெடுந்தேர்ச்செழியன் மதுரையைக் கைப்பற்றவில்லை. நமது கணிப்புப்படி இவனது வேந்தர் ஆட்சிக் காலம் கிட்டத்தட்ட கி.மு.245 முதல் கி.மு.235 வரையாகும். மதுரை இதற்குப் பல நூற்றாண்டுகளுக்கு முன்பே பாண்டியர்களின் மதுரையாகத்தான் இருந்து வருகிறது.

தித்தன் வெளியன் குறித்துப் பரணர் (அ-6,122,152,226; பு-352), முதுகூற்றனார் (நற்-58), சாத்தந்தையார் (பு-80) ஆகியோர் பாடியுள்ளனர். நக்கீரர் இவனது நகர் உறந்தையை இறந்த காலத்தில் வைத்துப் புறம் 39இல் பாடியுள்ளார். இவன் கிள்ளி வம்சத்தைச் சேர்ந்த சோழன். இவனது மகன்தான் போர்வைக் கோப்பெருநற்கிள்ளி. தித்தன் வெளியனைப் பாடிய சாத்தந்தையார் இந்த போர்வைக் கோப்பெருநற்கிள்ளி குறித்தும் பாடியுள்ளார் (பு-80,81,82). இந்த நற்கிள்ளியை நக்கண்ணையார் என்கிற வணிககுலப் பெண்பாற் புலவர்

புறம் 83-85 ஆகிய 3 பாடல்களில் அவன் மேலான தனது காதலை வெளிப்படுத்திப் பாடியுள்ளார். ஆகவே, நமது கணிப்புப்படி சோழன் தித்தன் வெளியன் 4ஆம் காலகட்டம். புலவர் கழாத்தலையார் புறம் 62இல் பாடிய வேல்பல் தடக்கைப் பெருவிறல்கிள்ளி என்கிற மூன்றாம் காலகட்டச் சோழன் இவனது முன்னோன்.

முதல் காலகட்டப் பெரும்புலவர் குடவாயிற் கீரத்தனார் சோழன் பெரும்பூட் சென்னி குறித்துப் பாடியுள்ளார் (அ-44,385). அவரது அகம் 385ஆம் பாடலில் சோழர்களின் தலைநகர் உறந்தையை 'பொன்னுடை நெடுநகர்' என்கிறார். ஆகவே தித்தன் வெளியனுக்கு 100 ஆண்டுகளுக்கு முன்பே உறந்தை சோழர்களின் தலைநகராகவும், ஒரு புகழ் பெற்ற நகராகவும் இருந்துள்ளது. எனவே பாண்டியர்களும் சோழர்களும் பரணர் கபிலர் காலத்தில்தான் வேந்தர்களாக ஆகிக்கொண்டிருந்தார்கள் என்பதும் அவர்களது நகர்களான உறந்தையும் மதுரையும் பிற அரசர்களிடமிருந்து கைப்பற்றப்பட்டவை என்பதும் பொருத்தமற்ற, ஏற்றுக்கொள்ள முடியாத வாதங்கள். சேர சோழ பாண்டியர் ஆகிய மூவரும் தமிழக முதுகுடிகள். பாண்டியர்களை முதுகுடிகள் என்றே புறம் 58ஆம் பாடல் குறிப்பிடுகிறது. இவர்கள் கி.மு. 9ஆம் நூற்றாண்டு வாக்கிலேயே மதுரை, உறந்தை, வஞ்சி ஆகிய நகரங்களை உருவாக்கி ஆண்டு வந்தவர்கள். தமிழக தொல்லினக்குழு சமுதாயத்தில் இருந்து நேரடியாக உருவான பாரம்பரிய அரச குடிகள். இவர்களுடைய அரசுகள்தான் தமிழகத்தில் உருவான முதல் பண்டைய அரசுகள். வேளிர்கள் இம்மூவருடைய குடிகளைச்சேர்ந்தவர்கள்.

மூதூர் மன்னரும் இணை மண முறையும்

மூதூர் மன்னர் சமுகத்தில் இணை மண முறை இருந்தது என மாதையன் தனது நூலில் குறிப்பிட்டுள்ளார்.[3] காட்டுமிராண்டி நிலைக்குக் குறிப்பம்சமாக குழுமணமும் நாகரிக நிலைக்குக் குறிப்பம்சமாக ஒருதார மணமும் இருப்பது போலவே அநாகரிக நிலைக்கு இணைக் குடும்ப முறை குறிப்பம்சமாக உள்ளது என்கிறார் எங்கெல்சு.[4] அமெரிக்கச் சிவப்பிந்தியர்கள் இடையே இந்த இணை மணமுறைதான் இருந்தது. அதன்படி ஒருவனும் ஒருத்தியும் சேர்ந்து வாழ்வார்கள். ஆனால் அவனோ, அவளோ விரும்புகிறபொழுது திருமணத்தை இரத்து செய்யலாம். கணவனும் மனைவியும் பிரியும்பொழுது குழந்தைகள் தாயிடமே இருந்துவிடும். இருவரும் மறுபடியும் மணம் புரிய உரிமை பெற்றவர்கள். இணைக் குடும்ப முறையில் பெண் ஆண் அளவு, சில சமயம் ஆணைவிட அதிக உரிமை பெற்றவளாக இருந்தாள். திருமணம் நடக்கிற வரைக்கும்

பெண்களுக்கு புணர்ச்சி விடயத்தில் முழுச் சுதந்திரம் இருந்தது. கற்பு என்பது புனிதமான ஒன்றாக அங்குக் கருதப்படவில்லை. இணை மணமுறை இருக்கும் சமூகத்தில் பொதுமகளிர் முறையோ, பரத்தமை முறையோ இருக்காது. நமது மகாபாரதம் தருகிற இணை மணமுறை குறித்த விடயங்களை முன்பே பார்த்தோம்.

அதில் உள்ள தீர்க்கதமசு, சுவேதகேது, சுதர்சனன்-ஓகாவதி, கௌதமன்-கௌதமி, சமதக்கினி - இரேணுகா ஆகியவர்களின் கதைகள் இணை மண முறையில் இருந்து ஒருதார மணமுறைக்கு மாறிவருகிற நிலையின் கதைகள். இதில் தீர்க்கதமசு, சுவேதகேது ஆகியவர்களின் கதைகள் இணை மணமுறையின் இறுதிக் காலக் கதைகள். சுதர்சனன்-ஓகாவதியின் கதையில், இணைந்து வாழும்போது கூட கற்பு என்பது ஒரு முக்கிய விடயமாக இருக்கவில்லை. சமதக்கினி - இரேணுகா கதையில் கற்பு ஒரு முக்கிய விடயமாக இருக்கிறது. இணை மணமுறையில் இருந்து ஒருதார மண முறைக்கான மாற்றம் இக்கதைகளில் இருப்பதை நாம் காண முடிகிறது.

நமது சங்க கால மூதூர் மன்னர் சமூகத்தில் இதுபோன்ற ஒரு இணைமண முறை இருந்ததாகச் சொல்ல முடியாது. புறம் 336 முதல் 355 வரையான 20 பாடல்கள் மூதூர் மன்னர்கள் வேந்தர்களுக்குத் தங்கள் மகளைத் திருமணம் செய்ய மறுத்தது குறித்துப் பாடுகின்றன. அங்கிருந்தது ஒருதார மணமுறை. திருமணம் குறித்து முடிவு எடுப்பதில் தாய்க்கும், மகளுக்கும் எந்தவித உரிமையும் இருக்கவில்லை. பெண்ணை மணம் தரும் உரிமை தந்தைக்கும் தனயனுக்குமே இருந்தது. புறம் 280ஆம் பாடல் சீறூர் மன்னர்களிடத்தில் ஒருதார மணம்தான் இருந்தது என்பதை உறுதிபடத் தெரிவிக்கிறது. சீறூர் மன்னர்களைவிடப் பலவிதங்களிலும் முன்னேறிய நிலையில் மூதூர் மன்னர்கள் இருந்தனர். அதிக செல்வமும், செல்வாக்கும் அவர்களிடம் இருந்ததோடு தமிழக முதுகுடிகளாகவும் அவர்கள் இருந்தனர். ஆகவே சீறூர் மன்னர்களிடத்தில் இருந்த கற்பு குறித்த கருத்தியலும், தலைவன் இறந்த பிறகு தலைவிக்கு வாழ்க்கை இல்லை என்கிற கருத்தியலும் இன்னபிற சங்ககாலச் சமூக நடைமுறைகள் அனைத்தும் மூதூர் மன்னர்களிடமும் இருந்தது என்பதில் சந்தேகம் இல்லை. அன்றைய தமிழ்ச் சமூகத்தில் ஒருதார மணம் என்பது உறுதியாக நிலைநிறுத்தப் பட்டுவிட்டது. சங்க இலக்கிய அகப்பாடல்கள் ஒருதார மணம் பற்றிய கருத்தியலையும், கற்பு பற்றிய கருத்தியலையும் வலியுறுத்துவதோடு, அன்று பொதுமகளிர் முறையும், பரத்தமை முறையும் தமிழகம் முழுவதும் இருந்ததைத் தெரிவிக்கின்றன. ஆகவே அன்றையத் தமிழ்ச் சமூகத்தில் இணைமண

முறை இருக்கவில்லை. ஆகவே மூதூர் மன்னர்களிடமும் இணைமண முறை இருக்கவில்லை என உறுதிபடக் கூறலாம்.

முன்முடிவுகள்

தமிழகத்தின் தொல்பழங்காலம் குறித்தக் கீழ்க்கண்ட சில முன் முடிவுகளை இதுவரையான தரவுகள் வெளிப்படுத்துகின்றன.

தமிழகத்தில் கி.மு.2000 வாக்கில் இரும்புப் பண்பாடு தொடங்கி, கி.மு.1000க்கு முன் மாவீரர் யுகம் நடந்து முடிந்துவிட்டது.

சங்ககாலம் என்பது தொல்லினக்குழு வாழ்வை மிக நீண்ட நெடுங்காலத்திற்கு முன்பே கடந்து வந்துவிட்டது. எனினும் தொல்லினக்குழு வாழ்வின் எச்சங்கள் பல சங்ககாலத் தமிழ்ச் சமூகத்தில் இருந்தன. பழந்தமிழகத்தில் சமச்சீரான வளர்ச்சி இருக்கவில்லை.

மக்கள் பேரவை, பிரபுக்கள் அவை, இராணுவத்தளபதி போன்ற தொல்லினக்குழுவின் கண அமைப்பு முறையிலான ஆட்சியமைப்புகள் தமிழகத்திலும் இருந்துள்ளன. கண அமைப்பின் இராணுவத் தளபதிகளே மூவேந்தர்களாக வளர்ச்சியடைந்தனர்.

கணம், குலம், குலக்குழுக் கூட்டமைப்புகள் போன்றவை வழியாகவே மூவேந்தர் அரசுகள் உருவாகி சங்ககாலத்திற்குப் பல நூற்றாண்டுகளுக்கு முன்னரே நிலைபெற்று விட்டன.

மூவேந்தர்கள் முக்கிய நகர, நகர்மைய அரசுகளை ஆண்டபோது, மூவேந்தர் குடும்பங்களின் உறுப்பினர்களும், கிளை அரசர்களும் பிற நகர்மைய அரசுகளை ஆண்டனர். இந்த அரசர்களின் சுதந்திரமான அதேசமயம் மக்கள் பிரதிநிதிகளால் கட்டுப்படுத்தப்பட்ட ஆட்சி என்பது சங்ககாலத் தமிழ்ச் சமூகத்தின் பேரளவான வளர்ச்சிக்கு மிக முக்கியக் காரணம்.

கி.மு.1000வாக்கில் சேர, சோழ, பாண்டிய நகர அரசுகள் உருவாகி, கி.மு.750க்கு முன்பே மூவேந்தர்கள் நிலைபெற்ற அரசுகளாக ஆகியிருந்தனர்.

பிரதேச அடிப்படையிலான ஐந்திணைக் கோட்பாடுகளும், அகம்-புறம் சார்ந்த கோட்பாடுகளும், ஒருதாரமணக் குடும்பமும், கற்பு என்பது பற்றிய புனிதக் கருத்தியல்களும், பொதுமகளிர் முறையும், பரத்தமை முறையும் கி.மு.750க்கு முன்னரே தமிழ்ச் சமூகத்தில் நிலை பெற்று விட்டன.

சங்ககாலம் என்பது கி.மு.750-550 வரையான தொடக்க இலக்கிய காலத்தையும், கி.மு.550-50 வரையான சங்கச் செவ்விலக்கியங்கள்

காலத்தையும், கி.மு.50 முதல் கி.பி.250 வரையான சங்கம் மருவிய காலத்தையும் கொண்டது. அதன் மொத்தகாலம் என்பது கி.மு.750 - கி.பி.250 வரையான 1000 ஆண்டுகள்.

மிக அதிகஅளவு மக்கள் வேளாண்மையைச் சார்ந்து இருந்ததும், தொடர்ந்து நடந்துவந்த போர்களும், நாடு பிடிப்பின் காரணமாக வேளாண்பரப்பு தொடர்ந்து அதிகரித்து வந்ததும், ஒப்பீட்டளவில் மிகக் குறைவான மக்களே தொழில், வணிகம் ஆகியவற்றில் ஈடுபட்டிருந்ததும்தான் தமிழகத்தில் வரம்புக்குட்பட்ட பரம்பரை மன்னராட்சி உருவாகக் காரணம்.

குறிப்பு

இரிக்வேத நாட்டார் பாடல்களின் அடிப்படையில் ஆதிகால தொல்லினக்குழு மக்களின் வளர்ச்சி நிலையை கிருத யுகம், திரேதா யுகம், துவாபர யுகம், கலி யுகம் என நான்கு கட்டங்களாக வேத நூல்களும் பிற புராண இதிகாசங்களும் பிரித்துள்ளன. அவை புராணியக் கருத்து நிலைகளைக் கொண்டிருந்தாலும், அவற்றின் அடிப்படை விடயங்கள் மார்கனின் கண்டுபிடிப்புகளுடன் ஒப்புமை கொண்டு மார்க்சியக் கருத்துகளுக்கு ஆதாரங்களாக இருக்கின்றன. அவற்றிலுள்ள அறிவியல் முறையிலான வரலாற்றுத் தரவுகளை மட்டுமே நாம் இங்குக் கணக்கில் கொண்டுள்ளோம். அதன் புராணியக் கருத்துகளை முழுமையாக விலக்கி அறிவியல் தன்மையுடைய தரவுகளை மட்டுமே நாம் பயன்படுத்தியுள்ளோம்.

பார்வை

1. சங்க இலக்கியத்தில் வேளாண் சமுதாயம், பெ.மாதையன், NCBH, மார்ச் 2010, பக் -82, 85.

2. The Open Secret of India, Israel And Mexico - From Genesis To Revelations By Gene Matlock, Page: 48.

3. சங்க இலக்கியத்தில் வேளாண் சமுதாயம், பெ.மாதையன், NCBH, மார்ச் 2010, பக் -69.

4. குடும்பம், தனிச்சொத்து, அரசு ஆகியவற்றின் தோற்றம், பி.எங்கெல்சு, பாரதி புத்தகாலயம், 2008, பக்: 67.

9. தமிழக வரலாற்றில் நகர அரசுகள்

தொடக்ககால அரசு உருவாக்கம் என்பது நகர உருவாக்கத்தோடு தொடர்புடையது. வேளாண்மையில் ஏற்பட்ட வளர்ச்சி சிற்றூர்களையும், பேரூர்களையும் தோற்றுவித்தது. கைத்தொழில் களிலும் பட்டறைத் தொழில்களிலும் வணிகத்திலும் ஏற்பட்ட வளர்ச்சி சிறு நகரங்களையும் பெரு நகரங்களையும் உருவாக்கின. ஒரு தொல்லினக்குழுவைச் சேர்ந்த மூன்று நான்கு குலங்கள் ஒன்றுசேர்ந்து சிறு மக்கள் சமூகம் எனப்படும் ஒரு முதுகுடி உருவாகி, அம்முதுகுடி தனக்கான நகரத்தை உருவாக்கத் தொடங்குகிறது. ஆனால் நகரம் வளர வளர, அங்கு சொத்துடைமை பெருகப் பெருக அந்நகர முதுகுடியின் இரத்த உறவு அமைப்புகளான கணம், குலம் முதலியனவற்றில் உடைப்புகள் ஏற்பட்டு நகரம் முழுவதற்குமான ஒரு ஒட்டுமொத்த ஆட்சியமைப்பு நிலப்பிரிவு அடிப்படையிலும், சொத்துடைமை அடிப்படையிலும் உருவாகத் தொடங்குகிறது. அதன் காரணமாக நாளடைவில் நகரங்களில் தொல்லினக்குழுவின் கணம் குலம் முதலியன இல்லாதுபோய் அவ்விடத்தில் பல்வேறு மக்களைக் கொண்ட நகரப் பொதுமக்களும் அவர்களுக்கான நகர அரசும் உருவாகி விடுகின்றது. நகரத்தில் இருந்த சொத்துடைமை வர்க்கம் தன்னையும், தனது சொத்துகளையும் பாதுகாத்துக் கொள்வதற்காக ஒட்டுமொத்த நகரத்தையே பாதுகாப்பதாகவும் பராமரிப்பதாகவும் தம்மை உருமாற்றிக்கொண்டு, நகரமக்களுக்கு மேம்பட்ட ஒன்றை, தமக்கான ஒரு அரசாக வடிவமைத்துக் கொள்கிறது.

உலகெங்கும் நகர அரசுகளே முதலில் உருவாகின. உலக வரைபடத்தில், தொடக்கத்தில் உருவான அனைத்து நாகரிகங்களிலும் முதலில் நகர அரசுகள் உருவாவதை நாம் காண முடிகிறது. கிரேக்கத்தில், உரோமில், கார்த்தேஜில் முதலில் நகர அரசுகளே தோன்றின. மெசபடோமியாவில் கி.மு.4000க்கு முன்பே உருவான சுமேரியா நாகரிகமும், பிற நாகரிகங்களும் முதலில் நகர அரசுகளையே தோற்றுவித்தன. சுமேரியர்களின் வீழ்ச்சிக்குப்பின் அக்கேடிய, பாபிலோனிய பேரரசு அங்கு உருவானது. எகிப்திலும் கி.மு.4000 முதல் நோம்கள் எனப்படும் சிறு சிறு நகர அரசுகளே தோன்றின.[1] பின் அவை ஒன்றிணைந்து எகிப்தியப் பேரரசு உருவாகியது. நமது சிந்துவெளி நாகரிகத்திலும் முதலில் நகர அரசுகளே தோன்றின. ஆரிய

வருகைக்குப் பின் உருவான வட இந்திய நாகரிகத்தில் கூட முதலில் 16 சனபதங்கள் எனப்படும் நகர்மைய அரசுகளே உருவாகின. எனவே உலகெங்கும் நகர உருவாக்கம் தொடங்கிய பொழுது, அரசு உருவாக்கமும் தொடங்கி விடுகிறது. நகரம் வளர்ச்சியடைந்து நிலைபெற்ற பொழுது, அதன் அரசு உறுப்புகளும் வளர்ச்சியடைந்து நிலைபெற்று, நகர அரசு உருவாகி விடுகிறது. அதன்பின் இந்த நகர அரசுகள் பிற நகர அரசுகளை வென்று பேரரசுகளாக ஆகின்றன.

சங்ககாலத்தில் அரசு உருவாக்கம்

பழந்தமிழகத்தில் கி.மு.1000க்கு முன்பே சிறு குறு நகரங்களும், நகர் மையங்களும் உருவாகி, அவை நகர, நகர்மைய அரசுகளாகப் பரிணமித்தன. கி.மு.8ஆம் நூற்றாண்டுக்கு முன்னரே சேர, சோழ, பாண்டிய நகர அரசுகள் வலிமை பெற்று பிற நகர, நகர்மைய அரசுகள் பலவற்றை வென்று பெரிய அரசுகளாக உருவெடுத்தன. அதன் பின்னரும் சேர, சோழ, பாண்டிய அரசுகளின் உறவினர்களால் இந்த நகர, நகர்மைய அரசுகள் ஒவ்வொன்றும் தனித்தனியாகவே ஆளப்பட்டு வந்தன. "ஐந்து பாண்டியர்களால் ஆளப்பட்ட ஐந்து பாண்டிய அரசுகள் இருந்தன" என்பது ஒரு தொன்மக் கருத்து. பாண்டியர்களைப் போன்றே சேர, சோழ அரசுகளும் பல நகர, நகர்மைய அரசுகளைக் கொண்டிருந்தன. சேர, சோழ, பாண்டிய அரசுகள் போக வேளிர்களும் குறுநில மன்னர்களும் சீறூர் மன்னர்களும் மூதூர் மன்னர்களும் பல நகர, நகர்மைய அரசுகளை ஆண்டு வந்தனர். அவர்கள் அந்தந்த நகர்மைய அரசுகளின் நகரங்களைக் கொண்டே அழைக்கப்பட்டு வந்தனர். பாரியின் அரசு 300 சிற்றூர்களைச் சுற்றிலும் உடையதாகவும், "பறம்பு" என்ற குன்றின் மேல் இருந்த ஒரு நகரத்தை மையமாகக் கொண்டதாகவும் இருந்துள்ளது என்கிறார் சங்ககாலப் புலவர் கபிலர்.[2]

நன்னன், அதியன் போன்றவர்களின் அரசுகள் பாரியின் அரசை விட ஓரளவு வளர்ச்சி பெற்ற அரசுகள். மூவேந்தர்களின் அரசுகளே முழுமை பெற்ற அரசுகள். எனவே பழந்தமிழகத்தில் தொடக்க கால அரசுகளும், முதிர்ந்த அரசுகளும் அருகருகே இருந்தன. சேர, சோழ, பாண்டியர்கள் கூட தொண்டி அரசன், கொற்கைப் பாண்டியன், புகார்த் தலைவன் என நகரங்களைக் கொண்டும் அழைக்கப்பட்டனர். ஆகவே நகரங்கள் அன்று அரசின் மிக முக்கிய அங்கமாக இருந்தன. மூவேந்தர்கள் தவிர அதியன், நன்னன் போன்ற அரச பரம்பரைகளும் ஒருசில நகர அரசுகளை வென்று, வேந்தர்களாக ஆக முயன்றுள்ளன. ஆனால் அம்முயற்சி மூவேந்தர்களால் முறியடிக்கப்பட்டது.

நகர்மைய அரசு

நகர்மைய அரசு என்பது ஒரு நகரத்தை மையமாகக் கொண்டு, அதனைச் சுற்றிப் பல சிற்றூர்களையும், பேரூர்களையும் உடைய அரசு. நகர்மைய அரசுகளில் இருந்த சிற்றூர்களும், பேரூர்களும் தனித்தனி உள்ளூர் தலைவர்களைக் கொண்டு இயங்கின. அதே சமயம் அவை நகர்மைய அரசின் தலைமைக்குக் கட்டுப்பட்டு இருந்தன. நகர்மைய அரசுகளில் வேளாண்மையே முக்கியத் தொழிலாக இருந்தது; அடிமை முறைக்குப் பதில் தொழில் மற்றும் சொத்துடைமை அடிப்படையில் பல்வேறுபட்ட வகுப்புப் பிரிவினைகள் உருவாகியிருந்தன; விவசாயம் கைத்தொழில் முதலியன ஓரளவு சுதந்திரமான தனி நபர்களால் அல்லது குழுக்களால் செய்யப்பட்டு வந்தன; நகர்மைய அரசுகளில் அதிகமாக கைத்தொழில் வணிகம் முதலியன வளர்ந்த போதும், வேளாண்மை உற்பத்தியைக்கொண்ட சிற்றூர்களும் பேரூர்களும் பெரும் எண்ணிக்கையில் இருந்தன. பல சிற்றூர்களும் பேரூர்களும் நகர்மைய அரசில் இருந்த போதிலும் அந்த நகரமே நகர்மைய அரசின் மிக முக்கிய அடித்தளமாக இருந்தது. ஒவ்வொரு நகர்மைய அரசும் தனித்தனி அரசுகளாக, சுதந்திரமாக இயங்கின. இத்தகைய அரசுகளே நகர் மைய அரசுகள். சங்ககாலத்தில் தமிழகம் முழுமையும் நூற்றுக்கணக்கான நகர, நகர்மைய அரசுகள் இருந்தன.

நகர அரசுகள் தோன்றி உற்பத்தி பெருகி வணிக நகர அரசுகளாக அவை வளர்கிறபோது அறிவியலும், பொருள்முதல்வாதக் கண்ணோட்டமும் தோன்றி வளர்கிறது. இரசிய அறிஞர் கிரபிவின் (V.Krapivin) எகிப்து நாட்டிலும் பாபிலோனியாவிலும் பொருள் முதல்வாதக் கண்ணோட்டம் கி.மு.3ஆம் ஆயிரம் ஆண்டுகளின் முடிவிலும், கி.மு. 2ஆம் ஆயிரம் ஆண்டுகளின் தொடக்கத்திலும் உருவாகிவிட்டது என்கிறார்.[3] அங்கு நகர அரசுகள் உருவான பொழுது இக்கருத்துகள் உருவாகின. கிரேக்கத்தில், கிரேக்க நகர அரசுகள் தோன்றி உற்பத்தி பெருகி, அவை வணிக நகர அரசுகளாக வளர்ந்த போது அறிவியலும், பொருள்முதல்வாதக் கண்ணோட்டமும் தோன்றி வளர்ந்தன. மறுமலர்ச்சிக் கால ஐரோப்பாவில், இத்தாலியின் வெனிசு, நேபிள்சு போன்ற வணிக நகர அரசுகளில் ஏற்பட்ட சிந்தனை வளர்ச்சிதான் மறுமலர்ச்சியைக் கொண்டுவந்தது. ஆகவே சுதந்திரமான வணிகநகர அரசுகள், முற்போக்கான அறிவியல் பொருள்முதல்வாதச் சிந்தனைகளின் வளர்ச்சிக்கான காரணிகளாக இருந்துள்ளன என்பதை வரலாறு பலவகைகளிலும் உறுதிப்படுத்தியுள்ளது. தமிழகத்தில் தனித்தனியான ஆட்சியாளனின் கீழ் மிக நீண்ட காலமாக இருந்து வந்த சுதந்திரமான வணிக நகர, நகர்மைய அரசுகள்தான் அறிவியலை

அடித்தளமாகக் கொண்ட, மூலச் சிறப்புள்ள பொருள்முதல்வாத மெய்யியல் சிந்தனைகள் தமிழகத்தில் தோன்றி வளர்ந்ததற்கான அடிப்படைக் காரணமாக இருந்தன. இச்சிந்தனைகள் தான் பழந்தமிழகம் தொழில், வணிகம், அரசியல், பொருளாதாரம், கல்வி, அறிவியல், தத்துவம், கலை, இலக்கியம், பண்பாடு உட்பட அனைத்துத் துறைகளிலும் முன்னேற்றத்தைப் பெறக் காரணமாக இருந்தன.

தமிழகத்தில் இருந்த ஆட்சியாளனின் அரச அதிகாரம் பொதுமக்கள் சபைகளால் ஒரு கட்டுப்பாட்டுக்குள் வைக்கப்பட்டு இருந்தது என கி.மு.4ஆம் நூற்றாண்டு கிரேக்கத் தூதுவரான மெகத்தனிசு குறிப்பிடுவதாக நேரு கூறுகிறார்.[4] அன்று நகரங்களிலும் ஊர்களிலும் குடவோலை முறையில் நகர, ஊர்ச்சபைகளின் பிரதிநிதிகளையும், பல்வேறு துறைகளுக்கான வாரியப் பொறுப்பாளர்களையும் நியமிக்கத் தேர்தல்கள் நடைபெற்றன. இதனை கி.மு.2ஆம் நூற்றாண்டில் வாழ்ந்த மருதன் இளநாகனார் அவர்களின் அகம் 77 ஆம் பாடல் உறுதிப்படுத்துகிறது.[5] ஆகவே சங்ககாலத்தில் மக்களால் தேர்ந்தெடுக்கப்பட்ட நகரச்சபைகளும், ஊர்ச்சபைகளும், வாரியப் பொறுப்பாளர்களும் இருந்தனர் எனவும் அவர்கள் பலவகைகளில் அரசனுடைய அதிகாரத்தைக் கட்டுப்படுத்தினர் எனவும் மேற்கண்ட மெகத்தனிசின் கூற்று மூலமும், மருதன் இளநாகனார் தரும் தேர்தல் முறை மூலமும் உறுதியாகிறது.

தமிழகத்தின் வளர்ச்சி

தமிழகச் சேர, சோழ, பாண்டிய அரசுகளின் ஆட்சிக்கும், வட இந்திய மகதப் பேரரசின் ஆட்சிக்கும் பல வேறுபாடுகள் இருந்தன. பரந்து விரிந்த பேரரசுகளின் நகரங்களை பேரரசின் மண்டல அதிகாரிகளே ஆட்சி செய்து வந்தனர். படிப்படியான அதிகாரவர்க்க நிர்வாகமுறை இருந்து வந்தது. அதனால் பேரரசின் நகரங்களும் பிற நிலப்பகுதிகளும் போதிய சுதந்திரம் இல்லாதவையாக இருந்தன. பேரரசரால் மண்டல அதிகாரிகள் அடிக்கடி மாற்றப்படவும் வாய்ப்பிருந்தது. இந்நிலைமை பாரசீகப் பேரரசிலும், இந்தியாவில் மகதப் பேரரசிலும் இருந்தது. தமிழக நகர, நகர்மைய அரசுகள் அனைத்துமே தனித் தனி அரசுகளால் ஆளப்பட்டு, முழுச் சுதந்திரம் உடையவையாக இருந்தன. மக்கள் பிரதிநிதிகளால் கட்டுப்படுத்தப்பட்டு ஆளப்பட்டன. இவற்றின் காரணமாக தமிழகத்தின் பண்டைய நகர அரசுகள் பலவகைகளிலும் நன்கு வளர்ச்சி அடைந்தனவாக இருந்தன.

சங்ககாலத்தில் இருந்த அளவு எழுத்தறிவும் கல்வியறிவும் வடஇந்தியாவில் இருக்கவில்லை. பிற தொழில்நுட்பங்களும், உற்பத்தித்திறனும், வணிகமும்கூட பழந்தமிழகத்தில் இருந்த அளவு வட இந்தியாவில் இருக்கவில்லை. பழந்தமிழகம் அன்று உலகம் முழுவதும் பேரளவில் வணிகம் செய்து வந்தது. இவ்வளர்ச்சிகளால் தான் கி.மு.3ஆம் நுற்றாண்டின் தொடக்கத்தில் தமிழக அரசுகளின் ஐக்கியக் கூட்டணி மௌரியப் பேரரசைத் தோற்கடிக்க முடிந்தது.[6] சங்க இலக்கியம் போன்ற செவ்வியல் இலக்கியங்களை உருவாக்க முடிந்தது. மகதப் பேரரசு காலத்தில் வட இந்தியாவில் மதச்சார்பற்ற செவ்வியல் இலக்கியம் உருவாகவில்லை என டி.டி.கோசாம்பி குறிப்பிடுகிறார்.[7] மிக நீண்டகாலத்திற்கு முன்னரே தமிழகத்தில் நகரஅரசுகள் உருவாகி அவை சுதந்திரமான அரசுகளாகச் செயல்பட்டு வந்தன. கி.மு.1500இல் ஆதிச்ச நல்லூர் ஒரு தொழில்நகரமாக இருந்தது என்பது உறுதி செய்யப்பட்டுள்ளது.[8] கி.மு.500இல் பல நகரங்கள் தமிழகத்தில் இருந்தன என்பதை இன்றைய தொல்லியல் ஆய்வுகள் உறுதி செய்துள்ளன.[9] கி.மு.1000க்கு முன்பே சிறு குறு நகரங்கள் பல தமிழகத்தில் இருந்தன என்பதை எதிர்காலத் தொல்லியல் ஆய்வுகள் உறுதி செய்யும். இந்தச் சுதந்திரமான நகர, நகர்மைய அரசுகள்தான் தமிழகத்தில் தத்துவார்த்த, அறிவியல் தொழில்நுட்ப வளர்ச்சியைக் கொண்டுவந்தன. உலகளாவிய அளவில் வணிகம் வளர்ச்சி யடைந்ததற்கும், பழந்தமிழகத்தின் பேரளவான செல்வச் செழிப்பிற்கும் வளத்துக்கும் இந்த நகர, நகர்மைய அரசுகளே காரணம்.

சுமேரிய நகர அரசுகளில் ஏற்பட்ட சுயமான சுதந்திரமான சிந்தனைகளும், தத்துவார்த்த, அறிவியல், தொழில்நுட்ப வளர்ச்சியும் அதன்பின் அங்கு உருவான பேரரசுகளில் ஏற்படவில்லை என்கிறார் புகழ்பெற்ற தொல்லியலாளர் கார்டன் சைல்டு (Gordon childe). நகர அரசுகளில் ஏற்படும் இந்த முற்போக்கான வளர்ச்சியை நகர்ப்புரட்சி என்றே அவர் குறிப்பிடுகிறார்.[10] அவருடைய கூற்றுக்குச் சான்றாக நாம் கிரேக்க நகர அரசுகளையும் உரோமப்பேரரசையும் ஒப்பிடலாம். கிரேக்க நகர அரசுகள் தத்துவார்த்த அறிவியல் சிந்தனைகள் பலவற்றை வளர்த்தெடுத்தன. தொழில்நுட்பக் கண்டுபிடிப்புகள் பலவற்றைச் செய்தன. கலை, இலக்கியம், இசை போன்றவற்றில் பேரளவான வளர்ச்சியை அடைந்தன. இன்றைய மேற்கத்திய சிந்தனைகள் அனைத்திற்கும் அதுவே மூலமாக இருந்தது. ஆகவே உலகத்திற்கு பேரளவான விடயங்களை கிரேக்கம் வழங்கியுள்ளது. ஆனால் அதனை உரோமுடன் ஒப்பிடும்பொழுது உரோம் உலகத்திற்கு வழங்கியது மிகமிகக் குறைவு என்பதை ஒரு சான்றாகக் கொள்ளலாம்.

ஆகவே பேரரசுகளை விட நகர அரசுகளில்தான் சுயமான சுதந்திரமான சிந்தனைகளும், சனநாயகக் கண்ணோட்டமும், பொருள் முதல்வாத மெய்யியலும், தத்துவார்த்த அறிவியல் தொழில்நுட்ப வளர்ச்சியும் இருக்கும் என்பது ஒரு முக்கிய வரலாற்று விதி. எனவே பேரரசுகளைவிட நகர அரசுகள் சிறந்தவை. அவை உண்மையில் மக்களுக்கானவை, வளர்ச்சிக்கானவை. தத்துவார்த்த அறிவியல் தொழில்நுட்ப விடயங்களிலும், இசை, நாட்டியம், மருத்துவம், ஓவியம், கட்டடக்கலை, வர்மக்கலை, போர்க்கலைகள் போன்றவை களிலும் தமிழகத்தில் மிகப்பெரிய வளர்ச்சி ஏற்பட்டிருந்தது. ஆனால் மகதப் பேரரசின் காலத்தில் இதுபோன்ற வளர்ச்சி எதுவும் அங்கு உருவாகவில்லை. இந்திய நாகரிகம் உலகத்திற்கு வழங்கியதாகச் சொல்வதில் பெரும்பாலானவை தமிழகம் வழங்கியவை. கிரேக்க நகர அரசுகளையும் உரோமப் பேரரசையும் நமது தமிழக நகர அரசுகளோடும் மகதப் பேரரசோடும் ஒப்பிடும்பொழுதான் இந்த வேறுபாட்டின் அளவை நாம் புரிந்துகொள்ள இயலும்.

தமிழக அரசகுடி மரபின் சிறப்பு

பண்டைய சேர, சோழ, பாண்டிய அரச குடிகள் 2000 ஆண்டுகளாக இருந்து வந்துள்ளன. உலகில் வேறு எந்த நாடுகளிலும் எந்த அரச குடியும் 1000 ஆண்டுகள் கூட இருந்ததில்லை.. சீன செள வம்சம் மட்டும் கி.மு.12 முதல் கி.மு.3ஆம் நூற்றாண்டுவரை 900 வருடங்கள் ஆண்டுள்ளது.[11] ஆனால் கி.மு.8ஆம் நூற்றாண்டு தொடங்கி, கி.பி.13ஆம் நூற்றாண்டு முடியும்வரை தமிழக அரச குடிகள் ஆண்டு வந்தன. தமிழக அரச குடும்பங்களில் அரச பதவிக்காக ஒருவரை ஒருவர் அழித்துக் கொல்வது என்பது இருக்கவில்லை. வேறுபல மேன்மைகளும் இருந்தன. அதற்குப் பண்டைய தமிழக அரசகுடிகள் பின்பற்றிய மரபுவழி சிறப்பு அரசுரிமை முறைதான் காரணம். சங்க காலத்தில் மூவேந்தர்கள் ஒவ்வொருவரிலும் பலர் இருந்து ஆண்டு வந்துள்ளனர். அதாவது சேர சோழ பாண்டிய அரச மரபில் நான்கு ஐந்து பேர் ஒரே சமயத்தில் ஆண்டனர். சேரர்கள் வஞ்சி, கரூர் போன்ற இடங்களிலும், பாண்டியர்கள் கொற்கை, மதுரை போன்ற இடங்களிலும், சோழர்கள் உறையூர், பூம்புகார் போன்ற இடங்களிலும் ஆண்டு வந்துள்ளனர். இந்த அடிப்படையில்தான் பாண்டியர்களை ஐவர் என்ற பொருளில் “செருமாண் பஞ்சவர்” எனப் புறநானூறு குறிப்பிடுகிறது.[12]

சான்றாகச் சேரன் இமயவரம்பன் நெடுஞ்சேரலாதன் வடக்கிருந்த போது, அவனது தம்பி பல்யானைச் செல்கெழுகுட்டுவன், அவனது

மூத்த மகன் களங்காய்க்கண்ணி நார்முடிச்சேரல், அவனது நடுமகன் சேரன் செங்குட்டுவன், அவனது தாயாதித்தம்பி சேரமான் குடக்கோ நெடுஞ்சேரலாதன், அவனது கிளை வம்சத்தைச் சேர்ந்த பொறையர் குல அரசர்கள் பாலைபாடிய பெருங்கடுங்கோ, மாந்தரன் பொறையன் கடுங்கோ என ஆறு பேர் ஆண்டு வந்துள்ளனர். ஆனால் அவனது தம்பி பல்யானைச் செல்கெழுகுட்டுவன் மட்டுமே வேந்தனாக இருந்துள்ளான்.[13] மீதி ஐந்து பேரும் பிற நகர அரசுகளின் அரசர்களாக இருந்தனர். சேரன் செங்குட்டுவன் 9 சோழர் கிளை அரசர்களை வென்றான் என 5ஆம் பதிற்றுப்பத்துப் பதிகம் கூறுகிறது. இதே போன்றுதான் பல பாண்டிய அரசுகள் இருந்தன. அதனால்தான் அசோகர் தனது கல்வெட்டுகளில் தமிழக அரசுகளைப் பன்மையில் குறிப்பிட்டுள்ளார். மூவேந்தர் அரசகுடிகள் ஒவ்வொன்றிலும் ஒரே சமயத்தில் பல அரசர்கள் இருந்த போதிலும், ஒவ்வொரு குடியிலும் ஒரு வேந்தர் மட்டுமே இருந்தார். ஆனால் ஏதோ ஒரு வகையில் வேந்தர் ஆக தகுதி உடைய சேர, சோழ, பாண்டிய அரசர்களையும் சங்க இலக்கியம் வேந்தர் என்றே அழைத்துள்ளது.

தந்தைக்குப் பின் அவனுடைய மூத்த மகன், அவனுக்குப் பின் அவனுடைய மூத்த மகன் என வரும் அரசியல் தாயமுறை (Primogenituro) தமிழ்நாட்டில் இருக்கவில்லை. அதற்குப் பதில் வேறு விதமான ஒரு சிறப்பு முறையைத் தமிழக அரசகுடிகள் பின்பற்றின. ஒரு வேந்தனுக்கு இரண்டு மூன்று புதல்வர்கள் இருந்தாலும், அவனுக்குத் தம்பிகளும் தம்பிகளின் மகன்களும் இருந்தாலும், அவர்கள் அனைவருமே உரிய வயது வந்தபொழுது அரசர்களாக ஆக்கப்பட்டு ஒவ்வொருவரும் ஒவ்வொரு நகர்மையப் பகுதியை ஆள அனுமதிக்கப் பட்டனர். இவர்கள் அனைவரும் வேந்தனுக்குக் கீழ்ப்பட்ட அரசர்களாக இருந்தனர். அவன் இறந்தபின் இருக்கும் அரசர்களில் மூத்தவன் எவனோ அவன் வேந்தனாவான். பெரும்பாலும் அவனது தம்பி வேந்தன் ஆவான். தமிழக அரசகுடிகளில் இம்முறையே இருந்தது. ஆனால் அனைவரும் வேந்தர்கள் என்றே அழைக்கப்பட்டனர். தமிழகத்தில் முடிசூடும் உரிமை வேந்தர்களுக்கு மட்டுமே இருந்தது, வேறு யாரும் முடிசூட முடியாது.

இந்த முறையின் காரணமாக அரசின் ஒவ்வொரு நகர்மையப் பகுதியும் வேந்தனின் ஏதாவது ஒரு கிளை அரசனால் ஆளப்பட்டது. எல்லாருக்கும் மூத்தவன் வேந்தனாக இருந்தான். சான்றாக உதியஞ்சேரலாதன் வேந்தனாக இருந்த பொழுது அவனது இரு மகன்கள் இமயவரம்பன் நெடுஞ்சேரலாதனும், பல்யானைச்

செல்கெழு குட்டுவனும் அரசர்களாக இருந்தனர். பின் உதியன் இறந்த பிறகு மூத்தவனான இமயவரம்பன் நெடுஞ்சேரலாதன் வேந்தன் ஆனான். இமயவரம்பன் நெடுஞ்சேரலாதன் இறந்த பிறகு அரசர்களில் மூத்தவனும் இவனது தம்பியுமான பல்யானைச் செல்கெழு குட்டுவன் வேந்தன் ஆனான். இமயவரம்பனின் மகன்களான களங்காய்க்கண்ணி நார்முடிச் சேரலும், செங்குட்டுவனும் அரசர்களாக இருந்தார்கள். அதன் பின் நார்முடிச் சேரலும், பின் செங்குட்டுவனும், அதன்பின் ஆடுகோட்பாட்டுச் சேரலாதனும் முறையே ஒருவர் பின் ஒருவராக வேந்தர்களாகினர்.[14] இம்முறை தொல்லினக்குழு காலத்தில் இருந்து உருவான ஒரு இரத்த உறவுமுறை வடிவமாகும்.

இதே முறையைத்தான் பிற சோழ, பாண்டிய அரச குடிகளும் பின்பற்றின. பிற்காலச் சோழர்கள் இந்த முறையை வேந்தனுக்கு மட்டும் பின்பற்றினர். ஆனால் குடும்ப வாரிசுகளை அரசர்களாக நியமிக்கவில்லை. சான்றாக முதற் பராந்தகனுக்கு இராசாதித்தன், கண்டராதித்தன், அரிஞ்சயன், உத்தமசீலி என நான்கு மக்கள் இருந்தனர். அவர்களுள் இராசாதித்தன், பராந்தகன் இருக்கும்போதே இறந்து போனான். அதனால் பராந்தகனுக்குப்பின் கண்டராதித்தன் வேந்தனாக முடிசூட்டப் பட்டான். அவனுக்குப்பின் அரிஞ்சயன் முடிவேந்தனானான். அவனுக்கு முன்பே உத்தமசீலி இறந்து போனான். கண்டராதித்தனுக்கு உத்தம சோழன் என்றொரு மகனும் அரிஞ்சயனுக்குச் சுந்தர சோழன் என்றொரு மகனும் இருந்தனர். அவ்விருவருள், சுந்தரசோழன் மூத்தவனாதலால் முதலில் அவனும், அவனுக்குப் பின் உத்தம சோழனும் முடி வேந்தராயினர். உத்தம சோழனுக்குப்பின் சுந்தர சோழனின் மக்களுள் மூத்தவனான ஆதித்த கரிகாலன் தந்தையிருக்கும்போதே இறந்ததால், இளையோனான முதல் இராசராச சோழன் முடிவேந்தனாய் ஆனான்.[15]

பண்டையத் தமிழக மூவேந்தர்கள் மரபு வழியாகப் பின்பற்றிய அரசுரிமை முறை அரச குடிகளில் இருந்த பல சிக்கல்களைத் தீர்த்தது. ஒரு அரசனின் இழப்பு அல்லது ஏன் ஒரு வேந்தனின் இழப்பு கூட மிக எளிதாகச் சமாளிக்கப்பட்டது. நகர்மைய அரசுகள் இந்த வேந்தர் வழி வந்த அரசர்களால் ஆளப்பட்டதால் அவை சுதந்திரமான தன்னாட்சிமிக்க அரசுகளாக இருந்ததோடு நன்கு வளர்ச்சி அடைவதற்கான சூழ்நிலை உருவானது. இம்முறையினால் அதிகாரவர்க்கப் படிமுறை என்பது தமிழகத்தில் தடுக்கப்பட்டு அதன் தீமைகள் தவிர்க்கப்பட்டன. இம்முறையின் காரணமாக, அரச குடும்பங்களில் இருந்த கொலைகளும் சூழ்ச்சிகளும் தமிழக அரச குடும்பங்களில் இல்லாது போயின.

முசிறி, தொண்டி, வஞ்சி, கரூர், நறவு, மாந்தை என்பன சேர அரசில் இருந்த சில முக்கிய நகர அரசுகள். இவை ஒவ்வொன்றையும் தனித்தனி சேர அரசர்கள் ஆண்டனர். இந்த அரசகுடி மரபைப் பின்பற்றியதால், போர்கள் பல நடந்தாலும், இழப்புகள் பல ஏற்பட்டாலும் தமிழக மூவேந்தர் குடிகள் 2000 வருடங்களாகத் தொடர்ந்து ஆண்டு வந்துள்ளன. எனினும் இந்த அரசமரபு பல தடவை மீறப்பட்டதும் உண்டு. இம்முறையைச் சங்கம் மருவிய காலத்தில் கடைப்பிடிக்காததுதான் மூவேந்தராட்சி வீழ்ச்சி அடைய முக்கியக் காரணம். இந்த அரசுரிமை முறையைப் பின்பற்றாததால் வீழ்ந்து போனதற்கு பிற்காலப் பாண்டியர் ஆட்சியும் ஒரு சிறந்த சான்று.

சங்ககாலம் என்பது கி.மு.750 முதல் கி.மு.50 வரையுள்ள காலம். அதில் வரலாற்றுக் குறிப்புகளைக் கொண்ட கி.மு.350 முதல் கி.மு.50 வரையான 300 வருடங்கள், பத்து காலகட்டங்களாகக் கட்டமைக்கப் பட்டுள்ளது. பழந்தமிழகத்தில் கி.மு.1500இல் ஆதிச்சநல்லூர் ஒரு பெருந்தொழில் நகராக இருந்துள்ளது. அன்று தமிழ்க்குறியீடுகள் தமிழ் மொழிக்கான எழுத்துகளாக இருந்துள்ளன. ஆகவே அன்றே பல சிறு குறு நகர நகர்மைய அரசுகள் தமிழகத்தில் உருவாகி இருந்தன. கி.மு. 1000க்கு முன்பே வீரயுகம் முடிந்து நாகரிக காலம் தொடங்கிவிட்டது. சேர, சோழ, பாண்டிய அரசுகள் கி.மு.8ஆம் நூற்றாண்டில் நன்கு நிலைபெற்ற, வளர்ச்சிபெற்ற வணிக நகர அரசுகளாக உருவாகி இருந்தன. அன்றே உலகளாவிய அளவில் வணிகம் நடைபெற்று வந்தது. தமிழ்மொழி தனக்கான தமிழி எழுத்தை கி.மு.8ஆம் நூற்றாண்டில் உருவாக்கி இருந்தது. இவற்றின் காராணமாகவே, கி.மு.750வாக்கில் எண்ணியம் போன்ற நன்கு வளர்ச்சியடைந்த சிந்தனைப்பள்ளியை, தமிழ் அறிவு மரபின் தந்தை தொல்கபிலன் உருவாக்க முடிந்தது.

ஆனால் வட இந்தியாவில் வீரயுகம் முடிந்து, 16 சனபதங்கள் எனப்படும் சிறு குறு நகர நகர்மைய அரசுகள் கி.மு.7ஆம் நூற்றாண்டில்தான் உருவாகி இருந்தன. அருகருகே ஓரளவு வளர்ச்சியடைந்த லிச்சாவி மக்களின் தொல்லினக்குழு அரசுகள் போன்றவையும் இருந்தன. சனபதங்கள் எனப்படும் இந்தச் சிறு குறு அரசுகள் வணிக நகர அரசுகளாக நன்கு வளர்ச்சியடைவதற்குள் மகதத்தின் அரியங்கா வம்சம் கி.மு.550க்குள் ஒரு பெரிய அரசாக உருவாகி இந்த சிறு குறு அரசுகளை அழிக்கத் தொடங்கி, கி.மு.450க்குள் ஒரு பெரும் பேரரசாக உருவாகியது.[16] கி.மு.700 முதல் கி.மு.550 வரை இருந்த சனபதங்கள் என்கிற சிறு குறு நகர அரசுகளில் சுதந்திரமான சிந்தனைகளும், பொருள்முதல்வாத மெய்யியலும்,

சமண பௌத்த மத சிந்தனைகளும் உருவாகின. பேரரசு உருவானதால், கி.மு.450க்குப்பின் சுதந்திரமான சிந்தனைகளும், பொருள்முதல்வாத மெய்யியலும் இல்லாது போயின. சமண பௌத்த மதச் சிந்தனைகள் பெருமதங்களாக ஆகின. சனபதா எனப்படும் நகர அரசுகள் நன்கு வளர்ச்சி பெற்ற வணிக அரசுகளாக ஆகியிருந்தால், பண்டைய பூசாரி வகுப்பு அழிந்து போயிருக்கும். ஆனால் அது நடக்கவில்லை. அதனால் மௌரியப் பேரரசுக்குப்பின் ஆட்சிக்கு வந்த பூசாரி வகுப்பு வைதீக, பிராமணிய மதமாகத் தன்னை நிலைநிறுத்திக் கொண்டது. வடமொழிகள் கி.மு.3ஆம் நூற்றாண்டு வரை எழுத்தைப் பெற்றிருக்கவில்லை. கி.பி.2ஆம் நூற்றாண்டு வரை இலக்கியங்களையும் கொண்டிருக்கவில்லை. பெரும்பாலான கலை, இலக்கியம், அறிவியல் தத்துவார்த்த தொழில்நுட்பம் போன்ற விடயங்களில் அவை தமிழகத்திடம் இருந்து கடன் பெற்றன. ஆனால் இவ்விடயங்கள் மறைக்கப்படுகின்றன.

பழந்தமிழகத்தில் நன்கு வளர்ச்சி பெற்ற வணிக நகர அரசுகள் 1000 வருடங்களுக்கு மேல் இருந்தன. அதனால் பழந்தமிழகம் பேரளவான செல்வச் செழிப்பும் வளமும் வலிமையும் கொண்டதாகவும், உலகளாவிய அளவிலான வணிக வளர்ச்சியைக் கொண்டதாகவும் இருந்தது; கலை, அறிவியல் தத்துவம் தொழில்நுட்பம் போன்ற விடயங்களில் மிக உயர்ந்த உன்னத நிலையை அடைந்த சமூகமாகவும் இருந்தது.

பார்வை

1. The World Book Encyclopedia, 1988 USA. vol-4, pages : 578-580. சுமேரியா, எகிப்து, பாபிலோனியா, நாகரிகங்கள் - விக்கிபீடியா இணைய தளங்கள்.
2. புறநானூறு, அ.ப.பாலையா, சாரதா பதிப்பகம், சூலை-2008, பக்: 119, 120. & புறநானூறு எண்: 110, கபிலர் பாடல்.
3. 'இயக்கவியல் பொருள்முதல்வாதம் என்றால் என்ன?' முன்னேற்ற பதிப்பகம், மாசுகோ, வி. கிரபிவின், 1987. பக்: 43.
4. சவகர்லால் நேரு, 'உலக சரித்திரம்' தமிழாக்கம்- ஓ.வி.அளகேசன், அலைகள் பதிப்பகம், 3ஆம் பதிப்பு, அக்டோபர்- 2006, பக்: 153.
5. அகநானூறு, புலியூர்க்கேசிகன், சாரதா பதிப்பகம், சூன் - 2010, பக்: 149-151. மருதன் இளநாகனார் பாடல், அகம்: 77.
6. பழந்தமிழ்ச் சமுதாயமும் வரலாறும், கணியன்பாலன், NCBH, சனவரி - 2023, புத்தகம் - 2, பக்: 68-70, 540-543.
7. பழந்தமிழ்ச் சமுதாயமும் வரலாறும், கணியன்பாலன், NCBH, சனவரி - 2023, புத்தகம் -1, பக்: 75 & டி.டி.கோசாம்பி, 'பண்டைய இந்தியா' தமிழில் ஆர்.எசு.நாராயணன், NCBH, செப்டம்பர் - 2006, பக்.410.

8. முனைவர் அ. இராமசாமி, தொன்மைத்தமிழர் நாகரிக வரலாறு, டிசம்பர் 2013, பக்: 88-93. B.Sasisekarann et al. Adichanallur A Pre Historic Mining Site in Indian Journal of History of Science, 45. 3, 2010, PP. 369- 394 3.D. Venkat Rao et al.

9. பழந்தமிழ்ச் சமுதாயமும் வரலாறும், கணியன்பாலன், NCBH, சனவரி - 2023, புத்தகம் - 1, பக்: 151-160.

10. உலக மக்களின் வரலாறு, கிரீசு ஆர்மன், விடியல் பதிப்பகம், சூலை-2017, தமிழ் மொழிபெயர்ப்பு - நிழல்வண்ணன், வசந்தகுமார், பக்: 48, 73-75

11. சீனாவின் வரலாறு, வெ. சாமிநாத சர்மா, விடியல் பதிப்பகம், டிசம்பர்-2001, பக்: 326, 327.

12. புறநானூறு, அ.ப.பாலையா, சாரதா பதிப்பகம், சூலை-2008, பக்: 73, 74.

13 - 15. பழந்தமிழ்ச் சமுதாயமும் வரலாறும், கணியன்பாலன், NCBH, சனவரி - 2023, புத்தகம் - 1, பக்: 443-446.

16. பழந்தமிழ்ச் சமுதாயமும் வரலாறும், கணியன்பாலன், NCBH, சனவரி - 2023, புத்தகம் -1, பக்: 401, 429.

பின் இணைப்பு: தமிழக வரலாற்றில் நகர அரசுகள்

கீழடி ஒரு நகர நாகரிகம் – கி.மு. 6ஆம் நூற்றாண்டு

The Hindu 20.9.2019.   புதிய தலைமுறை, 9.6.2019.

தினத்தந்தி, 24.9.2019.   புதிய தலைமுறை, 6.3.2019.

குறிப்பு: கீழடியின் காலம் 3.53 மீ ஆழத்தில் கி.மு.580. அங்கு 6.5 மீ ஆழம்வரை அகழாய்வு செய்ய வேண்டியதுள்ளது. 6.5 மீ ஆழத்தில் கிடைக்கும் பொருளின் காலக்கணிப்பு மேலும் 500 முதல் 600 ஆண்டுகள் பின் நோக்கிப் போகும் என்பதால் கீழடியின் காலம் கி.மு. 1000க்கு முந்தையது.

கீழடி ஒரு நகர நாகரிகம்

The Hindu, 16.11.2016

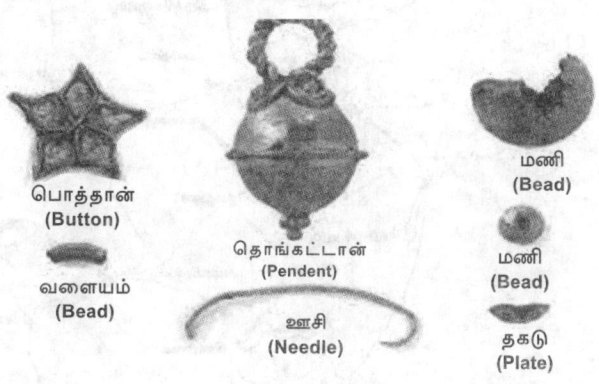

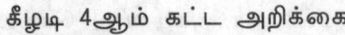
the hindu.com

கீழடி 4ஆம் கட்ட அறிக்கை

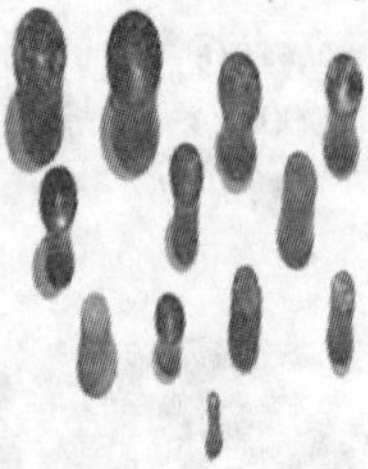

Sivaganga.nic.in

கீழடி 4ஆம் கட்ட அறிக்கை

கீழடியில் கிடைத்த தங்க அணிகலன்களும், விளையாட்டுப் பொருட்களும், பல்வேறு வகையான பிற பொருட்களும் அவைகளின் செய்நுட்பமும் தொழில்நேர்த்தியும் கீழடி ஒரு நகர நாகரிகம் என்பதை உறுதி செய்கின்றன.

பண்டைய தமிழகத்தின் நகரங்களும் துறைமுகங்களும்

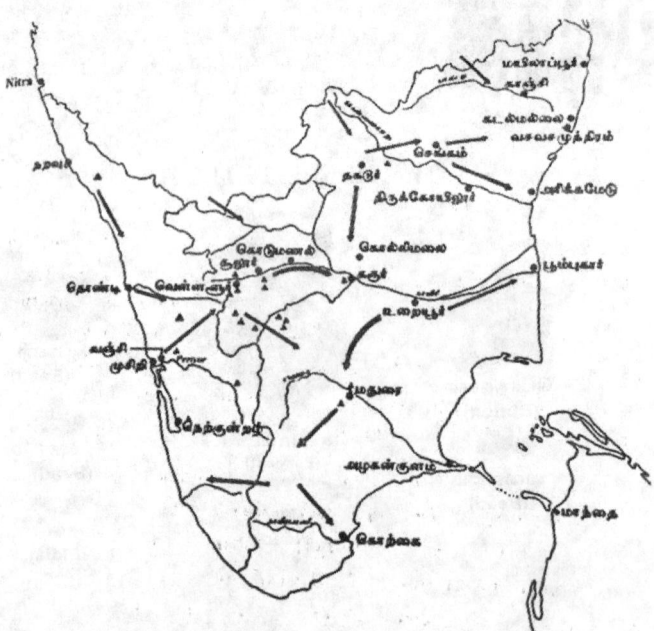

சேரர்களுக்கு வஞ்சி, முசிறி, தொண்டி, நறவு ஆகியனவும் சோழர்களுக்கு பூம்புகார், அரிக்கமேடு, கடல்மல்லை ஆகியனவும், பாண்டியர்களுக்கு கொற்கை, அழகன் குளம் ஆகியனவும் நகரங்களாகவும் துறைமுகங்களாகவும் இருந்துள்ளன. இவைபோக கரூர், உறையூர், மதுரை ஆகியன முறையே சேர, சோழ, பாண்டியர்களுக்கு தலைநகரங்களாக உட்பகுதியில் இருந்துள்ளன. ஆனால் இவை அனைத்தும் தனித்தனி அரசுகளாக இருந்தன.

சான்று: தொல்லியல் நோக்கில் சங்ககாலம், முனைவர் கா. இராசன், உலகத் தமிழாராய்ச்சி நிறுவனம், சென்னை, பக்: *81.*

பண்டைய தமிழ்நாடு (கி.மு. 300)

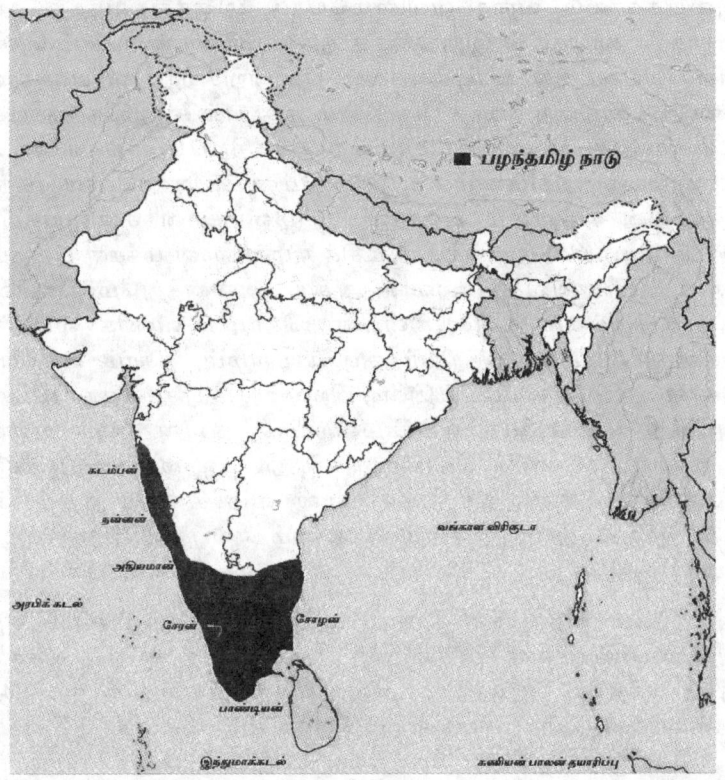

வின்சென்ட் சுமித் பண்டைய தமிழ்நாடு மேற்கே கல்யாண் ஆற்றின் முகத்துவாரம் வரை இருந்ததாகவும் கிழக்கே வடபெண்ணை ஆற்றின் முகத்துவாரம் வரை இருந்ததாகவும் குறிப்பிடுகிறார். மௌரியப்பேரரசு காலத் தமிழ்நாடு மேற்கண்டவாறுதான் இருந்தது.

10. தமிழக நகர அரசுகளும் பொருள்முதல்வாதமும்

கண ஆட்சிமுறையின் அழிவும் நவீன நகர அரசும்

தொல்பழங்காலத்தின் இறுதிக்கட்டத்தில் தொல்லினக் குழுக்களிடையே தோன்றிய கண ஆட்சிமுறை அநாகரிக காலத்தின் இடைக்காலம் வரை வலிமையோடு இருந்து வந்தது. ஆனால் அநாகரிக காலத்தின் இறுதிக்கட்டத்தில் வேளாண்மையும் தொழிலும் வளர்ச்சியடைந்து வீரயுகக்காலம் தோன்றுகிறது. வீரயுகக்காலத்தில் கண ஆட்சிமுறை நீடித்த போதிலும் அது பல்வேறு நெருக்கடிகளுக்கு உள்ளாகிறது. கண ஆட்சிமுறையின் சிறப்பம்சங்களான இரத்த உறவுமுறை, அகமணமுறை, இணைமணம், ஆண்பெண் சமத்துவம், கணத்தின் ஒற்றுமை உணர்வு, முழுமையான சனநாயகம், கண ஆட்சிமுறையில் இருக்கும் ஆட்சிக்குழுக்களான மக்கள் மன்றம், கண சபை, இராணுவத்தலைவன் ஆகிய அனைத்துமே கேள்விக்கும் குழப்பத்துக்கும் உள்ளாகின்றன. தொழில்-வணிக வளர்ச்சியும், சொத்துரிமையும், அந்நியர் குடியேற்றமும், நகரம் உருவாதலும், கொள்ளைப்போர்களும் இன்னபிறவும் சேர்ந்து கண ஆட்சிமுறை அழிந்து ஒரு புதிய ஆட்சிமுறையான நவீன அரசு உருவாகும் சூழ்நிலை தோன்றிக் கொண்டிருக்கிறது. பல ஆயிரம் ஆண்டுகளாக நீடித்திருந்த கண ஆட்சிமுறையின் வீழ்ச்சி பல குழப்பங்களை ஏற்படுத்துகிறது. இந்த மாறுதல் காலம் என்பது சில தலைமுறைகள் நீடிக்கிறது.

இதன் தொடக்க காலகட்டத்தில் வேளாண்மை, தொழில் ஆகியவற்றின் வளர்ச்சிக்காகவும், தனிமனித ஆசைகளுக்காகவும், குழப்பத்தால் ஏற்பட்ட அவநம்பிக்கையாலும் சடங்குகளின் எண்ணிக்கையும் பூசாரிகளின் தேவையும் மிகமிக அதிகமாகிறது. ஆகவே இதன் தொடக்கத்தில் பூசாரிகள் அதிக வருமானமும் வலிமையும் பெறுகிறார்கள். ஒரு கட்டத்தில் குழப்பங்கள் முடிவுக்கு வந்து நகரமும் நகர அரசும் உருவாகிறது. இரத்த உறவுள்ள குலங்கள் பல ஒன்று சேர்ந்துதான் நகரத்தை உருவாக்குகின்றன. ஆனால் நகரம் முழுமையடையும்பொழுது குலம், கணம் முதலியன இல்லாதுபோய், கண ஆட்சிமுறைக்கான முன்பு சொன்ன சிறப்பம்சங்கள் அனைத்தும்

இல்லாதுபோய் ஒரு புதிய நவீன அரசு உருவாகிறது. அத்துடன் சொத்துரிமையும், ஒருதார மணமும், குடும்பமும், புறமணமுறையும், ஆணுக்குப்பெண் அடிமையாதலும், பரத்துமையும், பொதுமகளிர் முறையும், ஏழையும் செல்வந்தனும், சிறு விவசாயும் பெருநிலக்கிழாரும், ஆண்டான் அடிமையும், தொழில் பிரிவுகளும், வர்க்கங்களும், வகுப்பும் உருவாகின்றன. இவைகளும் அரசும் ஒன்றுக்கொன்று இணையானவை. ஒன்றில்லாமல் ஒன்றிருக்க இயலாது.

நகர அரசுகளும் பேரரசுகளும்

தொடக்கத்திலேயே வேளாண்மையைச்சார்ந்து இருப்பவர்கள் குறைவாகவும், தொழில் வணிகம் இன்னபிறவற்றைச் சார்ந்து இருப்பவர்கள் அதிகமாகவும் இருக்கும்பொழுது, குடிமக்களைவிட அடிமைகள் அதிகமாக இருக்கும்பொழுது கிரேக்கத்தைப் போன்று ஆண்டான் அடிமை அரசு உருவாகிறது. இதற்கு மாறுபட்டு வேளாண்மையைச் சார்ந்து இருப்பவர்கள் அதிகமாகவும், தொழில், வணிகம் இன்னபிறவற்றைச் சார்ந்து இருப்பவர்கள் குறைவாகவும் இருக்கும்பொழுது, அடிமைகள் குறைவாகவும் குடிமக்கள் மிக அதிகமாகவும் இருக்கும்பொழுது தமிழகத்தைப் போன்று வரம்புக்குட்பட்ட முடியாட்சி உருவாகிறது. இந்த இருவகையிலும் நகர அரசு என்பது நகர அரசாகவே மிக நீண்ட காலம் நீடிக்கும் பொழுது தொழில்நுட்பம் பெருகி, உற்பத்தி பேரளவில் வளர்ச்சியடைந்து, வணிகம் உலகளாவிய அளவில் நடைபெற்று, இந்த நகர அரசு என்பது வளர்ச்சிபெற்ற வணிக நகர அரசாக ஆகிறது.

இந்த நகர அரசுகள் சுயமான சுதந்திரமான சிந்தனைகளை உடையனவாகவும், சனநாயகத் தன்மையைப் பெற்றனவாகவும், பொருள்முதல்வாத மெய்யியலையும், அறிவியல் தொழில்நுட்ப வளர்ச்சியினையும் கொண்டனவாகவும், நிறையப் புதிய கண்டு பிடிப்புகளைச் செய்வனவாகவும் இருக்கின்றன எனக் கூறுகிறார் கார்டன் சைல்டு (Gordon childe). அதே சமயம் இந்த நகர அரசுகள் பேரரசாக ஆகும்பொழுது அவை புதியதாக எதனையும் உருவாக்கு வதோ கண்டுபிடிப்பதோ இல்லை என்பதோடு அவை மக்களிடையே மூட நம்பிக்கைகளையும் மதக் கருத்துகளையும், பிற்போக்குச் சிந்தனைகளையும் பரப்பி மக்களின் அறிவியல் தொழில்நுட்பச் சிந்தனைகளைக் கட்டுப்படுத்துகின்றன என அவர் கூறுகிறார்.[1]

பேரரசுகள் மக்களைக் கட்டுப்படுத்தி அடக்கி ஆள இவை போன்ற மதக்கருத்துகள் மூடநம்பிக்கைகள் பிற்போக்குச் சிந்தனைகள்

தேவைப்படுகின்றன. உலகளவில் சுமேரிய நகர அரசுகளும், கிரேக்க நகர அரசுகளும் புகழ்பெற்றவை. மெசபடோமியாவின் சுமேரிய நகர அரசுகளையும் அதன்பின் அங்கு உருவான அக்கேடியன் பேரரசு, பாபிலோனியப் பேரரசு, அசீரியப் பேரரசு, பாரசீகப்பேரரசு போன்றன வற்றையும் விரிவாக ஆய்வுசெய்துதான் கார்டன் சைல்டு மேற்கண்ட முடிவுகளைக் கண்டறிந்துள்ளார். தமிழக நகர அரசுகளையும் வட இந்தியாவின் மகதப்பேரரசையும் ஆய்வு செய்து இந்நூலாசிரியரும் அதே முடிவுக்குத்தான் வந்துள்ளார்.[2]

ஆகவே வளர்ச்சியடைந்த சிறுகுறு நகர அரசுகள் என்பன பேரரசுகளைவிட மக்களுக்கானவைகளாகவும், வளர்ச்சிக்கானவை களாகவும், முற்போக்குச் சிந்தனைகளையும் சனநாயகத்தன்மையையும் கொண்டனவாகவும் இருந்துள்ளன என்பதை வரலாறு பலவகையிலும் மெய்ப்பித்துள்ளது. நகர அரசுகள் வளர்ச்சிபெற்ற வணிக நகர அரசுகளாக உருவாகும்பொழுது பூசாரிவகுப்பை முழுமையாக அழித்து ஒழித்து விடுகின்றன என்பதையும் வரலாறு உறுதி செய்கிறது. அதே சமயம் பேரரசுகள் பூசாரி வகுப்பை வளர்த்தெடுத்துப் பாதுகாக்கின்றன. பேரரசுகளுக்கு மக்களைக் கட்டுப்படுத்த பூசாரிகள் தேவைப் படுகின்றனர்.

வட இந்திய வரலாறும் கருத்துமுதல்வாதமும்

வட இந்தியாவில் கி.மு.800 வரை ஆரிய தொல்லினக்குழுவில், கணஆட்சிமுறை இருந்து வந்தது. ஆகவே அக்காலம்வரை அவர்களிடத்தில் ஆதிகாலப் பொருள்முதல்வாதம் இருந்து கொண்டிருந்தது. கி.மு.8ஆம் நூற்றாண்டின் தொடக்கத்தில்தான் வட இந்திய ஆரிய தொல்லினக்குழுக்கள் கிழக்கு நோக்கி பயணம் செய்து கங்கைப் பகுதியில் நிலைகொள்கிறார்கள். அப்பொழுதுதான் பெரிய அளவில் இரும்பு பயன்பாட்டுக்குக் கொண்டுவரப்படுகிறது. வேளாண்மையும் தொழிலும் வேகமாக வளர்ச்சி அடைகின்றன. சொத்துடமையும், தொழில் பிரிவுகளும், வகுப்புகளும் வர்க்கங்களும் சிறுகுறு நகர அரசுகளும் உருவாகத் தொடங்குகின்றன. இதன் காரணமாக ஆளும் வகுப்பும், அவர்களை அண்டிப்பிழைக்கும் பூசாரிவகுப்பும் உழைப்பிலிருந்து விடுபடத் தொடங்குகின்றன. அதன்விளைவாக கி.மு.7ஆம் நூற்றாண்டில் கருத்துமுதல்வாதச் சிந்தனைகளைக் கொண்ட உபநிடதங்கள் உருவாகின்றன. உபநிடதங்களில் பொருள்முதல்வாதச் சிந்தனைகளும் இருக்கின்றன. உபநிடதங்கள் குறித்து பொக்கே, 'உபநிடதங்களில் ஒழுங்கான கட்டமைப்பு இல்லை. கூறியது கூறல், முன்னுக்குப்பின் முரணான கருத்து விளக்கம் ஆகியன எங்கும் எதிலும் மலிந்து கிடக்கின்றன...

அக உணர்வு எழுச்சியால் இயற்றப்பட்ட உபநிடதங்கள் எல்லாவித பொருண்மைகளையும் பரிசோதனைமுறையில் புரட்சிகரமாக சிந்திக்க முயன்றவை' எனக் கூறுகிறார்.[3]

வட இந்தியாவில் கி.மு. 7ஆம் 6ஆம் நூற்றாண்டளவில் 16 சனபதங்கள் எனப்படும் சிறுகுறு அரசுகள் இருந்தன என சொல்லப்பட்ட போதிலும் கி.மு. 6ஆம் நூற்றாண்டில் புத்தர்காலத்தில் மகதம், கோசலம் ஆகிய இரண்டு அரசுகளே ஓரளவு வளர்ச்சிபெற்ற அரசுகளாக இருந்தன. இந்த இரு அரசுகளைச் சுற்றிலும் ஏராளமான பழங்குடி அமைப்புகள் இருந்தன. முன்னேறிய தொல்லினப்பழங்குடி அமைப்புகளாக அங்கர்கள், வச்சிகள், சாக்கியர்கள், காசிகள், கோய்லர்கள், மல்லர்கள் ஆகியோர் இருந்தனர் எனக் கூறுகிறார் சட்டோபாத்தியாயா.[4] ஆனால் அடுத்த நூறு ஆண்டுகளுக்குள் மகதம் கோசலத்தையும் இன்னபிற தொல்லினப்பழங்குடி அமைப்புகள் அனைத்தையும் தோற்கடித்து ஒரு பேரரசாக உருவாகியது. அதாவது இந்த சிறுகுறு அரசுகள் வளர்ச்சியடைவதற்கு முன்பே அனைத்தும் இல்லாதுபோய் பேரரசு உருவாகியிருந்தது. இந்தச் சூழ்நிலை பூசாரி வகுப்பு வளர்ச்சியடைவதற்கும் அது ஒரு தனிவகுப்பாக உருவாவதற்குமான ஒரு கெடுவாய்ப்பினை வழங்கியது. எனினும் புத்த, சமண மதங்களின் வளர்ச்சியால் அவர்கள் பெரிதளவான பாதிப்புக்கு உள்ளாகியிருந்தார்கள். மௌரியர்கள் மகதப் பேரரசை ஆண்ட போது அவர்களின் நிலை மிகவும் கீழான நிலைக்குத் தள்ளப்பட்டது.

ஆனால் கி.மு. 2ஆம் நூற்றாண்டின் தொடக்கத்தில் ஆட்சியைக் கைப்பற்றிக்கொண்ட பூசாரி வகுப்பான, பிராமண வகுப்பு (புசியமித்திரன் தலைமையில்) தன்னை வலுவாக நிலைநிறுத்திக் கொண்டது. பின் தனக்கான நூல்களையும், இதிகாச இலக்கியங் களையும், புராணங்களையும் உருவாக்கிக் கொண்டதோடு, வைதீக பிராமணியத்தையும், சாதியத்தையும், சமற்கிருதமயமாக்கலையும் கொண்டுவந்தது. பண்டைய வேதகால நூல்கள் உட்பட அனைத்தையும் தங்களின் கண்ணோட்டத்தில் இடைச் செருகல்களாலும், திருத்தங்களாலும் நீக்கல்களாலும் நிரப்பியது. எதிர்மறை கருத்துள்ள எண்ணியம் (சாங்கியம்) போன்ற பொருள்முதல்வாத மெய்யியலைக் கொண்ட நூல்கள் அனைத்தும் அழிவுக்குள்ளாகின. இதன்பின் கி.பி. 4ஆம் நூற்றாண்டில் ஆட்சிக்கு வந்த குப்தப்பேரரசு வைதீக பிராமணியத்துக்கும், பிராமணர்களுக்கும், சமற்கிருத மொழிக்குமான பொற்கால ஆட்சியாக இருந்தது.

குப்தர் ஆட்சியில் சாதியம் வட இந்திய சமூகத்தில் வன்முறையாக நடைமுறைப்படுத்தப்பட்டது. பின் இந்த வைதீக பிராமணியமும் சமற்கிருதமயமாக்கலும், சாதியமும் இந்தியா முழுவதும் கொண்டு செல்லப்பட்டன. ஒட்டுமொத்தமாக வேதகாலத்தில் இருந்து, இந்தியா என்பது ஒரு ஆன்மீக, சனாதன பூமியாக, வைதீக பிராமணிய பூமியாக, நால்வர்ண சாதிய பூமியாக, சமற்கிருத மொழியின் பூமியாக இருந்து வந்ததாகக் கதைகட்டப் பட்டது. அக்கதை இன்றுவரை வரலாற்று ஆசிரியர்கள் உட்பட அனைவராலும் நம்பப்பட்டு வருகிறது. ஆன்மீக பூமியான இந்தியாவின் அடிப்படை கருத்துமுதல்வாதம்தான் எனவும் இங்கு பொருள்முதல்வாத கருத்துக்கே இடமிருந்ததில்லை எனவும் சொல்லப்படுகிறது.

பழந்தமிழக நகர அரசுகளும் பொருள்முதல்வாதமும்

பழந்தமிழகத்தில் கி.மு. 2500க்கு முன்பே இரும்புக்காலம் தொடங்கியிருந்தது. இரும்பு எஃகு பொருட்கள் உலகம் முழுவதும் அன்றே தமிழகத்திலிருந்து ஏற்றுமதியாகின. உலகில் முதல்முறையாக 1100 முதல் 1300 டிகிரி சென்டிகிரேடு வெப்பத்தில் இரும்பை உருக்கி இரும்பு எஃகுப் பொருட்களை உற்பத்தி செய்யும் தொழில்நுட்பத்தை அறிந்தவர்களாக பழந்தமிழர்கள் இருந்தார்கள். இதன்பின் 1000 அல்லது 1500 வருடம் கழித்துத்தான் உலகில் இருந்த பிறநாட்டு மக்கள் இரும்பை உருக்கும் தொழில்நுட்பத்தை அறிந்துகொண்டார்கள்.[5] அன்றே வெண்கல உற்பத்தியிலும் தமிழர்கள் தலைசிறந்தவர்களாக இருந்தனர். கி.மு. 1500 வாக்கில் ஆதிச்சநல்லூர் ஒரு தொழிற்துறை நகராக இருந்தது. அன்றே பழந்தமிழகத்தில் ஆங்காங்கு சிறுகுறு நகர அரசுகள் உருவாகியிருந்தன. அதே காலகட்டத்தில் தமிழர்கள், தமிழ்க்குறியீடுகளை தங்களின் தமிழ்மொழிக்கான எழுத்தாகப் பயன்படுத்திக் கொண்டிருந்தனர்.

கி.மு. 1000 வாக்கில் பழந்தமிழகத்தில் வளர்ச்சி பெற்ற நகர அரசுகள் உருவாகியிருந்தன. கி.மு. 800 வாக்கில் தமிழ்க் குறியீடுகளில் இருந்து வளர்ச்சிபெற்ற தமிழி எழுத்து உருவாகியிருந்தது. அதற்கு முன்பே சேர, சோழ, பாண்டியர்கள் வேந்தர்களாக ஆகி, தாங்களும் தங்கள் குடிகளான வேளிர்களும் ஒன்று சேர்ந்து, தமிழரசுகளின் ஐக்கியக் கூட்டணி ஒன்றை உருவாக்கி, தங்களைத்தவிர வேறு யாரும் வேந்தர்களாக ஆகமுடியாது என்ற ஒரு கட்டமைப்பை உருவாக்கிக் கொண்டனர்.[6] தமிழரசுகளின் ஐக்கியக் கூட்டணி என்ற இந்தக் கட்டமைப்பு 1000 வருடங்களுக்கு மேல் நீடித்தது. அன்றே தமிழர்கள்

உலகளாவிய கடல்வணிகத்தையும், ஐக்கியக்கடற் படையையும் கொண்டவர்களாக இருந்தனர். இந்தியாவின் கிழக்கு மேற்குக் கடற்கரைகளையும் தென்கிழக்கு ஆசிய நாடுகளையும் தங்கள் வணிகக்கட்டுப்பாட்டின் கீழ் வைத்திருந்தனர்.

பழந்தமிழகத்தில் இருந்த நகர அரசுகளும் கண ஆட்சிமுறையின் அழிவிலிருந்துதான் உருவாகின. ஆனால் இங்கு உருவான தொடக்ககால நகர அரசுகளில் வேளாண்மையைச் சார்ந்தவர்கள் அதிகமாகவும், தொழில் வணிகம் இன்னபிறவற்றைச் சார்ந்தவர்கள் குறைவாகவும் இருந்ததால் இங்கு இருந்த நகர அரசுகளில் வரம்புக்குட் பட்ட முடியாட்சி உருவாகி இருந்தது. ஆதலால் இங்கு ஆண்டான் அடிமைமுறை உருவாகவில்லை. இதன் காரணமாக நகர அரசுகள் உருவான காலத்திலிருந்தே பொருள்முதல்வாத மெய்யியல்தான் பழந்தமிழ்ச் சமூகத்தின் அடிப்படையாக இருந்து வந்தது. மூவேந்தர்கள் உருவான பிறகும் பழந்தமிழகத்தில் தந்தைக்குப்பிறகு மூத்தமகன் என்ற அரசுரிமைமுறை பின்பற்றப்படவில்லை.

வேந்தர் குடும்பங்களில் இருந்த ஒவ்வொருவரும் ஒவ்வொரு நகர அரசை ஆண்டனர். அனைவருக்கும் மூத்தவன் வேந்தனாக இருந்தான். ஆதலால் இங்கு பேரரசுகள் உருவாகவில்லை. நகர அரசுகள்தான் மிக நீண்டகாலமாக இருந்துவந்தன. கி.மு. 1000க்கு முன்பிருந்தே ஓரளவு வளர்ச்சிபெற்ற நகர அரசுகளாக இருந்ததன் காரணமாக, பழந்தமிழக நகர அரசுகள் கார்டன் சைல்டு (V.Gordon Childe) கூறுவதுபோல், சுயமான சுதந்திரமான சிந்தனைகளை உடையனவாகவும், சனநாயகத்தன்மையைப் பெற்றனவாகவும், பொருள்முதல்வாத மெய்யியலையும், அறிவியல் தொழில்நுட்ப வளர்ச்சியினையும் கொண்டனவாகவும், நிறைய புதிய கண்டு பிடிப்புகளை செய்வனவாகவும் இருந்தன. இதன் காரணமாக பழந்தமிழ்நாட்டின் பொருள்முதல்வாத மெய்யியலுக்கு அடிப்படைக் காரணமாக இருந்த சாங்கியம் எனப்படும் எண்ணியத்தைத் தொல்கபிலரால் தோற்றிக்க முடிந்தது.

பார்வை

1,2. பழந்தமிழ்ச் சமுதாயமும் வரலாறும், கணியன்பாலன், NCBH, சனவரி-2023 புத்தகம்-2 பக்: 539-543.

3. இந்திய வரலாற்றில் பகவத் கீதை, பிரேம்நாத் பசாசு, தமிழில் கே.சுப்பிரமணியன், விடியல் பதிப்பகம், சனவரி-2016 பக்: 81.

4. உலகாயதம், தேவி பிரசாத் சட்டோபாத்தியாயா, NCBH, சூன்-2010, பக்: 612, 613.

5. ஆயுத தேசம், இரா.மன்னர் மன்னன், பயிற்று பதிப்பகம், 2021, பக்: 14-44.
6. பழந்தமிழ்ச் சமுதாயமும் வரலாறும், கணியன் பாலன், NCBH, சனவரி-2023 புத்தகம்-1 பக்: 82-85, 90-91, 429-436, 450,
7. பழந்தமிழ்ச் சமுதாயமும் வரலாறும், கணியன் பாலன், NCBH, சனவரி-2023 புத்தகம்-1 பக்: 259

11. தொல்கபிலர் - தமிழ் அறிவு மரபின் தந்தை

பொருள்முதல்வாத மெய்யியலை அடிப்படையாகக் கொண்ட ஒரு தத்துவார்த்த அறிவியல் கோட்பாடுதான் சாங்கியம் எனப்படும் எண்ணியம். இதனைத் தோற்றுவித்தவர்தான் தொல்கபிலர். தமிழின் சங்க இலக்கியமான புறநானூறு தனது 166 ஆம் பாடலில் தொல்கபிலரை முதுமுதல்வன் என்கிறது. அவர் எழுதிய நூலை 24 கூறுகளை விளக்கும் மிகத் தொன்மையான நூல் எனக் குறிப்பிடுகிறது. சங்க இலக்கியத் தொகுப்புகள் அவரைத் தொல்கபிலர் என்கின்றன. சித்தர் பத்ரகிரியார் அவரை ஆதிகபிலர் என்கிறார். வடமொழி நூல்கள் அவரை கபிலர், கபிலமுனி எனக் குறிப்பிடுகின்றன. சில வடமொழி நூல்கள் அவரை 'அசுரர்' என்கின்றன. பாகவத புராணம் அவரைக் கடவுளின் அவதாரம் எனக் கூறுகிறது. ஆதிசங்கரர் அவரை மகாமேதை எனக் குறிப்பிடுகிறார்.[1]

தொல்கபிலர் குறித்து விவேகானந்தர், "இந்தியாவில் தோன்றிய ஒவ்வொரு மெய்யியலும், ஒவ்வொரு சமயநிறுவனமும் கபிலர் என்ற மாமனிதருக்கு உளவியல் அடிப்படையிலும், மெய்யியல் அடிப் படையிலும் கடமைப்பட்டுள்ளது. அவர் மறைந்த, ஆயிரம் ஆண்டுகளுக்குப் பின்னரும் கூட, அந்தப் புகழ்மிக்க - வியப்புக்குரிய - ஒளிநிறைந்த கபிலர் இன்னும் வாழ்ந்து கொண்டிருக்கிறார்" எனக்கூறுகிறார்.[2]

இந்திய மெய்யியல் வளர்ச்சியடைவதற்குக் கணாதரும், கபிலரும் முன்னோடிகளாயினர். இருள் சூழ்ந்திருந்த இந்திய வானில் ஒளிவீசும் விண்மீன்களாக இந்த இரண்டு மாமனிதர்களும் தோன்றினார்கள்.[3] பழங்கால இந்தியாவின் அறிவுலகப் படைப்புத்திறனை தனது பக்கம் ஈர்த்ததோடு, இந்தியச் சிந்தனையோட்டத்தை 1500 ஆண்டுகளாகத் தன் கட்டுப்பாட்டில் வைத்திருந்த ஒரு தத்துவமே கபிலரின் எண்ணியத் (சாங்கியத்) தத்துவம் எனவும் மக்கள் கபிலரை மாபெரும் சிந்தனையாளர், மனித வாழ்வை ஈடேற்றம் செய்வதற்குப் பிறந்தவர் எனப் போற்றிப் புகழ்ந்தனர் எனவும் கூறுகிறார் பிரேம்நாத் பசாசு.[4]

தொல்கபிலரின் சாங்கியம் எனப்படும் எண்ணியம் மிகத் தொன்மையானது எனவும் ஆதி காலத்தில் எண்ணிய தத்துவத்துக்கு இருந்த செல்வாக்கை மகாபாரதம் முதல் புராணங்கள் வரை

அனைத்தும் ஐயத்திற்கு இடமின்றி மெய்ப்பிக்கின்றன எனவும், கீதை முதல் மனுவின் சட்ட நூல் வரை உபநிடதங்கள் (மறைமங்கள்) உட்பட அனைத்து நூல்களும் கபிலரின் கருத்துக்களால் நிறைந்துள்ளன எனவும் கார்பே கூறுகிறார்.[5]

மூல எண்ணியத்தின் பொருள்முதல்வாதக் கண்ணோட்டம் இந்தியத் தத்துவ வரலாற்றில் ஈடிணையற்ற சிறப்பைத்தந்தது. இதன் காரணமாகத்தான் நமது தத்துவப் பாரம்பரியத்திற்கு ஆக்கப்பூர்வமான அறிவியலுக்கான அடிப்படைக் கருத்துக்களை எண்ணியத்தால் வழங்க முடிந்தது. இவற்றில் மிக முக்கியமானவை பொருள் பற்றிய கோட்பாடு, காரணகாரியக் கொள்கை, அறிவுக்கொள்கை, பரிணாமக் கொள்கை ஆகியன எனவும், உலகத் தத்துவ வரலாற்றில் ஆதிப்பழமை யானதும் நன்கு திட்டமிட்டு வகுக்கப்பட்டதுமான நாத்திகத்தின் பிரதிநிதியாக மட்டும் எண்ணியம் விளங்கிடவில்லை, அதன் நாத்திகம் மிகத் தெளிவான அறிவியல் கண்ணோட்டத்தின் முன் மாதிரியால் அமையப்பெற்றது எனவும் கூறுகிறார் சட்டோபாத்தியாயா.[6]

மேற்கு நாடுகளில் தொல்கபிலரின் எண்ணியம்

கிரேக்க அணுவியலின் தந்தை எனப்படும் டெமாக்கிரட்டசு (Democretus) இந்தியா வந்து ஓகப்பயிற்சி பெற்று சமணராக (அமணராக) கடுந்துறவு மேற்கொண்டிருந்த இந்திய (தமிழ்) அறிவர்களைக் கண்டு மெய்யியல், அணுவியல்களை கற்றுச் சென்றார் என கார்ல் மார்க்சு, Difference between Democriterean and Epicurean philosophy of Nature என்ற தனது நூலில் குறிப்பிட்டுள்ளார். அலெக்சாந்திரியாவின் கிலேமான், கிரேக்கர்கள் தங்களது தத்துவ சாத்திரத்தை இந்தியாவிலிருந்து திருடி வந்தவர்கள் என்கிறார். இந்தியச் சாங்கியத்துக்கும் பித்தகோரசின் தத்துவத்துக்கும் நிறைய ஒற்றுமை இருப்பதாக 18ஆம் நூற்றாண்டு வில்லியம் சோன்சு கூறுகிறார். சுரோடர் (Schroder) என்ற செருமானிய அறிஞர், 'பித்தகோரசும் இந்தியாவும்' (Phythagoras and die Inder, Leipzig, *1884)* என்ற நூலில் பித்தகோர சுடையது எனச் சொல்லப்படும் எல்லாத் தத்துவ, கணிதத் தொடக்கக் கோட்பாடுகளும் அவர் காலத்தில், இந்தியாவில் மிகவும் வளர்ச்சிபெற்ற நிலையில் இருந்ததாகக் குறிப்பிடுகிறார். இவை போக சாங்கியத்தின் அடிப்படைகள் அனாக்சிமேந்தரசு (Anaximandre), கெராக்கிலிசு (Heraclite), எம்பிடாக்கில்சு (Empedocle), அனெக்சாகோரசு (Anaxagore), டெமாக்கிரிட்டசு (Democrite), எபிக்கூரசு (Epicure) போன்றவர்களிடமும் காணப்படுவதாக அலெய்ன் டானியலு (Alain Danielou) என்ற பிரெஞ்சு பாதிரியார் தனது இந்திய வரலாறு (Histoire de I'Inde) என்ற நூலில் கூறுகிறார்.[7]

உரோம வரலாற்றாசிரியரும், புவியியலாளருமான சுடிராபோ (Strabo -கி.மு.63-கி.பி.24) ஆறு நூற்றாண்டுகளுக்கு முன் வாழ்ந்த பித்தகோரசு இந்தியாவிற்கு வந்து இந்தியர்களிடமிருந்து ஏழிசையைக் கற்றுச்சென்றார் எனக் கூறியுள்ளார். டெமாக்கிரட்டசு, எம்ஃபிடாக்கிள்சு, பித்தகோரசு முதலான கிரேக்க அறிஞர்கள் தமிழ் நாட்டிற்கு வந்து சென்றே தம் கோட்பாடுகளை உருவாக்கிக் கொண்டார்கள் என்பதுதான் வரலாறு எனக் கூறுகிறார் க.நெடுஞ்செழியன். மேற்கத்திய அறிஞர் பித்தகோரசு தமிழரிடமிருந்து எண்ணிய மெய்யியலையும் ஏழிசையையும், எண் கணக்கையும் கற்றுச்சென்றார் என்கிறார் அறிஞர் குணா. பழங்காலத்தில் இந்தியா என்பது பழந்தமிழ் நாட்டையே குறிக்கும்.[8]

எண்ணியம் (சாங்கியம்) என்ற முதுபெரும் தமிழ் மெய்யியல் நூலின் பெரும்பகுதி அழிந்துவிட்டது எனவும், அதன் ஒரு சிறுபகுதி மட்டுமே சமயம் சார்ந்த பரபக்கவாதமாக நமக்கு தற்பொழுது கிடைத்துள்ளது எனவும், எண்கணிதம், வடிவியல், இயற்கணிதம், வானவியல், அணுவியலும்-அண்டவியலும், இசைக்கணிதம், கணியம் போன்ற பலவற்றைக் கொண்டதாக எண்ணியம் இருந்தது எனவும் ஆனால் அவை அனைத்தும் இன்று இல்லாது போயின எனவும் அறிஞர் குணா கூறுகிறார்.[9] ஆகவே தொல்கபிலரின் எண்ணியம் 2000 ஆண்டுகளுக்கு முன்பே ஒரு உலகப் புகழ்பெற்ற பொருள்முதல்வாத மெய்யியலாக இருந்தது எனலாம்.

தொல்கபிலரின் காலம்

பௌத்தமதக் கோட்பாடுகள் எண்ணியத்திலிருந்து தோன்றியவை என அசுவகோசர் கூறியுள்ளார். புத்தரின் ஆசிரியர்களான ஆதாரகலாமா, உத்தகா ஆகியோர் எண்ணியக் கருத்துக்களை ஏற்றுக்கொண்டவர்கள். இவைகள் எண்ணியத்தத்துவம் புத்தருக்கு மிக முந்தையது என்பதை நிரூபிக்கின்றன.[10] எண்ணியம் என்கிற சாங்கியம் மிகப் பழங்காலத்தைச் சேர்ந்தது எனவும் மகாபாரதத்திலேயே சாங்கியம் மிகப்பழமையானது எனக் கூறப்பட்டுள்ளது எனவும், உபநிடதங்கள் கூட சாங்கியம் அவற்றுக்கு முந்தையது எனக் காட்டுகின்றன எனவும் சாங்கியம் புத்தருக்கு முந்தையது எனக் கார்பேயும், கெச்.பி. சாத்திரியும் கருதுகின்றனர் எனவும் சட்டோபாத்தியாயா கூறுகிறார். மெய்யியல் அறிஞர்கள் பலர் சாங்கியம் வேதத்துக்கு முந்தைய ஆரியமில்லாத சிந்தனைப்போக்கு எனக் கருதுகின்றனர். உபநிடதங்களின் தொன்மை என்பது கி.மு.7ஆம் நூற்றாண்டு என 'இந்தியாவில் மெய்யியல்' என்கிற நூல் கூறுகிறது.[11]சாங்கியத் தத்துவம் வேதத்திற்கு முன்பே

தோன்றியதாகக் கேகன் பால் (Kegan Paul) தனது ஓகத்தின் வரலாறு (A History of Yoga-1982) என்ற நூலில் கூறுகிறார்.[12]

ஆகவே மகாபாரதத்திலேயே மிகப்பழங்காலத்தைச் சேர்ந்தது எனக் கூறப்பட்டதும், உபநிடதங்களுக்கும் முந்தையதுமான எண்ணியத்தைத் தோற்றுவித்த, தொல்கபிலர் கி.மு. 7ஆம் நூற்றாண்டுக்கும் முந்தையவர் என்பதால் அவரது காலத்தை கி.மு. 800 எனக்கொண்டு, அவர் தோற்றுவித்த எண்ணிய மெய்யியலின் காலம் கி.மு. 750 எனக் கணிக்கப்பட்டது.

தொல்கபிலர் ஒரு தமிழர் - க. நெடுஞ்செழியன்

கபிலர் தமிழ்நாட்டைச் சேர்ந்தவர் என க. நெடுஞ்செழியன் பல்வேறு ஆய்வுகளின் மூலம் உறுதி செய்துள்ளார். கார்பே போன்ற மெய்யியல் அறிஞர்கள் பலர் எண்ணியம் வேதத்துக்கு முற்பட்டது எனவும் ஆரியர் அல்லாதவருக்கு உரியது எனவும் கருதுகின்றனர் என அவர் கூறுகிறார்.

"பார்ப்பனர்கள், பார்ப்பனத்தன்மை ஆகியவற்றின் செல்வாக்கும் பாதிப்பும் மிகக் குறைவாக இருந்த இந்தியப் பிரதேசங்களில்தான் முதல்முதலாக நம் வாழ்வு என்பது நமக்குப் புரியாத புதிராய் இருப்பதை பகுத்தறிவு கொண்டு விடைதேடும் முயற்சி செய்யப்பட்டது என்பதைப் புரிந்துகொண்டால்தான் எண்ணியத்தின் மூலத்தொடக்கத்தை விளங்கிக் கொள்ள முடியும். எண்ணியம் சாராம்சத்தில் நாத்திகமானது மட்டுமில்லை, வேதத்திற்கு விரோதமானது.... அதன் உள்ளடக்கம் வேதச் சார்புடையதன்று. பார்ப்பனர்களின் சம்பிரதாயத்திற்கும், மரபுக்கும், ஆட்படாமல் இருப்பது" எனக் கார்பே கூறுவதாக க.நெடுஞ்செழியன் குறிப்பிட்டுள்ளார்.

பார்ப்பனர்களின் செல்வாக்கிற்கும் பார்ப்பனத்தன்மைக்கும் இடம் கொடுக்காத மண் தமிழ்மண் என்பதை இங்கே தோன்றிய இலக்கியங்களின் அகப்புறச்சான்றுகள் உறுதி செய்கின்றன எனவும், சாங்கியம் எனப்படும் எண்ணியத்தின் தோற்றுநரான தொல்கபிலரின் பாடல்கள் (6 பாடல்கள்) சங்க இலக்கியத்தில் உள்ளன எனவும், அவரது தொன்மையையும் சிறப்பையும் பாராட்டும் வகையில் அவரைத் தொல்கபிலர் என சங்க இலக்கியம் பாராட்டுகிறது எனவும், எண்ணியக் கோட்பாட்டின் மூலச்சுவடுகள் அனைத்தும் இந்தியாவிலேயே தமிழில் உள்ள தொல்காப்பியத்திலும், திருக்குறளிலும் மட்டுமே இடம் பெற்றிருக்கிறது எனவும் இவைகளின் காரணமாக, கார்பே அவர்கள் குறிப்பிடும் அந்த இந்தியப் பிரதேசம் தமிழ்நாடு தான் எனவும் கூறுகிறார் முனைவர் க.நெடுஞ்செழியன்.[13]

மேலே தரப்பட்ட சான்றுகளின் மூலம் எண்ணியத்தின் மூலவரான தொல்கபிலர் தமிழர்தான் என உறுதி செய்கிறார் முனைவர் க. நெடுஞ்செழியன். தொல்கபிலர் தோன்று வதற்கான பின்புலம் பழந்தமிழ் நாட்டில் தான் இருந்தது, அது வட இந்தியாவில் இருக்கவில்லை என்பதை எமது ஆய்வுகள் உறுதி செய்கின்றன.

நகர அரசுகளும் பேரரசுகளும்

சுமேரிய நகர அரசுகளும், கிரேக்க நகர அரசுகளும் உலகப் புகழ்பெற்றவை. சுமேரிய நகர அரசுகள் கி.மு. 4000க்கு முன் மெசபடோமியா பகுதியில் உலகில் முதல்முதலாகத் தோன்றிய நகர அரசுகள். இந்த சுமேரிய நகர அரசுகளையும் அதன்பின் அங்கு உருவான அக்கேடியப் பேரரசு, பாபிலோனியப் பேரரசு, அசிரியப்பேரரசு, பாரசீகப்பேரரசு, பார்த்தியப்பேரரசு போன்றவற்றை விரிவாக ஆய்வு செய்த தொல்லியலாளர் கார்டன் சைல்டு (V.Gordon Childe), சுமேரிய நகர அரசுகளில் ஏற்பட்ட சுயமான சுதந்திரமான சிந்தனைகளும், தத்துவார்த்த, அறிவியல், தொழில்நுட்ப வளர்ச்சியும், புதிய கண்டுபிடிப்புகளும் அதன்பின் அங்கு உருவான பேரரசுகளில் ஏற்படவில்லை என்கிறார். மேலும் இந்தப் பேரரசுகள், சுமேரிய நகர அரசுகளின் கொள்கைகளை கோட்பாடுகளை சிந்தனைகளை, அவற்றின் தத்துவார்த்த அறிவியல் தொழில்நுட்ப வளர்ச்சியை அதன் கண்டுபிடிப்புகளை அப்படியே பயன்படுத்திக் கொண்டன எனவும், அவை புதிதாக எதனையும் கண்டுபிடிக்கவோ உருவாக்கவோ இல்லை எனவும் அவர் கூறுகிறார்.

கிரேக்க நகர அரசுகளையும், உரோமப் பேரரசையும் ஒப்பிடும்பொழுது அவரது கூற்று உண்மை என உறுதியாகிறது. கிரேக்க நகர அரசுகள், கலை, இலக்கியம், பண்பாடு, அரசியல், பொருளாதாரம், தொழில், வணிகம், கப்பல் கட்டுதல், கட்டடக் கலை, கல்வி, அறிவியல், மருத்துவம் போன்ற பலவற்றில் பெருவளர்ச்சி பெற்று, பெரும் சாதனைகளைச் செய்தன. இன்றைய மேற்கத்திய சிந்தனைகள் அனைத்திற்கும் கிரேக்கச் சிந்தனைகளே மூலமாக இருந்தன. ஆகவே உலகத்திற்குப் பேரளவான விடயங்களை கிரேக்கம் வழங்கியுள்ளது. அதன்பின் வந்த உரோமப் பேரரசு ஐரோப்பாவின் மிகப்பெரிய பேரரசு. மிக நீண்ட காலம் இருந்த பேரரசு. ஆனால் உரோமப் பேரரசு கிரேக்க நகர அரசுகளிடமிருந்து அதன் சிந்தனைகள், கோட்பாடுகள், கொள்கைகள் ஆகிய அனைத்தையும் கடன் வாங்கிக் கொண்டது. அதன் கண்டுபிடிப்பு களையும் பயன்படுத்திக் கொண்டது. ஆனால் உரோமப் பேரரசு

எதனையும் புதிதாக உருவாக்கவோ கண்டுபிடிக்கவோ இல்லை. ஆகவே கிரேக்கத்துடன் ஒப்பிடும் பொழுது உரோமப் பேரரசு உலகத்திற்கு வழங்கியது மிகக் குறைவு.

மக்களைக் கட்டுப்படுத்தப் பேரரசுகள் மதம், சமயம் சார்ந்த சிந்தனைகளையும் மூடநம்பிக்கைகளையும் பிற்போக்குச் சிந்தனை களையும் ஊக்குவிக்கின்றன, பரப்புகின்றன. அங்கு சுதந்திரமான சிந்தனைகளும், அறிவியல் கண்ணோட்டமும் கட்டுப்படுத்தப் படுகின்றன. ஆகவே பேரரசுகளை விட நகர அரசுகள்தான் மக்களுக்கானவை, வளர்ச்சிக்கானவை.

கி.மு.1000க்கு முன்பிருந்து 1000 வருடங்களுக்கு மேலாக இருந்து வருகிற பழந்தமிழ்நாட்டு நகர அரசுகளையும், கி.மு. 6ஆம் நூற்றாண்டிலிருந்து கி.மு. முதல் நூற்றாண்டுவரை 500 வருடங்களுக்கு மேலாக இருந்து வருகிற மகதப் பேரரசையும் ஒப்பிடும்பொழுதும் இதே முடிவையே நாம் வந்தடைகிறோம். நகர அரசுகளைக் கொண்ட பழந்தமிழ்ச் சமூகம், கலை, இலக்கியம், பண்பாடு, அரசியல், பொருளாதாரம், தொழில், வணிகம், கப்பல் கட்டுதல், கல்வி, அறிவியல், மருத்துவம் போன்ற பலவற்றிலும் மகதப் பேரரசைவிட மிக முன்னேறிய சமூகமாகவும் உலகின் ஒரு முன்னணிச் சமூகமாகவும் இருந்துள்ளது என்பதை உறுதி செய்ய முடிகிறது.[14] ஆகவே தொல்கபிலர் வட நாட்டில் தோன்றவில்லை எனவும் அவர் பழந்தமிழ் நாட்டில் தோன்றிய ஒரு தமிழர் எனவும் உறுதி செய்யலாம்.

பழந்தமிழ்நாட்டின் பின்புலம்

பேரரசுகளைவிட நகர அரசுகளில்தான் பொருள்முதல்வாத மெய்யியலும், தத்துவார்த்த அறிவியல் தொழில் நுட்பமும் பேரளவான வளர்ச்சியைப் பெருகின்றன என்பதை வரலாறு பலவகையிலும் மெய்ப்பித்துள்ளது. அதனால்தான் வளர்ச்சி பெற்ற வணிக நகர அரசுகளைக் கொண்டிருந்த பழந்தமிழ்நாட்டின் பின்புலம்தான் எண்ணியத்தின் மூலவரான தொல்கபிலர் தோன்றக் காரணமாக இருந்தது எனலாம். ஆனால் வட இந்தியாவில் கி.மு. 800 வாக்கிலோ அல்லது அதன் பின்னரோ தொல்கபிலர் போன்ற மாமேதைகள் தோன்றுவதற்கான பின்புலம் அங்கு இருக்கவில்லை.

கி.மு.800 வரை வட இந்தியா, அநாகரிக நிலையில்தான் இருந்து வந்தது. கி.மு.800 வாக்கில்தான் ஆரியர்கள் கங்கைச் சமவெளியில் குடியேறத் தொடங்கி இரும்பைப் பயன்படுத்தத் தொடங்கினர். கி.மு.600க்குப் பின்னரே அங்கு நகர நாகரிகம் தோன்றத் தொடங்கியது. ஆனால் அது பேரரசுகளின் நகர நாகரிகமாக இருந்தது.

ஆனால் பழந்தமிழ்நாட்டில் நகர அரசுகளின் நகர நாகரிகம் கி.மு. 1000க்கு முன்பிருந்தே இருந்து வந்தது. மேலும் பழந்தமிழ்நாட்டில் கி.மு. 3000 முதலே இரும்புக்கால நாகரிகம் இருந்துள்ளது என்பதை தற்போதைய சிவகளை அகழாய்வு உறுதி செய்துள்ளது. பழந்தமிழ்நாட்டில் கி.மு.1500 முதல் ஆதிச்சநல்லூர் போன்ற சிறுகுறு நகர அரசுகளும், அதன்பின் சில நூற்றாண்டுகள் கழித்து மூவேந்தர்களின் நகர அரசுகளும் உருவாகின.

கி.மு.750க்கு முன்பே அவை வளர்ச்சி பெற்ற வணிக நகர அரசுகளாக, உருவாகி இருந்தன. தமிழ்நாட்டில் இந்த நகர அரசுகள் 1000 வருடங்களுக்கு மேலாக இருந்து வந்தன. பழந்தமிழ்நாடு 'குறியீடு' எனப்பட்ட எழுத்து வடிவத்தை கி.மு. 1500 முதல் பயன்படுத்தி வந்தது. கி.மு. 8ஆம் நூற்றாண்டு முதல் 'தமிழி' எழுத்து இருந்து வந்தது. ஆனால் வட நாட்டில் கி.மு. 250 வரை எழுத்தோ, கல்வியோ இருக்கவில்லை. கி.மு. 600 அளவிலேயே பரவலான கல்வியறிவும் எழுத்தறிவும் பழந்தமிழ்நாட்டில் இருந்தன என கீழடி அகழாய்வு உறுதி செய்துள்ளது. செவ்வியல் இலக்கியங்கள் தமிழ்நாட்டில் உருவாகின. ஆனால் வட நாட்டில் அவை இல்லை.

நறுமணப் பொருட்கள், அவைகளின் திரவியங்கள், பலவகையான மணிக்கற்கள், முத்துக்கள் போன்றவைகளின் உலகத்தேவையும், அவைகளால் உருவான வணிகமும், தமிழர்களைப் பெரும் கடலோடிகளாக மாற்றியமைத்தது. இக்கடல் வணிகம் கி.மு. 1500க்கு முன்பிருந்து நடந்து வந்தது. மிகப்பழங்காலம் முதல், மிக நீண்டகாலமாக மிகப்பெரிய கடற்படையையும், உலகளாவிய வணிக மேலாண்மையையும் பழந்தமிழ் அரசுகள் கொண்டிருந்தன. இவற்றின் காரணமாக பழந்தமிழ்ச் சமூகம் பண்டைய காலத்திலிருந்து பொருள் உற்பத்தி, வேளாண்மை, தொழில், வணிகம், மெய்யியல், அறிவியல், தொழிநுட்பம், இயல், இசை, நாட்டியம், இலக்கியம் போன்றவற்றில் நன்கு வளர்ச்சியடைந்து ஒரு உயர்வளர்ச்சி பெற்ற சமூகமாக ஆகியிருந்தது.

பழந்தமிழ்நாட்டில் இருந்த ஆட்சியாளனின் அரச அதிகாரம் பொதுமக்கள் சபைகளால் ஒரு கட்டுப்பாட்டுக்குள் வைக்கப்பட்டு இருந்தது என கிரேக்கத் தூதுவரான மெகத்தனிசு குறிப்பிடுவதாக நேரு கூறுகிறார்-(6). அங்கு ஊர், நகரம் போன்றவற்றுக்கான மக்கள் பிரதிநிதிகளையும், பல்வேறு துறைகளுக்கான வாரியப் பொறுப்பாளர்களையும் நியமிக்கத் தேர்தல்கள் நடைபெற்றன என்பதை கி.மு. 2ஆம் நூற்றாண்டில் வாழ்ந்த மருதன் இளநாகனார் அவர்களின் அகம் 77ஆம் பாடல் உறுதி செய்கிறது. பழந்தமிழ்நாட்டில் வேந்தர்கள், அவர்களின்

குடும்ப உறுப்பினர்கள், கிளை அரசர்கள், சிறுகுறு மன்னர்கள், வேளிர்கள் போன்ற பலதரப்பட்ட தனித்தனியான ஆட்சியாளனின் கீழ் மிக நீண்ட காலமாக இருந்து வந்த நகர அரசுகள் பேரளவான வளர்ச்சியைப் பெற்றன.[15]

சுகாப் என்பவர் எழுதிய எரித்ரேயக்கடலில் பெரிப்ளசு என்ற நூல், மேற்கு நாடுகளில் இருந்து தமிழகத்திற்கு வந்த கப்பல்களைவிட பழந்தமிழ் நாட்டிலிருந்து சீனா போன்ற கிழக்கு நாடுகளுக்குச் சென்ற தமிழ்நாட்டுக் கப்பல்கள் மிகப்பெரியனவாகவும் அதிக எண்ணிக்கை யிலும் இருந்தன எனக் கூறுகிறது. முசிறி-அலெக்சாண்ட்ரியா என்ற கி.மு.150ஆம் ஆண்டைய கிரேக்க மொழி ஒப்பந்தம் பழந்தமிழ்நாட்டில் நடந்த பேரளவான வணிகத்தை எடுத்துக்காட்டுகிறது. 2000 ஆண்டுகளுக்கு முன்பே சேரர் துறைமுக நகரான முசிறி நகரானது, இன்றைய இலண்டன், நியூயார்க், சாங்காய் போன்ற பெருந்துறைமுக நகரங்களுக்கு இணையான ஒரு பெருநகராக இருந்தது என இலத்தீன் கிரேக்க இலக்கியங்களில் சொல்லப்பட்டுள்ளன, கலிங்கத்தின் பித்துண்டா நகரம் 1300 ஆண்டுகளாக இருந்து வரும் தமிழரசுகளின் ஐக்கியக் கூட்டணியின் கட்டுப்பாட்டில் இருந்தது என கி.மு. 165ஆம் ஆண்டைய அத்திக்கும்பா கல்வெட்டு கூறுகிறது. கி.மு. 3ஆம் நூற்றாண்டில் தமிழ் நாட்டின் மீது படையெடுத்த மௌரியப் பெரும்படையை தமிழரசுகளின் ஐக்கியக் கூட்டணி தோற்கடித்தது. கி.மு.4ஆம் 3ஆம் நூற்றாண்டைச் சேர்ந்த மாமூலனார் தனது அகம் 31ஆம் பாடலில் மூவேந்தர்கள் மொழிபெயர்தேயம் எனப்படும் மராட்டியம், கர்நாடகம், ஆந்திரம் போன்ற பகுதிகளைத் தங்கள் கட்டுப்பாட்டில் பாதுகாத்து வந்தனர் என்கிறார்.[16] இத்தரவுகள் பல்வேறு துறைகளிலும் பேரளவான வளர்ச்சியைப் பெற்றிருந்த பழந்தமிழ்நாட்டின் பின்புலத்தை வெளிப்படுத்துகின்றன. இந்தப் பின்புலம் தான் தொல்கபிலர் போன்ற மாமேதைகள் தோன்றக் காரணமாகும்.

எண்ணியத்தின் சில சிறப்புக் கருத்தியல்கள்

1. இல்லாத ஒன்றிலிருந்து எதுவுமே உருவாகாது என்பதே எண்ணியத்தின் ஆதாரக்கொள்கை. இல்லாததை உள்ளதாக்க முடியாது, உள்ளதை முற்றிலும் இல்லாததாக்க முடியாது. ஊழி ஊழிக்காலமாய் இருந்துவரும் உலகத்தை உருவாக்குவதற்கு ஒருவரும் தேவைப்பட்டிருக்கவில்லை. அதற்கு முதலும் இல்லை முடிவும் இல்லை என்பதனால் "இல்லாததிலிருந்து ஒன்று உருவாகும் சாத்தியமில்லை என்பது மெய்யாகிறது" என எண்ணியம் கூறுகிறது.

2. இன்றைய உலகம் பொருளால் ஆனது என்பதால் இந்த உலகத்திற்கு காரணமான ஆதிமூலப்பொருளும் பொருளால்தான் ஆகியிருக்கவேண்டும். ஆகவே உலகத்திற்கான முதற்காரணம் என்பது பொருள்தான் என்பதே காரணகாரியக் கொள்கை மூலம் எண்ணியம் வந்தடைந்த முடிவு.

3. ஆதிமூலமாகிய முதல்நிலைப்பொருளில் இருந்து தான் நாம் காணும் அண்டமும் அதில் உள்ள பொருட்களும் தோன்றின எனவும் இறுதியில் இந்த ஆதிமூலமாகிய முதல்நிலைப் பொருளுக்குள் இந்த எல்லாப் பொருட்களும் கலந்து ஒன்றிணைந்து விடும் எனவும் இந்த ஆதிமூலப்பொருள் என்றென்றும் இருந்து கொண்டிருக்கும் எனவும் அதற்கு தொடக்கமோ முடிவோ இல்லை எனவும் எண்ணியம் கூறுகிறது.

4. எண்ணியத்தத்துவத்தின் பெரும்பலமே பொருள் நிரந்தரமானது. அது இயக்கமற்ற நிலையை எப்போதும் அடைவதில்லை. ஒரு குறிப்பிட்ட வடிவத்திலிருந்து இன்னொன்றாக பரிணாமம் பெற்று வருகிறது என்பதுதான். பரிணாமக்கோட்பாடு (THEORY OF EVOLUTION) என்ற அடிப்படையிலேயே உலகத்தோற்றம் பற்றிய கபிலரின் கருத்துக்கள் அமைந்துள்ளன.

5. வெளி, காலம், இயக்கம் ஆகியன பருப்பொருளின் கூறுகள், அவை பருப்பொருளிலிருந்து பிரிக்கப்பட முடியாதவை என்கிறது எண்ணியம்.

6. ஒன்றிலிருந்து ஒன்று உருவாகும் திரிவாக்கத்திற்குக் காரணமாய் இருப்பது எதுவோ அதுவே இன்மையாகும். இதனை இயங்கியல் கோட்பாட்டின் உருவமும் உள்ளடக்கமாகவும் (FORM AND CONTENT) கொள்ளலாம்.

7. 'அறிவுக்குட்பட்ட காரண காரியத்துடனான விதிகளுக்குக் கட்டுப்பட்டு இயங்கும் காட்சியுலகு பற்றியே எண்ணியம் பேசுகிறது. காரண காரியத்தோடும் மேன்மையானதோர் அறிவுவளர்ச்சியோடும் கூடியதே உலக அமைப்பு என எண்ணியம் போதிக்கிறது. தனக்கென ஒதுக்கப்பட்ட வினைகளை ஆற்றுவது, தனக்கென ஒரு தகவு, தனக்கென ஒரு செயல்நோக்கம் என்றில்லாத உலகின் உறுப்புகளே இல்லை. இவ்வுறுப்புகள் தங்களுக்கென வரையறை செய்யப்பட்டவற்றை உருவாக்கம் செய்வதற்கான வழிமுறைகளைத் துல்லியமாகத் தேர்ந்து கொள்வது சாதாரண நடைமுறையாக இருக்கிறது. காலந்தவறிய ஒழுங்கற்ற செயல்பாடுகள் என்பதே இல்லை. அங்கு

ஒழுங்கமைதி உள்ளது. வரையறை உள்ளது. என்ன வினையாற்றவேண்டும் என்ற குறிப்பு உள்ளது. தேர்ந்த அமைப்பாகச் செயல்படுகிறது. தானே உருவாகி பரிணாம முறையில் தானே வளர்ச்சியடைந்தது என்றுதான் உலகத்தைப் பார்க்கவேண்டும். உலகத் தோற்றத்திற்கும், அதன்வளர்ச்சிக்கும் எந்தவிதமான மேலுலக ஆற்றலும் காரணமல்ல. அது தொடர்ந்து இயங்கும் அமைப்பு. அது முதலும் முடிவுமற்ற, விரிந்து பரந்த நடைமுறை. நீடித்த தன்மையுள்ளதாகவும், அறிவிற்குகந்ததாகவும், என்றென்றைக்கும் பின்னோக்கிச் செல்லாதவாறும், பரிணாம முறையில் முன்னோக்கிச் செல்லும் வகையிலும், படைக்கப்படாத ஒரு படைப்பினால் அனைத்தும் படைக்கப்பட்டிருக்கிறது' என்பதே உலகம் பற்றிய எண்ணியபார்வை.[17]

கருத்துமுதல்வாத வேதியக் கருத்தியலையும், வேதச் சடங்குகளையும் கொண்டிருந்த வடஇந்திய சமூகத்தில் இவைபோன்ற பொருள்முதல்வாத மெய்யியலையும், காரணகாரியக் கொள்கையையும், தர்க்கவியலையும் அடிப்படையாகக் கொண்ட ஒரு தத்துவார்த்த அறிவியல் கோட்பாடான சாங்கியம் எனப்படும் எண்ணியம் உருவாகியிருக்க முடியாது என உறுதிபடக் கூறலாம். ஆதலால் வளர்ச்சி பெற்ற வணிக நகர அரசுகளையும், பொருள் உற்பத்தி, வேளாண்மை, தொழில், வணிகம், மெய்யியல், அறிவியல், தொழில்நுட்பம், இயல், இசை, நாட்டியம், இலக்கியம் போன்றவற்றில் ஒரு உயர்வளர்ச்சி பெற்ற, உலகின் ஒரு முன்னணிச் சமூகமாக இருந்த பழந்தமிழ் நாட்டில்தான் எண்ணியம் தோன்றியிருக்க முடியும் என்பதால் தொல்கபிலர் ஒரு தமிழர் ஆகிறார்.

வடமரபும் தமிழ்மரபும்

1. தமிழ் மரபுப்படி நீர், நிலம், தீ, காற்று, வெளி ஆகிய ஐம்பூதங்கள் உண்டு. ஆனால் வட இந்திய மரபில் வெளி போக நான்கு பூதங்கள் மட்டுமே உண்டு.

    இப்பேரண்டத்தின் அடிப்படையாக இருக்கும் முதற்பொருள் என்பது வெளி, காலம் (Time & Space) ஆகியவற்றின் சேர்க்கை என தமிழ் மரபு கூறியது. ஆனால் வெளி பற்றிய அடிப்படை அறிவோ, புரிதலோ வட இந்தியாவில் இருக்கவில்லை என்பதால் அங்கு வெளி இல்லாதுபோனது.

2. தமிழ் மரபுப்படி ஏழு பொருள்கள் உண்டு. வடமரபுப்படி இன்மை போக ஆறு பொருள்கள் மட்டுமே உண்டு.

ஒரு பொருளிலிருந்து இன்னொரு பொருளாக மாறும் திரிவாக்கத்தையும் (பரிணாமம்), இயங்கியலையும் வெளிப்படுத்தும் ஒரு கோட்பாடாக 'இன்மை' என்பது தமிழ் மரபில் இருந்தது. ஆனால் இன்மை என்பது குறித்த அடிப்படை அறிவோ, புரிதலோ வடமரபில் இருக்கவில்லை. ஆகவே இன்மை என்பது வட மரபில் நீக்கப்பட்டது.

3. தமிழ் மரபுப்படி எண்ணியம் 24 கூறுகளைக் கொண்டது. வட மரபுப்படி புருடனையும் சேர்த்து 25 கூறுகள் உண்டு.

அறிவியல் அடிப்படையற்ற புருடன் தமிழ் மரபில் இருக்கவில்லை. ஆனால் சாங்கியத் தத்துவத்தை வேதச் சார்பானதாக மாற்ற வடமரபில் 25ஆவது கூறாக புருடன் செயற்கையாகச் சேர்க்கப்பட்டது.

4. தமிழ் மரபுப்படி மனித வாழ்வின் அடிப்படைகள் என்பன அறம், பொருள், இன்பம் ஆகியன. வடமரபில் இந்த மூன்றுடன் வீடு சேர்க்கப்பட்டது.

தமிழ் மரபில் மனிதவாழ்வின் அடிப்படை என்பது அறிவியல் அடிப்படையைக் கொண்டது. ஆனால் வடமரபு வேதச்சார்பான ஆன்மீகக் கண்ணோட்டத்தைக் கொண்டது என்பதால் அதில் வீடு சேர்க்கப்பட்டது.

5. தமிழ் மரபுப்படி நூலுக்கான தந்திர உத்திகள் 32. வடமரபுப்படி பேச்சுக் கலைக்கான தந்திர உத்திகள் 36.

தமிழ் மரபின் நூலுக்கான உத்திகளை நகலெடுத்த வடமரபு அதனை பேச்சுக் கலைக்கானதாக மாற்றியமைத்துக்கொண்டது. புதிதாகச் சேர்க்கப்பட்ட 4 உத்திகளும் தமிழ் மரபின் 32 உத்திகளுக்குள் அடங்கியவைதான்.[18]

தமிழ்ச்சிந்தனை மரபு என்பது அறிவியலை அடிப்படையாகக் கொண்ட பொருள்முதல்வாதச் சிந்தனையின் விளைவு. ஆனால் தமிழ்ச் சிந்தனை மரபின் அறிவியல் அடிப்படையை வடமரபு புரிந்து கொள்ளாமல், அவற்றை தன்வயப்படுத்த முயன்றதால் வெளி, இன்மை முதலியன நீக்கப்பட்டன. புருடன், வீடு முதலியன சேர்க்கப்பட்டன. தமிழின் பொருள்முதல்வாதச் சிந்தனை மரபிலிருந்துதான் வட மரபுகள் உருவாகின என்பதை இவ்விளக்கங்கள் உறுதி செய்கின்றன. ஆகவே மூல மரபான தமிழ்ச் சிந்தனை மரபின் அடிப்படையாக இருந்த எண்ணியத்தைத் தோற்றுவித்த தொல்கபிலர் ஒரு தமிழர்தான் என்பது உறுதியாகிறது.

தொல்கபிலர் - தமிழ் அறிவு மரபின் தந்தை

பழந்தமிழ் நாட்டில் தொல்கபிலரின் எண்ணிய மெய்யியல் உருவான பின் தான் பழந்தமிழ்நாடு தத்துவார்த்த அறிவியல் தொழில்நுட்பத் துறைகளில் மிக வேகமாக வளர்ச்சி பெறத் தொடங்கியது. அதன்பின் தத்துவார்த்த அறிவியல் தொழில்நுட்பத் துறைகளில் பல புதிய சிந்தனைகளும், பல புதிய நூல்களும் உருவாகின. இவற்றின் காரணமாக பல்வேறு துறைகளிலும் பேரளவான வளர்ச்சி ஏற்பட்டு, பழந்தமிழ்நாடு பொருள் உற்பத்தியிலும், தொழில் வளர்ச்சியிலும், உலகளாவிய கடல் வணிகத்திலும் புதிய உச்சத்தை அடைந்து, உலகின் ஒரு முன்னணிச் சமூகமாக ஆகியது. தமிழ்நாட்டு நகர அரசுகள் உலகளவில் பேரளவு வளர்ச்சிபெற்ற வணிக நகர அரசுகளாகப் பரிணமித்தன. பழந்தமிழ்நாட்டு நகர அரசுகளின் இவைபோன்ற பேரளவான வளர்ச்சிக்கு வித்திட்டது, தொல்கபிலரின் எண்ணிய மெய்யியலே என்பதால், தொல்கபிலர் தமிழ் அறிவுமரபின் தந்தை ஆகிறார்.

பார்வை

1. தொல்கபிலர் - தமிழ் அறிவு மரபின் தந்தை, கணியன் பாலன், தொல்கபிலர் பதிப்பகம், 2023, பக்: 17.
2. மூலச்சிறப்புள்ள தமிழ்ச் சிந்தனை மரபு, கணியன்பாலன், தமிழினி, 2018. பக்: 115.
3. மூலச்சிறப்புள்ள தமிழ்ச் சிந்தனை மரபு, கணியன்பாலன், தமிழினி, 2018. பக்: 88.
4. தொல்கபிலர் - தமிழ் அறிவு மரபின் தந்தை, கணியன் பாலன், தொல்கபிலர் பதிப்பகம், 2023, பக்: 18.
5. தொல்கபிலர் - தமிழ் அறிவு மரபின் தந்தை, கணியன் பாலன், தொல்கபிலர் பதிப்பகம், 2023, பக்: 17
6. தொல்கபிலர் - தமிழ் அறிவு மரபின் தந்தை, கணியன் பாலன், தொல்கபிலர் பதிப்பகம், 2023, பக்: 77, 84.
7. தொல்கபிலர் - தமிழ் அறிவு மரபின் தந்தை, கணியன் பாலன், தொல்கபிலர் பதிப்பகம், 2023, பக்: 88.
8. தொல்கபிலர் - தமிழ் அறிவு மரபின் தந்தை, கணியன் பாலன், தொல்கபிலர் பதிப்பகம், 2023, பக்: 90, 91.
9. எண்ணியம், அறிஞர் குணா, தமிழ்நாட்டு ஆய்வரண், மீனம் தி.பி. 2044, மார்ச்-ஏப்ரல் 2013. பக்: 1-348..
10. மூலச்சிறப்புள்ள தமிழ்ச் சிந்தனை மரபு, கணியன்பாலன், தமிழினி, 2018. பக்: 65.

11. பழந்தமிழ்ச் சமுதாயமும் வரலாறும், கணியன் பாலன், NCBH, சனவரி-2023, புத்தகம் - 1, பக்: 64.
12. தொல்கபிலர் - தமிழ் அறிவு மரபின் தந்தை, கணியன் பாலன், தொல்கபிலர் பதிப்பகம், 2023, பக்: 88.
13. முனைவர் க. நெடுஞ்செழியன், தமிழர் இயங்கியல் - தொல்காப்பியமும், சரக சம்கிதையும். பக்: 20-22.
14. பழந்தமிழ்ச் சமுதாயமும் வரலாறும், கணியன் பாலன், NCBH, சனவரி-2023, புத்தகம் - 2, பக்: 539-543.
15. தொல்கபிலர் - தமிழ் அறிவு மரபின் தந்தை, கணியன் பாலன், தொல்கபிலர் பதிப்பகம், 2023, பக்: 18-20.
16. பழந்தமிழ்ச் சமுதாயமும் வரலாறும், கணியன் பாலன், NCBH, சனவரி-2023, புத்தகம் - 1, பக்: 116-160, 427-456, 512-518.
17. தொல்கபிலர் - தமிழ் அறிவு மரபின் தந்தை, கணியன் பாலன், தொல்கபிலர் பதிப்பகம், சனவரி-2023, பக்: 259-274.
18. மூலச்சிறப்புள்ள தமிழ்ச்சிந்தனை மரபு, கணியன்பாலன், தமிழினி, 2018. பக்: 146-148.

12. பண்டைய தக்காண வட இந்திய அரசுகள்

பழந்தமிழகத்தில் சங்ககால நகர அரசுகள் கி.மு. 750 முதல் இருந்து வருகிறது எனினும் கி.மு. 350 ஆம் ஆண்டிலிருந்து கி.மு. 50 வரை இருந்த சங்ககால அரசுகள் குறித்த வரலாற்றை மட்டுமே அறிய முடிகிறது. அக்காலகட்டத்தில் வடக்கே இருந்த அரசுகள் குறித்தும் தமிழ் அரசுகளோடு அவர்களுக்கு இருந்த உறவுகள் குறித்தும் அறிவது தேவை என்ற அடிப்படையில் சில தகவல்கள் இங்கு வழங்கப்பட்டுள்ளன. மௌரியப் பேரரசர் அசோகர் இறந்த பிறகு கி.மு.230 அளவில் சாதவாகனர்கள், தமிழரசுகளின் ஆதரவோடு தக்காணப் பகுதியில் தங்களது ஆட்சியை நிறுவினர். கி.மு.230 முதல் கி.பி.220 வரை சுமார் 450 ஆண்டுகள் அவர்கள் தக்காணத்தை ஆண்டனர். அவர்கள் தமிழ், பிராகிருதம் ஆகிய இரு மொழிகளையும் ஆட்சி மொழிகளாகக் கொண்டிருந்தனர். அதற்குச் சான்றாக அவர்கள் வெளியிட்ட நாணயங்களில் ஒரு பக்கம் தமிழும், மறுபக்கம் பிராகிருதமும் இருந்தன.[1]

முதல் சாதவாகன அரசன் சிமுகா. இவன் கி.மு.230 முதல் கி.மு. 207 வரை ஆட்சி செய்தான். அடுத்த முக்கிய அரசன் சதகர்ணி. இவன் கி.மு.180 முதல் கி.மு. 124 வரை ஆட்சி செய்தான். காரவேலன் தனது அத்திக்கும்பா கல்வெட்டில் இந்த சதகர்ணியைத் தோற்கடித்ததாகக் குறிப்பிட்டுள்ளான். காரவேலன் இறந்த பிறகு இந்த சதகர்ணி கலிங்கத்தைக் கைப்பற்றியதாக யுக புராணம் தெரிவிக்கிறது. இவன் மகதத்தை ஆண்ட சுங்க வம்சத்திடமிருந்து மேற்கு மால்வாவைக் கைப்பற்றிக் கொண்டான். இவன் மத்திய பிரதேசத்தைப் பிடித்ததாகவும், சாகர்களை பாடலிபுத்திரத்திலிருந்து வெளியேற்றியதாகவும் சொல்லப்படுகிறது. இவனுக்குப்பின் வந்தவர்கள் வலிமையற்றவர்கள். பின் கி.மு.30 முதல் கி.மு. 6 வரை ஆண்ட புலுமாயி, பல வெற்றிகளைப் பெற்று இறுதியில் மகத அரசின் பாடலிபுரத்தைக் கைப்பற்றி ஆண்டான். இவனுக்குப் பின் வந்த ஆலா என்கிற அரசன் 700 செய்யுள்களைக் கொண்ட 'காதா சப்த சதி' என்ற நூலாக பிராகிருத அகக்கவிதைகளைத் தொகுப்பித்தான்.

கி.பி.106இல் கௌதமிபுத்ர சதகர்ணி ஆட்சிக்கு வந்தான். இவன் கி.பி.130 வரை ஆட்சி செய்தான். மேற்கு சத்ரப் வம்சத்தைச் சேர்ந்த

நாகப்னாவை தோற்கடித்து, இழந்த ஆட்சிப் பகுதிகளைத் திரும்பப் பெற்றான். இவன்தான் முதன்முதலாக தலைவடிவ நாணயங்களை வெளியிட்ட சாதவாகன அரசன். இவனது மகன் வசிட்திபுத்ர புலுமாயி கி.பி.130 முதல் கி.பி.160வரை ஆட்சி செய்தான். இவன் காலத்தில்தான் ஆந்திரப்பகுதியில் சாதவாகன ஆட்சி பரவியது. இவனது நாணயங்களும், கல்வெட்டுப் பொறிப்புகளும் ஆந்திராவில் கிடைக்கின்றன. யாஜன சதகர்ணி தான் சாதவாகனர்களின் இறுதிச் சிறந்த அரசன். கி.பி.170 முதல் கி.பி.199 வரை ஆட்சி செய்தான். இவன் மேற்கு சத்ரப் அரசைத் தோற்கடித்து சாதவாகனர்களின் பல பகுதிகளை மீட்டான். இவனுக்குப்பின் வந்தவர்கள் வலிமையற்றவர்கள். கி.மு.230இல் தொடங்கிய சாதவாகனர் ஆட்சி, 450 ஆண்டுகளுக்குப்பின் கி.பி.220இல் முடிவுற்றது.

சாதவாகனர் சங்ககாலத்தின் தொடக்கம் முதல் இறுதிவரை தமிழகத்தோடு போர் செய்ததாகவோ, வெற்றி பெற்று தமிழகப் பகுதிகளைப் பிடித்துக் கொண்டதாகவோ தகவல் இல்லை. கிருட்டிணா நதிக்குக் கீழ் அவர்கள் வரவில்லை. மேற்கு சத்ரப் அரசுகள், சாகர்கள், மகதப் பேரரசு போன்ற பிற வடநாட்டு அரசுகளோடுதான் சாதவாகனர்கள் போர் புரிந்ததாக அவர்களது கல்வெட்டுகளும், அவர்களைப் பற்றிய இன்ன பிற குறிப்புகளும் கூறுகின்றன. தமிழர்களின் கடற்படை வலிமையை, அவர்களது ஐக்கியக் கூட்டணியின் வலிமையை, பொருள் உற்பத்தி, தொழில்நுட்ப மேன்மை, வணிகம் ஆகியவற்றில் தமிழர்களின் உயர்நிலையை சாதவாகனர்கள் நன்கு அறிந்ததன் காரணமாக, தமிழ் அரசுகளோடு அவர்கள் தொடக்கம் முதல் இறுதிவரை பகைமை பாராட்டாமல் இருந்தனர். சாதவாகனர் அரசு அழிந்த உடன், தமிழரசுகளும் களப்பிரர்களால் கைப்பற்றப்பட்டு இல்லாது போனது.

காரவேலனும் தமிழரசுகளின் ஐக்கியக் கூட்டணியும்

மாமூலனார் தனது அகம் 31ஆம் பாடலில், தமிழ் மூவேந்தர்களால் மொழிபெயர் தேயம் எனப்படும் தக்காணம் பாதுகாக்கப்பட்டு வந்தது என்கிறார். ஆதலால் தமிழ் அரசுகளிடையே ஒரு ஐக்கியக் கூட்டணி இருந்தது என்பதை மாமூலனார் உறுதி செய்கிறார். கலிங்க மன்னன் காரவேலனின் அத்திக்கும்பா கல்வெட்டு தமிழரசுகளின் ஐக்கியக் கூட்டணி குறித்துப் பேசுகிறது. அவன் தனது 11ஆம் ஆட்சியாண்டில், 130 ஆண்டுகளாக இருந்து வந்த, தமிழரசுகளின் ஐக்கியக் கூட்டணியை உடைத்து முந்தைய கலிங்க மன்னர்களால் உருவாக்கப்பட்ட, பித்துண்டா நகரத்தைப் பிடித்து, கழுதை கொண்டு உழுதேன் எனக் கூறுகிறான். இந்த அத்திக்கும்பா

கல்வெட்டின் காலம் கி.மு.165. ஆகவே மிக நீண்ட காலமாகத் தமிழரசுகளின் ஐக்கியக் கூட்டணி இருந்து வந்துள்ளதாகக் கொள்ளலாம்.[2]

பித்துண்டா நகரம் மீண்டும் தமிழரசுகளின் ஐக்கியக் கூட்டணியின் கீழ் வந்து விடக்கூடாது என்பதற்காக, அது தரைமட்ட மாக்கப்பட்டு கழுதைகொண்டு உழப்பட்டுள்ளது. டி.என். சன்பக் தமிழக அரசுகளின் ஐக்கியக் கூட்டணி பலமுறை கலிங்க அரசுக்கு தொல்லைகள் கொடுத்து வந்ததாகவும், காரவேலன் வடநாட்டின் மீது படை எடுத்துச் சென்ற போது, அவை தங்கள் காவல் அரணான பித்துண்டா நகரத்தைத் தலைமை இடமாகக் கொண்டு கலிங்கத்தைத் தாக்கியதாகவும், அதற்குப் பதிலடி தரும் வகையில்தான் காரவேலன் பித்துண்டா நகரத்தைத் தாக்கி, தமிழரசுகளின் நீண்ட கால ஐக்கியத்தை உடைத்து, விலை உயர்ந்த பொருட்களைக் கைப்பற்றியதாகவும், பித்துண்டா என்பது ஒரு துறைமுக நகரம் எனவும் குறிப்பிடுகிறார்.[3] சன்பக் தரும் செய்திகள் தமிழக அரசுகளிடையே மிக நீண்ட காலமாக ஒரு ஐக்கியக் கூட்டணி இருந்து வந்தது என்பதையும் தமிழரசுகள் பெரும் கடற்படைகளைக் கொண்டிருந்தன என்பதையும், உறுதிசெய்கின்றன.

பாண்டிய அரசன் தொடர்ந்து வட நாடுகளோடு வணிகம் செய்ய, காரவேலனின் ஒத்துழைப்பு தேவை என்பதை உணர்ந்து, பெரும் அளவிலான பரிசுப் பொருட்களைக் காரவேலனுக்கு அனுப்பி, காரவேலனோடு நட்புக் கொண்டுள்ளான். அதைத்தான் காரவேலன் பாண்டியனே எனக்கு நிறைய பரிசுப்பொருட்களை அனுப்புமாறு நான் செய்வித்தேன் எனத் தனது கல்வெட்டின் 13ஆவது வரியில் கூறுகிறான்.[4]

மகாவீரர் (கி.மு. 599-527) காலத்தில், இந்தப் பித்துண்டா நகரம் கலிங்கத்தின் மிக முக்கிய நகரமாக இருந்துள்ளது என உத்தரதயான சூத்திரம் என்கிற சமண நூல் குறிப்பிடுகிறது. இந்தப் பித்துண்டா துறைமுக நகரம் குறித்து டாலமி (கி.பி. 90-168) தனது புவியியல் நூலில் குறிப்பிட்டுள்ளார். இந்தப் பித்துண்டா துறைமுகம், பண்டைய கலிங்கத்தின் கிழக்குக் கடற்கரைப் பகுதியில் அமைந்துள்ள இரண்டாவது பெரிய துறைமுகம். இந்த நகரத்தைக் காரவேலன் தமிழக அரசுகளின் கூட்டணியிடமிருந்து கைப்பற்றிக் கழுதை கொண்டு உழுதான். இவை பித்துண்டா நகரம் குறித்து, நிகார் இரஞ்சன் பட்நாயக் அவர்களின் 'ஒரிசாவின் பொருளாதார வரலாறு' என்கிற நூலும், விக்கிபீடியாவும் தரும் தரவுகள்.[5] இவை பித்துண்டா நகரம் கலிங்கத்தின் பண்டைய இரண்டாவது பெரிய துறைமுக நகரம்

என்பதையும், டாலமியின் புவியியல் நூலும் இந்நகரம் குறித்துக் குறிப்பிட்டுள்ளது என்பதால் இந்நகரம் முன்பிருந்தே ஒரு புகழ் பெற்ற துறைமுக நகரமாக இருந்துள்ளது என்பதையும் உறுதி செய்கின்றன.

காரவேலனின் கல்வெட்டு தமிழரசுகளின் ஐக்கியக் கூட்டணி குறித்த அவனது பயத்தை, அச்சத்தை வெளிப்படுத்துகிறது. தமிழர்கள் தன்னால் வெல்லப்பட முடியாதவர்கள் என அவன் தொடக்கத்தில் கருதியதை அவனது கல்வெட்டின் வாசகங்கள் காட்டுகின்றன. தமிழர்கள் மீண்டும் அந்நகரத்தைக் கைப்பற்றுவதைத் தடுக்கவே, அந்நகரத்தை அவன் கழுதை கொண்டு உழுதான். ஆனால் தமிழர்கள் தங்களது கடற்படை வலிமையால் அதனை மீண்டும் கைப்பற்றிக் கொண்டனர். தனது ஆட்சியின் முதல் 10 ஆண்டுகளின் போது, பித்துண்டா கலிங்கத்தின் நகராக இருந்தபோதும் அவன் அதனைக் கைப்பற்றவில்லை. தமிழகத்தின் செல்வவளத்தை அதன் கடற்படை வலிமையை அவன் அறிந்திருந்தான். அவர்கள் மௌரியப் பேரரசைத் தோற்கடித்ததையும் அவன் அறிந்திருப்பான். அதனால் அவன் தமிழ் அரசுகளோடு மோத விரும்பவில்லை. மகத அரசு, சாதவாகனர்களின் அரசு போன்ற பலவற்றையும் வென்றபோதும் அவன் தமிழர்களின் கட்டுப்பாட்டில் இருந்த பித்துண்டாவைக் கைப்பற்றவில்லை. அவன் ஆட்சியேற்ற 11ஆவது ஆண்டில்தான், பல நாடுகளை வென்றபின், அதுவும் தமிழரசுகளின் ஐக்கியக் கூட்டணியில் ஒற்றுமை இல்லை என்பதை அறிந்த பின், பித்துண்டா நகரத்தைத் தாக்கிக் கைப்பற்றிக் கொள்கிறான்.

தமிழ் அரசுகள் மட்டுமே அன்று பெரும் கடற்படைகளைக் கொண்டிருந்தன. அவற்றைக் கொண்டு கடற்கரையோர துறைமுகங் களைக் கைப்பற்றுவது, அவற்றைத் தங்கள் வணிகத்தளங்களாக மாற்றுவது என்பதை தமிழரசுகள் செய்துகொண்டிருந்தன. மகதம், கலிங்கம் போன்ற நாவலந்தீவின் அன்றைய அரசுகள் கடற்படைகளைக் கொண்டிருக்கவில்லை. பிற்காலத்தில்தான் கலிங்கம் ஒரு கடற்படை அரசாக ஆகியது. கங்கை முகத்துவாரத்தில் இருந்த தாமரலிப்த (Tamralipta) துறைமுக நகரம் முதல் பாலூர் போன்ற பண்டைய துறைமுகம்வரை கலிங்கத்தின் துறைமுக நகரங்களுக்கும் தமிழகத்திற்கும் உள்ள வணிகத் தொடர்புகள் குறித்து ஒரியா இரிவியு (Orissa Review) என்கிற மாத இதழில் வந்த கட்டுரைகள் பேசுகின்றன.[6] இந்தியாவின் கிழக்குப் பகுதியில் கங்கை முகத்துவாரம் வரையில் இருந்த சில துறைமுக நகரங்கள் பித்துண்டா நகரம் போன்று, தமிழரசுகளின் காவல் அரண்களாக, அவற்றின் வணிகத் தளங்களாகச் செயல்பட்டன. காரவேலன் தனது அத்திக்கும்பா கல்வெட்டில்

14ஆவது வரியில் குமரி மலை என்கிற தமிழ்ப்பெயரில் உள்ள மலை குறித்துக் குறிப்பிட்டுள்ளான். இது கலிங்கத்தில் புவனேசுவரம் நகரத்தின் அருகில் உள்ள உதயகிரி, கந்தகிரி ஆகிய இரு மலைகளின் பெயர்கள்.[7] இவை பழந்தமிழர்களுக்கு பண்டைய கலிங்கத்தில் இருந்த செல்வாக்கை, அவர்களின் ஆதிக்கத்தை வெளிப்படுத்துகிறது.

மௌரியப் பேரரசு

சங்க காலத்தில், கி.மு. 325 முதல் கி.மு. 185 வரை, முதல் காலகட்டம் முதல் ஏழாம் காலகட்டம் முடிய மௌரியப் பேரரசு இருந்துள்ளது. தமிழகம் அதனோடு தொடர்பு கொண்டிருந்தது. அதனால் மௌரியப் பேரரசு குறித்தும் தமிழகம் சார்ந்த அதன் தரவுகள் குறித்தும் புகழ் பெற்ற இந்திய வரலாற்று ஆசிரியர் வின்சென்ட் சுமித் அவர்களின் ஆய்வுக் கருத்துகள் சில இங்குப் பேசப்படுகின்றன. அசோகர் குறித்தும் பௌத்த மதம் இலங்கையில் பரவியது குறித்தும் இலங்கை நூல்கள் பல கருத்துகளை வெளியிட்டுள்ளன. அவற்றில் பல உண்மையற்றவை என்கிறார் சுமித்.[8] தமிழர்கள் அரசாண்ட தென்பகுதி நாடுகளுக்கு அசோகர் சமயத் தூதர்களை அனுப்பினார். அசோகரின் ஆணைகள் இலங்கையைப் பற்றி ஒன்றும் கூறவில்லை. இலங்கைக் கதைகள் வரலாற்றை அறிந்துகொள்ளப் பயன்படாது. தமிழ்நாட்டில் இருந்துதான் புத்தமத நிறுவனங்கள் இலங்கைக்குப் பரவின. கி.மு.325 முதல் கி.மு.322 வரையான காலங்களில் "இந்தியப் பிரதேசங்களில் கலகம்" நடந்தது.[9] இந்தியாவின் தெற்குப்பகுதிகள் சில பிந்துசாரர் காலத்தில் மௌரியப் பேரரசோடு இணைக்கப்பட்டன. மௌரியப்பேரரசின் தெற்கில் இருந்த தக்காணப்பகுதிகளின் மேற்கு எல்லையாக கல்யாணபுரி ஆற்றின் முகத்துவாரமும், பெண்ணாற்றின் கரையில் உள்ள நெல்லூர், கிழக்கு எல்லையாகவும் இருந்தது.[10]

மௌரிய அரசில் பெண் காவலர்கள் மன்னரை நெருங்கிப் பணிவிடை செய்தனர். மௌரியப் பேரரசின் நிர்வாகப் பணிகள் அனைத்தையும் அரசின் அதிகாரிகளே நிர்வகித்து வந்தனர். தட்சசீலம், உச்சயினி, கோசாலி, சுவர்ணகிரி ஆகிய நான்கு மாகாணங்களில் இருந்த இளவரசர்கள் வைசுராய்களாகச் செயல்பட்டனர். இந்த வைசுராய்கள் அதிகார வர்க்கத்தின் தலைவர்களாக இருந்தனர். அரசு ஒரு எதேச்சதிகார அரசாகவே செயல்பட்டது. ஆணைகளைச் செயல் படுத்தும் உயர்நிலை அதிகாரிகள் மகாமாத்திரர்கள் எனப்பட்டனர். கீழ்நிலை அதிகாரிகள் யுக்தர்கள் எனப்பட்டனர். பேரரசின் மையப் பகுதிகள், தலைநகரில் நேரடியாக நியமிக்கப்பட்ட அதிகாரிகளால் நிர்வகிக்கப்பட்டன. யுக்தர்கள், உபயுக்தர்கள், எழுத்தர்கள் போன்ற சார்நிலைப் பணியாளர்களும் இருந்தனர். இவர்கள் ஒவ்வொருவரும்

தங்களுக்கு மேலே இருந்த அதிகாரிகளின் கட்டளைகளைச் செயல்படுத்தினர். மௌரிய அரசு கீழிருந்து மேல்வரை படிப்படியான அதிகாரவர்க்க முறையில் ஆளப்பட்டது. மன்னரின் கீழ் ஒரு தலைமைச் செயலகம் இருந்தது. இதில் இலேக்கர்கள் என்ற செயலர்கள் பணியாற்றினர். உள்நாட்டு அலுவல் பணிகள் மிக நன்றாக ஒருங்கிணைக்கப்பட்டிருந்தன. அரசில் பல துறைகள் இருந்தன.

நீர்ப்பாசனத் துறை என்னை மிகவும் கவர்ந்தது என மெகத்தனிசு குறிப்பிடுகிறார். உருத்ரதாமனின் கிர்னார் கல்வெட்டுகள் இத்துறை எவ்வாறு செயல்பட்டது எனச் சுருக்கமாக விளக்கம் தருகிறது. நிலவரியே கருவூலத்தை நிரப்பும் முக்கிய வருவாயாக இருந்தது. அனைத்து வேளாண்மை நிலங்களும் அரசுக்குச் சொந்தமாகவே கருதப்பட்டது. அரசுக்குச் செலுத்த வேண்டிய வரி நான்கு அல்லது ஆறில் ஒரு பங்காக இருந்தது. அதுபோகத் தண்ணீர்த் தீர்வையும் இதர வரிகளும் இருந்தன. அதிகார வர்க்கத்தில் இன்று காணப்படும் ஊழல் அன்றும் இருந்தது. உரோமானிய வரலாற்று ஆசிரியர் ஐசுடின், சந்திரகுப்தரின் அரசு அடக்குமுறை அரசாகவே இருந்தது எனவும், மக்களை அடிமைகளாகவே அவர் வைத்திருந்தார் எனவும், தண்டனைச் சட்டங்கள் மிகவும் கடுமையாக இருந்தன எனவும் சிறப்பு ஒற்றர்களை வைத்து உயர் அதிகாரிகள் கண்காணிக்கப்பட்டனர் எனவும் தெரிவிக்கிறார்.[11] தென்னிந்திய நாடுகள் வலிமை வாய்ந்த கடற்படைகளைப் பல நூற்றாண்டுகளாகப் பராமரித்து வந்துள்ளன எனவும் ஆனால் மௌரியப் பேரரசின் இராணுவத்தில் கடற்படை இருந்தது என்பதற்கான சான்றுகள் எதுவும் இல்லை எனவும் கூறுகிறார் சுமித்.[12] அசோகருக்குப்பின் தசரதா என்பவரின் பொறுப்பில் அசோகனின் பேரனும் குணாலனின் மகனுமான சம்பிராட்டி அரசனாக இருந்தான்.

அசோகர் ஆணை-2இல் '....தனது நாட்டிற்கு அருகிலுள்ள சோழ, பாண்டிய, சதியபுத்ரா, கேரள புத்ர நாடுகளிலும், தாமிரபரணி ஆறு வரையிலும் அதேபோன்று கிரேக்க அரசர் ஆண்டியோகசின் ஆட்சிப்பகுதியிலும் மற்றும் அவரது அண்டைய நாடுகளிலும்...' என பொறிக்கப்பட்டுள்ளது. ஆணை-13இல் '...ஆண்டியோகசு ஆட்சி செய்யும் கிரேக்க நாட்டிலும், மன்னர்கள் டாலமி, ஆண்டிகோனசு, தெற்கே சோழர், பாண்டியர் ஆளும் பகுதிகளிலும் தாமிரபரணி நதிக்கரை வரையிலும்....' எனப் பொறிக்கப்பட்டுள்ளது. ஆனால் இவ்விரு கல்வெட்டு ஆணைகளிலும் 'தாமிரபரணி ஆறு வரையிலும்' என்றுதான் சொல்லப்பட்டுள்ளது. இலங்கை பற்றிய குறிப்பு எதுவும் இல்லை எனக் கூறுகிறார் வின்சென்ட் சுமித்.[13] இக்கல்வெட்டுகளில் சோழர்கள் முதன்மை பெற்றுள்ளனர். அதே சமயம் 'சதியபுத்திரர்'

எனப்படும் அதியமான்கள் இடம் பெற்றுள்ளனர். அதிய என்பது சதிய எனவும் மான் என்பது மகன் எனவும் பொருள்கொண்டு அதியமான் என்பது சதியபுத்திரர் என கல்வெட்டில் பொறிக்கப்பட்டுள்ளது.

இந்திய வரலாற்று ஆராய்ச்சிக் கழகத்தின் முதல் தலைவராக இருந்த ஆர்.எசு.சர்மாவின் நூலில் 1986இல் இந்திய அரசின் பதிப்புரிமை பெற்ற 'அசோகப் பேரரசு' வரைபடம் வெளியாகியுள்ளது. இதன்படி அசோகப் பேரரசின் தெற்கு எல்லையானது கிழக்கில் வடபெண்ணை ஆற்றில் உள்ள நெல்லூர் வரையும் மேற்கில் கர்நாடகாவின் கார்வார் துறைமுகத்துக்கு சற்று கீழும் உள்ளது. அசோகன் கல்வெட்டுப்படி அவரது தெற்கு எல்லையாக தமிழக அரசுகளே உள்ளன. வரைபடத்தில் கிழக்குப்பகுதி எல்லை வின்சென்ட் சுமித் குறிப்பிடும் எல்லையோடு ஒத்துப்போகிறது. ஆனால் மேற்கு எல்லை வின்சென்ட் சுமித் குறிப்பிடும் எல்லையோடு ஒத்துப் போகவில்லை. வின்சென்ட் சுமித் மேற்கு எல்லையாகக் கல்யாணபுரி ஆற்றின் முகத்துவாரம் இருந்துள்ளதாகத் தெரிவிக்கிறார். அங்கு கல்யாண் என்ற நகர் இருந்தது. இது இன்றைய மும்பை நகருக்கு அருகே அமைந்துள்ளது. கல்யாண் நகர் கடம்பர்களின் தலைநகர். கடம்பர்கள் சேரர்களின் கட்டுப்பாட்டில் இருந்தவர்கள். புகழ்பெற்ற "தக்காணப் பாதை" இல் இருந்த பைத்தான் நகரம் இந்த கல்யாண் நகருக்கு அருகில் இருந்தது. அன்று இந்த பைத்தான் நகரில் இருந்துதான் இந்தியாவின் வடநாட்டு நகரங்களுக்குச் செல்லும் பாதைகள் இருந்தன. பெரும் கடற்படைகளைக் கொண்டிருந்த தமிழரசுகள் கல்யாணபுரி வரையான மேற்குக் கடற்கரைப் பகுதிகளை வணிகத்துக்காகத் தங்கள் கட்டுப்பாட்டின் கீழ் கொண்டுவந்திருந்தன. ஆகவே கடம்பர் தலைநகரான கல்யாண் நகர் வரை உள்ள மேற்குப்பகுதி தமிழரசுகளின் கட்டுப்பாட்டின் கீழ் இருந்து வந்துள்ளது. ஆகவே இக்கருத்து கல்யாண் நகர்வரைதான் மௌரியப் பேரரசின் எல்லை இருந்தது என்ற வின்சென்ட் சுமித் கூறியதோடு ஒத்துப்போகிறது.

அசோகரின் இறுதிக்காலத்தில் அதிகாரங்களைக் கைப்பற்றிக் கொண்ட அவரது அமைச்சர்கள், அசோகர் விரும்பியதைச் செய்யவிடாமல் தடுத்துவிட்டார்கள். கடைசிக் காலத்தில் அவர் மணம் செய்துகொண்ட புதிய பட்டத்து இராணியும், புத்தமத எதிர்ப்பாளர்களும் ஒன்றிணைந்து அரச பதவிக்கு முயன்ற பட்டத்து இளவரசன் குணாலனின் கண்பார்வையை நீக்கிவிடுகின்றனர். பின் அதற்குக் காரணமாக இருந்த புதிய பட்டத்து இராணியும் கொல்லப்படுகிறார். அசோகருக்குப்பின் தசரதா என்பவரின் பொறுப்பில் குணாலனின் மகன் சம்பிராட்டி அரசனாக ஆனான்.

ஆனால் அசோகர் இறந்து, 10 ஆண்டு கழிவதற்குள், அவரது பேரரசு துண்டு துண்டாகச் சிதைந்து போனது. சாதவாகனர் அரசு போன்ற பல அரசுகள் சிறு சிறு நாடுகளாகப் பிரிந்துபோய் விட்டன. அசோகருக்குப் பின் வந்த மௌரிய அரசர்களின் பெயர்களில் பல குழப்பங்கள் இருக்கின்றன. இறுதி மன்னன் 'பிரிகத்ரதா' தனது பிராமணத் தளபதி புசுயமித்திரன் என்பவனால் கி.மு. 187இல் கொல்லப்படுகிறான். அதன் பின் புசுயமித்திரனின் சுங்க வம்சம் ஆட்சிக்கு வருகிறது. மொத்தம் சுமார் 134(கி.மு.321-187) ஆண்டுகள் மட்டுமே இருந்த மௌரிய வம்சம், அசோகர் இறந்தபின் 50 ஆண்டுகளில் இல்லாது போய் விடுகிறது.[14]

இரண்டு நூற்றாண்டுகளாக ஐரோப்பியக் கீழ்த்திசை வல்லுநர்கள் பலர் மேற்கொண்ட கடினமான வரலாற்று ஆய்வுகளால் இசுலாமியர் களின் காலத்திற்கு முந்தைய இந்திய வரலாறு இருளிலிருந்து வெளிச்சத்திற்கு வந்தது. அதன்பிறகே மௌரியப் பேரரசும், அசோகரும் வெளியே வந்தனர். ஐரோப்பியக் கீழ்த்திசை வல்லுநர்களின் இந்த முயற்சிகள் குறித்து ஜான் கேய் எழுதிய 'இந்தியா கண்டுபிடிக்கப்பட்டது' என்கிற நூல் விரிவாகப் பேசுகிறது.[15] அலெக்சாண்டர், செலியுகோசு ஆகியவர்களின் படையெடுப்பு ஆண்டுகளைக் கொண்டும், கிரேக்க வரலாற்று ஆசிரியர்களின் குறிப்புகளில் இருந்தும் இந்திய வரலாற்றுக்கான சான்றாதாரக்காலம் உறுதி செய்யப்பட்டது. இதனை ஏற்றுக்கொண்ட வரலாற்று ஆய்வாளர் டி.டி. கோசாம்பி, கி.மு.327இல் அலெக்சாந்தர் நிகழ்த்திய பஞ்சாப் படையெடுப்புதான் முதன்முதலாக இந்தியாவுக்கான ஒரு வரலாற்றுக் காலத்தை உறுதிசெய்தது என்கிறார்.[16]

ஆனால் அப்பொழுதும் அசோகர் ஒரு சாதாரண அரசராக மட்டுமே இருந்தார். இன்னபிற இந்திய வரலாற்று நிகழ்வுகளும் ஆய்வு செய்யப்படாமல்தான் இருந்தன. ஐரோப்பியக் கீழ்த்திசை வல்லுநர்கள் பலர் 20ஆம் நூற்றாண்டுவரை தொடர்ந்து மேற்கொண்ட கடினமான வரலாற்று ஆய்வுகளால் அசோகரும் புத்தமதமும், பிற இந்திய வரலாற்று நிகழ்வுகளும் வெளிச்சத்துக்கு வந்தன. எனினும் இந்த வரலாறு வட இந்திய வரலாறாகத்தான் இருந்தது. இதில் தென் இந்திய வரலாறு என்பது சிறிதளவே இருந்தது. அதிலும் பண்டைய தமிழக வரலாறு ஆய்வு செய்யப்படவே இல்லை. இன்றுவரை பண்டைய தமிழக வரலாற்றுக்கான காலவரையறை, உலக வரலாற்றுக் கால வரையறையோடு இணைக்கப் படவில்லை. தமிழகத்தில் போதிய அளவு அகழாய்வுகளும் நடத்தப் படவில்லை. கண்டுபிடிக்கப்பட்ட கல்வெட்டுக்களுக்கு படியெடுக்கவில்லை. இதுவே தமிழக வரலாற்றின் இன்றைய நிலைமை.

பார்வை

1. இந்து ஆங்கில நாளிதழ், ஐராவதம் மகாதேவன், "An epigraphic perspective on the antiquity of Tamil", நாள்: 24/6/2010.

2. www.jatland.com/home/Hathigumpha <http://www.jatland.com/home/Hathigumpha>- inscription & சதானந்த அகர்வால், சிரி காரவேலா, சமற்கிருத நூல் (இணையதளம்).

3. சன்பக் (D.N. Shanbhag), www.freeindia.Org/biographies/kharavela/index.htm <http://www.freeindia.Org/biographies/kharavela/index.htm>.

4. பார்வை 2இல் உள்ளது.

5. Economic History of Orissa by Nihar Ranjan Patnaik, Pages - 22, 24, 131,137 & பித்துண்டா (Pithunda)- wikipedia

6. பழந்தமிழ்ச் சமுதாயமும் வரலாறும், கணியன்பாலன், NCBH, சனவரி - 2023, புத்தகம் - 1, பக்: 201, 202.

7. wikipedia:kumarihill-kalinga en.wikipedia.org/wiki Udayagiri_ and _ Khandagiri _ CavesCached.

8. வின்சென்ட் சுமித் (Vincent.A.Smith), 'அசோகர் - இந்தியாவின் பௌத்தப் பேரரசர்' தமிழில் சிவ. முருகேசன், சந்தியா பதிப்பகம், 2009. பக்: 35-41.

9. வின்சென்ட் சுமித் (Vincent.A.Smith), 'அசோகர் - இந்தியாவின் பௌத்தப் பேரரசர்' தமிழில் சிவ. முருகேசன், சந்தியா பதிப்பகம், 2009. பக்: 56.

10. வின்சென்ட் சுமித் (Vincent.A.Smith), 'அசோகர் - இந்தியாவின் பௌத்தப் பேரரசர்' தமிழில் சிவ. முருகேசன், சந்தியா பதிப்பகம், 2009. பக்: 64.

11. வின்சென்ட் சுமித் (Vincent.A.Smith), 'அசோகர் - இந்தியாவின் பௌத்தப் பேரரசர்' தமிழில் சிவ. முருகேசன், சந்தியா பதிப்பகம், 2009. பக்: 68-78

12. வின்சென்ட் சுமித் (Vincent.A.Smith), 'அசோகர் - இந்தியாவின் பௌத்தப் பேரரசர்' தமிழில் சிவ. முருகேசன், சந்தியா பதிப்பகம், 2009. பக்: 79.

13. வின்சென்ட் சுமித் (Vincent.A.Smith), 'அசோகர் - இந்தியாவின் பௌத்தப் பேரரசர்' தமிழில் சிவ. முருகேசன், சந்தியா பதிப்பகம், 2009. பக்: 123, 139, 140.

14. பேரரசன் அசோகன், மறக்கப்பட்ட மாமன்னரின் வரலாறு, சார்ல்ஸ் ஆலன், தமிழில் தருமி, எதிர் வெளியீடு, ஆகஸ்ட் 2014, பக்: 467-471.

15. வின்சென்ட் சுமித் (Vincent.A.Smith), 'அசோகர் - இந்தியாவின் பௌத்தப் பேரரசர்' தமிழில் சிவ. முருகேசன், சந்தியா பதிப்பகம், 2009. சோகமில்லாப் பெருமன்னன் கட்டுரையின் 5ஆம் பக்கம்.

16. பண்டைய இந்தியா, டி.டி. கோசாம்பி, தமிழில் ஆர்.எசு. நாராயணன், NCBH, வெளியீடு, செப்டம்பர் -2006. பக்:286.

13. சேரன் செங்குட்டுவன், மாமூலனார் காலங்கள்

தென்னிந்தியக் கல்வெட்டுகள் (South Indian Inscription) என்கிற 27 தொகுதிகளை மிகக் கவனமாக தொகுத்தளித்த, புகழ் பெற்ற வரலாற்று அறிஞர் உல்ட்ச் (Hultzsch), முதலாம் கயவாகு மன்னனும், சேரன் செங்குட்டுவனும் ஒரே காலத்தவர் என்கிற கருத்தை ஏற்கவில்லை.[1] பெரிப்ளசு, தாலமி ஆகிய கிரேக்க ஆசிரியர்கள் கி.பி முதல் நூற்றாண்டைச் சேர்ந்தவர்கள், தென்னிந்தியாவில் கிடைக்கும் உரோம நாணயங்கள் கி.பி முதல் நூற்றாண்டு. சங்க இலக்கியத் தொகுப்புகளும் கி.பி முதல் நூற்றாண்டு முதல் தொடங்குகிறது. எனவே, மகாவம்சம் கூறுகிற கி.பி. 2ஆம் நூற்றாண்டுக் கயவாகுவும், சேரன் செங்குட்டுவனும் சமகாலத்தவர் என்ற கருத்தை ஏற்றுக் கொள்ளலாம் என்றார் நீலகண்ட சாத்திரி. ஆனால் அது தவறான கருத்து. கீழ்க்கண்ட 5 தரவுகள், தமிழரசுகளும், அவர்கள் உலக நாடுகளோடு கொண்டிருந்த வணிகமும், கி.மு. 4ஆம் நூற்றாண்டுக்கு முன்பிருந்தே இருந்து வருகின்றன என்பதை மெய்ப்பிக்கின்றன. அவை:

*1.*சுகாப், கென்னடி, சுவெல், சேசு போன்ற பல வெளிநாட்டு வரலாற்று ஆசிரியர்கள் தமிழரசுகள் கி.மு. 6ஆம் நூற்றாண்டுக்கு முன்பிருந்தே, உலக நாடுகளோடு வணிகம் புரிந்து வந்தன எனக் கூறுகின்றனர்.[2] 2.கொற்கை, அழகன்குளம், முசிறி, கொடுமணல் போன்ற பல நகரங்கள் கி.மு.4ஆம் நூற்றாண்டுக்கு முன்பே உலக நாடுகளோடு வணிகத் தொடர்பு கொண்டிருந்தன என்பதை, அகழாய்வுகள் நிரூபிக்கின்றன.[3] 3.மௌரியப் பேரரசின் காலத்திற்கு சில நூற்றாண்டுகளுக்கு முன்பிருந்தே தமிழரசுகள் பெரும் கடற்படைகளைப் பராமரித்து வந்தன என்கிறார் வரலாற்று அறிஞர் வின்சென்ட் சுமித்.[4] *4)* கலிங்க மன்னன் காரவேலன் தனது கி.மு.2 ஆம் நூற்றாண்டு கல்வெட்டில், தமிழரசுகளின் ஐக்கியக் கூட்டணி *1300* ஆண்டுகளாக இருந்து வருகிறது என்கிறான்.[5] *5)* சங்க இலக்கியக் குறிப்புகளும், தொல்லியல், நாணயவியல், மொழியியல், கல்வெட்டியல் முதலியனவும், பிற வெளிநாட்டுத் தரவுகளும் தமிழரசுகள் கி.மு.6ஆம் நூற்றாண்டுக்கு முன்பே இருந்து வருகின்றன என்பதை உறுதிப் படுத்துகின்றன.

சேரன் செங்குட்டுவனின் காலம்

1) அதியமான் திருக்கோவிலூர்ப் போரில் மலையமான் காரியை வென்ற போது, பரணர் அவனைப் பாடியுள்ளதாக ஔவையார் தனது புறம் 99 ஆம் பாடலில் குறிப்பிடுகிறார். ஆகவே, பரணர் அதியமான் காலத்தவர். அதியமானின் சம்பைக் கல்வெட்டு, அவன் மலையமான் காரியை வென்றபோது வெட்டப்பட்டது. அதன் காலம் நடன. காசிநாதன் (Natana Kasinathan) கருத்துப்படி கி.மு.3ஆம் நூற்றாண்டு.[6] ஆகவே அதியமான், அவனைப் பாடிய பரணர் ஆகியவர்களின் காலம் கி.மு.3ஆம் நூற்றாண்டு. பரணர் சேரன் செங்குட்டுவனை, 5ஆம் பதிற்றுப்பத்திலும், புறம்-212,369; அகம்-376 ஆகிய பாடல்களிலும் பாடியுள்ளார். ஆகவே, சேரன் செங்குட்டுவன், அதியமான், பரணர் ஆகியோர் சம காலத்தவர் ஆகி, கி.மு. 3ஆம் நூற்றாண்டு ஆகின்றனர்.

2) சம்பைக் கல்வெட்டும், அசோகர் கல்வெட்டும் ஒரே வகையான எழுத்து அமைதியைக் கொண்டவை. சம்பைக் கல்வெட்டில் உள்ள "சதியபுதோ" என்கிற சொல்லும் அசோகர் கல்வெட்டில் உள்ள "சதியபுதோ" என்கிற சொல்லும் ஒரே வகையில் எழுதப் பட்டுள்ளது இரண்டும் அதியமான்களை, அவர்களது பரம்பரையைக் குறிப்பிடுகிறது. ஆகவே, இரண்டும் ஒரே காலகட்டத்துக்கு உரியவை. அசோகர் கல்வெட்டின் காலம் கி.மு.256. ஆகவே அசோகர் கல்வெட்டு, சம்பைக் கல்வெட்டு ஆகியவற்றின் காலங்கள் கி.மு.3ஆம் நூற்றாண்டு.[7] எனவே அசோகரும் அதியமானும் பரணரும் சேரன் செங்குட்டுவனும் கி.மு. 3ஆம் நூற்றாண்டு.

3) மாமூலனார் மகத நாட்டு நந்தர்கள், மௌரியர்கள் காலத்திற்குரியவர். மகத அரசில், நந்தர்கள் ஆட்சி முடிந்து, மௌரியர்கள் ஆட்சி தொடங்குவதும், மௌரியர்களின் தக்காணப் படையெடுப்பும் மாமூலனார் பாடல்களில் சொல்லப்பட்டுள்ளன. அதன் காலம் கி.மு.4ஆம் 3ஆம் நூற்றாண்டு.[8] மாமூலனார் பாடிய முதல் கரிகாலன், முதல்எவ்வி, கழார்த்தலைவன் மத்தி, பாணன் ஆகியோரைப் பரணரும் பாடியுள்ளார். ஆனால் மாமூலனார் பாடிய முதல் கரிகாலனுக்கு முந்தைய உதியஞ்சேரலாதனை, இமயவரம்பன் நெடுஞ்சேரலாதனைப் பரணர் பாடவில்லை. நந்தர்கள், மௌரியர்கள் குறித்தும் மௌரியர்களின் படையெடுப்பு குறித்தும் பரணர் பாடவில்லை. ஆனால் அவர்களுக்குப் பிந்தைய, மாமூலனார் அவர்களால் பாடப்பட முடியாத, சேரன் செங்குட்டுவன், நம்பி நெடுஞ்செழியன், பசும்பூட்பாண்டியன்,

உறையூர் தித்தன் வெளியன் போன்ற பலரைப் பரணர் பாடியுள்ளார். இவர்கள் அனைவரும் மாமூலனாருக்குப் பின் வந்தவர்கள். ஆகவே, மாமூலனாரை விடப் பரணர் இளையவர். எனவே, மாமூலனார் கி.மு.4ஆம் 3ஆம் நூற்றாண்டு எனில், பரணர் கி.மு. 3ஆம் நூற்றாண்டு. ஆதலால் பரணரால் பாடப்பட்ட சேரன் செங்குட்டுவனின் காலம் கி.மு. 3ஆம் நூற்றாண்டு.

4) பதிற்றுப்பத்து, பத்து சேர வேந்தர்களின் வரலாற்றைத் தொகுத்துத் தருகிறது. முதல் பத்துக்குரியவன், வேந்தன் உதியஞ்சேரலாதன். இரண்டாம் பத்துக்குரியவன் அவன் மகன் இமயவரம்பன் நெடுஞ்சேரலாதன். மூன்றாம் பத்தில் பல்யானைச் செல்கெழு குட்டுவனும், நான்காம் பத்தில் களங்காய்க் கண்ணி நார்முடிச் சேரலும் பாடப்பட்டுள்ளனர். ஐந்தாம் பத்தில் உதியஞ் சேரலாதனின் பேரனும், இமயவரம்பன் நெடுஞ்சேரலாதனின் மகனுமான சேரன் செங்குட்டுவன் பாடப்படுகிறான். பதிற்றுப்பத்தின் முதலிரண்டு சேர வேந்தர்களான உதியஞ்சேரலா தனையும், இமயவரம்பன் நெடுஞ்சேரலாதனையும் மாமூலனார் பாடியுள்ளார். மாமூலனார் காலம் கி.மு. 4ஆம் 3ஆம் நூற்றாண்டு என்பதால் அவரால் பாடப்பட்ட, உதியஞ்சேரலாதனும், அவனது மகன் இமயவரம்பன் நெடுஞ்சேரலாதனும் கி.மு.4ஆம் 3ஆம் நூற்றாண்டு. ஆகவே, உதியஞ்சேரலாதனின் பேரனும், இமயவரம்பன் நெடுஞ்சேரலாதனின் மகனுமான சேரன் செங்குட்டுவன், அவர்களுக்கு பிந்தைய கி.மு. 3ஆம் நூற்றாண்டு.

5) சங்ககாலத் தலைவடிவப் பெருவழுதி நாணயங்கள் கிடைத்துள்ளன. அவற்றின் காலம் கி.மு.2ஆம் நூற்றாண்டின் இறுதி, என்கிறார் இரா. கிருசுணமூர்த்தி.⁹ நமது கணிப்புப்படி இவற்றை வெளியிட்டவர்கள், உக்கிரப் பெருவழுதியும், வெள்ளியம்பலத்துத் துஞ்சிய பெருவழுதியும் ஆவர். ஆகவே அவர்களின் காலம் கிமு.2ஆம் நூற்றாண்டின் இறுதிப்பகுதி. இந்த உக்கிரப்பெருவழுதி. சங்ககால இலக்கியத் தரவுகளின்படி, வெற்றிவேற் செழியனுக்குப்பின் ஆறாவது தலைமுறையைச் சேர்ந்தவன். ஆறு தலைமுறை எனில், கிட்டத்தட்ட 120 ஆண்டுகள். உக்கிரப் பெருவழுதியின் காலம் கிமு. 2ஆம் நூற்றாண்டின் இறுதி என்பதால், அதற்குக் கிட்டத்தட்ட 120 ஆண்டுகள் முந்தைய வெற்றிவேற் செழியனின் காலம் கி.மு. 3ஆம் நூற்றாண்டு. நமது இலக்கியக் கணிப்புப்படி, வெற்றிவேற் செழியன், சேரன் செங்குட்டுவனின் சமகாலத்தவன். சிலப்பதிகாரக் காப்பியமும் அவர்கள் சம காலத்தவர்கள்

என்கிறது. ஆகவே வெற்றிவேற் செழியனின், சம காலத்தவனாக இருந்த, சேரன் செங்குட்டுவனின் காலம் கி.மு. 3ஆம் நூற்றாண்டு.

6) சேரமான் மாக்கோதை வெளியிட்ட தலைவடிவ நாணயத்தின் காலம் கி.மு.2ஆம் நூற்றாண்டின் இறுதி எனத் தொல்லியலாளர் நடன. காசிநாதன், நாணயவியலாளர் இரா. கிருசுணமூர்த்தி ஆகியோர் கணித்துள்ளனர்.[10] இந்தச் சேரமான் மாக்கோதை, நமது இலக்கியக் கணிப்புப்படி, சேரன் செங்குட்டுவனுக்குப்பின் 8ஆவது தலைமுறையைச் சேர்ந்தவன். 8 தலைமுறை என்பது நமது இலக்கியக் கணிப்புப்படி, கிட்டத்தட்ட 150 ஆண்டுகள். ஆகவே மாக்கோதையின் காலம் கி.மு. 2ஆம் நூற்றாண்டின் இறுதி என்பதால், அதற்குக் கிட்டத்தட்ட 150 ஆண்டுகள் முந்தைய சேரன் செங்குட்டுவனின் காலம் கி.மு.3ஆம் நூற்றாண்டு.

இதுவரை சொல்லப்பட்ட ஆறு சான்றுகளின் படி, சேரன் செங்குட்டுவனின் காலம் கி.மு.3ஆம் நூற்றாண்டு என்பது உறுதிசெய்யப்படுகிறது.

மகாவம்ச நூலின் ஆண்டுப்பட்டியல் கி.மு.483இல் தொடங்கி கி.பி.352இல் முடிகிறது. அநுராதபுரத்தில் கிட்டத்தட்ட சுமார் 835 ஆண்டுகள் ஆட்சி செய்த 61 மன்னர்களை அது குறிப்பிடுகிறது. இந்த ஆண்டுகள் உலக, இந்திய காலவரையறைகளோடு இணைக்கப் படவில்லை.[11] புகழ்பெற்ற வரலாற்று ஆசிரியர் வின்செண்ட் சுமித், கி.மு.483 முதல் கி.பி.124 வரையான, 607 வருடகால மகாவம்ச நூலின் வரலாற்றை, அதன் ஆண்டுகளை முழுமையாக நிராகரித்துள்ளார்.[12] பல அறிஞர்களின் கருத்துப்படி, அசோகர் இலங்கை பற்றித் தனது கல்வெட்டில் எதுவும் சொல்லவில்லை. அசோகருக்கு மகிந்த, சங்கமித்ர என்கிற மகனோ, மகளோ இருக்கவில்லை. மகிந்த அசோகருடைய தம்பி. அவர் தமிழகம் வந்து இலங்கை போனார். தமிழ்நாட்டில் இருந்துதான் புத்தமத நிறுவனங்கள் இலங்கைக்குப் பரவின. வின்செண்ட் சுமித், மகாவம்சம் தரும் பல தரவுகள் தவறானவை என்கிறார்.[13]

மகாவம்ச நூலின்படி கணித்தால், சேரன் செங்குட்டுவனின் ஆட்சிக்காலம் சுமார் கி.பி.200இல் முடிகிறது. சங்க இலக்கியக் கணிப்புப்படி, சேரன் செங்குட்டுவனுக்குப்பின் குட்டுவன் கோதைவரை 9 சேர வேந்தர்கள் சுமார் 150 ஆண்டுகள் ஆட்சி செய்துள்ளனர். கி.பி. 200க்குப்பின் 150 ஆண்டுகள் என்பது கி.பி. 350 என ஆகிறது. ஆகவே கி.பி.350 வரை சங்ககால இறுதிச் சேரன் குட்டுவன் கோதை ஆண்டான் என ஆகிறது. அவனது சம காலத்தில்

சோழ, பாண்டியர்களும் ஆண்டனர் என முத்தொள்ளாயிரம் குறிப்பிடுகிறது. ஆகவே கி.பி.350 வரை சங்ககால வேந்தர்கள் ஆண்ட பொழுது, களப்பிரர்கள் கி.பி.250 வாக்கில் தமிழகத்தை எப்படி கைப்பற்றி இருக்கமுடியும் என்கிற கேள்வி எழுகிறது. ஆகவே மகாவம்சம் குறிப்பிடும் முதலாம் கயவாகு, சேரன் செங்குட்டுவன் கண்ணகிக்காக நடத்திய விழாவில் கலந்து கொண்டான் என்கிற, வரலாற்றுச் சான்றாதாரங்கள் இல்லாத செய்தியைக் கொண்டு தமிழக வரலாற்றின் காலங்களைக் கணிப்பது முறையாகாது.

ஆகவே, சங்க இலக்கியங்கள் தரும் சான்றுகளைக் கொண்டும், அசோகன் கல்வெட்டு, சம்பைக் கல்வெட்டு, தலைவடிவப் பெருவழுதி நாணயங்கள், மாக்கோதை, குட்டுவன் கோதை நாணயங்கள் போன்றவற்றின் காலத்தைக் கொண்டும் கணிக்கப்பட்ட சேரன் செங்குட்டுவனின் காலம் கி மு. 3ஆம் நூற்றாண்டு என்பதை ஏற்பது, தமிழக வரலாற்றுக் காலத்தை உலக வரலாற்றுக் காலத்தோடு இணைத்து, தமிழக வரலாற்றை முறைப்படுத்தி ஒழுங்குபடுத்தும். மகத அரசில் ஏற்பட்ட நந்தர் - மௌரியர் ஆட்சி மாற்றமும், மௌரியர்களின் தமிழகப் படையெடுப்பும், அசோகன் கல்வெட்டும், மெகத்தனிசு, சாணக்கியன் போன்றவர்களின் குறிப்புகளும், காரவேலனின் கல்வெட்டும், சுகாப், கென்னடி, வின்சென்ட் சுமித் போன்ற வரலாற்று அறிஞர்களின் தமிழக வணிகம் குறித்த குறிப்புகளும், இந்தக் காலக் கணிப்புக்குச் சான்றுகளாக இருக்கின்றன.

மாமூலனார் காலம்

பெரும்பாலான சங்ககாலப் புலவர்கள் தங்கள் காலகட்ட நிகழ்கால நிகழ்வுகளை மட்டுமே பாடுபொருளாகக் கொண்டு பாடல்களை இயற்றி உள்ளனர். மாமூலனாரும் நிகழ்கால நிகழ்வுகளையே அதிகம் பாடியுள்ளார். மாமூலனார் பாடிய பாடல்கள் மொத்தம் 30. அகநானூற்றில் 27 பாடல்களும், நற்றிணையில் இரு பாடல்களும், குறுந்தொகையில் ஒரு பாடலும் பாடியுள்ளார். புறநானூற்றில் இவர் பாடல் இடம்பெறவில்லை.[14] மாமூலனார் தனது அகம் - 265 ஆம் பாடலில், மகதத்தை ஆண்ட நந்தர்கள் பெரும் புகழை உடையவர்களாகவும், பெரும் படையை உடையவர்களாகவும் இருந்ததோடு, பேரளவிலான செல்வத்தையும் கொண்டிருந்தனர் என்கிறார். நந்தர்கள் குறித்துப் பேசிய அவர், தனது அகம் 251, 281 ஆகிய இரு பாடல்களில் நந்தர்களுக்குப் பின், மகத ஆட்சிக்கு வந்த மௌரியர்களின் தமிழகப் படையெடுப்பு குறித்தும் பாடியுள்ளார். வடுகர்கள் வழிகாட்ட, மோரியர்கள் மேற்குமலைத் தொடர்ச்சியில் உள்ள பாறைக் குன்றுகளை வெட்டித் தகர்த்து, பாதையமைத்து,

பெரும்படை கொண்டு தமிழகத்தை நோக்கிப் படையெடுத்து வந்தனர் என்கிறார். மாமூலனார் தவிர, வேங்கடமலைத் தலைவன் ஆதனுங்கனைப் பாடவந்த கள்ளில் ஆத்திரையனார் புறம் 175 ஆம் பாட்டிலும், உமட்டூர் கிழார் மகனார் பரங்கொற்றனார் அகம் 69ஆம் பாட்டிலும் மௌரியர்கள் பெரும்படைகொண்டு தமிழகத்தைத் தாக்கினர் என்பதை உறுதி செய்கின்றனர்.

மாமூலனாரின் இப்பாடல்கள் குறித்து கே.ஏ. நீலகண்ட சாத்திரி, மாமூலனார் கூறும் நிகழ்ச்சிகள் அசோகன் ஆட்சிக்கு வருவதற்கு முன்பே நடைபெற்றிருக்கக் கூடும் எனவும் மாமூலனாரின் கூற்று நம்பத்தகுந்தவை எனவும் குறிப்பிடுகிறார்.[15] இப்பாடல்கள் குறித்து டி.டி. கோசாம்பி, பண்டையத் தமிழ்க் கவிதை இலக்கியம் குறிப்பிடும் வம்ப மோரியர் என்பது, திருப்பித் துரத்தப்படும் முன்போ, அல்லது தம் தேர்களால் கடக்க முடியாத ஒரு மலையால் தடுத்து நிறுத்தப்படும் முன்போ மதுரையை அடைந்த ஒரு மௌரியப்படையையே குறிப்பிடுகிறது என்கிறார்.[16]

மாமூலனார் நந்தர்களைப் பற்றி அறிந்திருப்பதும், மௌரியர்களைப் புதியவர்கள் எனக் குறிப்பிடுவதும் அதே காலகட்டத்தில் அவர் வாழ்ந்து வந்தவர் என்பதை உறுதிசெய்கிறது. கே. ஏ. நீலகண்ட சாத்திரி, டி.டி. கோசாம்பி ஆகியவர்களின் கூற்றும் இதனை வலியுறுத்துகிறது. ஆகவே மகத அரசில் நடந்த இந்த ஆட்சி மாற்றங்களின் ஆண்டுகளைக்கொண்டு மாமூலனாரின் காலத்தை உறுதிசெய்யமுடியும். கி.மு.327இல் கிரேக்க மாவீரன் அலெக்சாண்டர் இந்தியாவின் மீது படையெடுத்த பின், கி.மு.325இல் இந்தியாவிலிருந்து திரும்பினான். அவன் கி.மு.323இல் பாபிலோனியாவில் இறந்தான். அதன்பின் சந்திரகுப்த மௌரியன், நந்தர்களின் மகத ஆட்சியை வீழ்த்தி விட்டு, கி.மு.321இல், மகத அரசைக் கைப்பற்றிக்கொண்டான்.[17]

கி.மு.330இல், நந்தர்களின் புகழ் இந்தியா முழுவதும் பரவி இருந்த காலத்தில், மாமூலனார் நந்தர்களை அகம் 265ஆம் பாடலில் பாடியுள்ளார். அதன் பின்னரும், மாமூலனார் மிக நீண்ட காலம் வாழ்ந்தார். ஆகவே அப்பாடலைப் பாடியபோது அவரது வயது 30 எனக் கொண்டு அவர் கி.மு.360இல் பிறந்தார் என உறுதி செய்யப்பட்டது. கி.மு.3ஆம் நூற்றாண்டிற்கு முன்பு, வட இந்தியாவில் தமிழக மூவேந்தர்களில் முதன்மையான அரசாகவும் ஒரே அரசாகவும் குறிக்கப்படுவது பாண்டிய அரசு. ஆனால் கி.மு.3ஆம் நூற்றாண்டின்

நடுப்பகுதியில் பொறிக்கப்பட்ட, அசோகன் கல்வெட்டுகளில் முதன்மை பெற்றிருப்பது சோழ அரசு. அசோகனின் இரு கல்வெட்டுகளிலும் பாண்டிய அரசு இரண்டாவது இடத்தில்தான் குறிக்கப்பட்டுள்ளது. அரை நூற்றாண்டுக்குள் மௌரிய அரசியலில் சோழர்கள் முதன்மை பெற்று, பாண்டியர்கள் இரண்டாம் நிலைக்குத் தள்ளப்பட்ட நிகழ்வு மௌரியர்களின் தமிழகப் படையெடுப்புக்கான ஒரு சான்றாகும்.

சந்திரகுப்த மௌரியரின் ஆட்சிக்காலத்தில், கி.மு.300க்குப்பின் தக்காணத்தைக் கைப்பற்றும் பணி தொடங்கிவிடுகிறது. கி.மு.297க்குப் பிறகு பிந்துசாரரின் ஆட்சிக்காலத்தில் அது தீவிரப்படுத்தப் படுகிறது. இவை குறித்து மா. இராசமாணிக்கனார் சங்க இலக்கியங்களில் இருந்து திரட்டிய தொகுப்பை அடிப்படையாகக் கொண்டு, கா.அப்பாத்துரை ஒரு விரிவான விளக்கத்தை வழங்கியுள்ளார்.[18] இவ்விளக்கங்களைக் கொண்டு, மௌரியப் படையெடுப்பு வரலாற்றை, காலத்தோடு கணித்து நாம் தொகுத்துள்ளோம்..

தக்காணத்தையும் தமிழகத்தையும் கைப்பற்றும் மௌரியர்களின் படையெடுப்பு கிட்டத்தட்ட கி.மு. 297 முதல் கி.மு. 288 வரையான கால கட்டத்தில் மிகத் தீவிரத்தோடும், மௌரியப் பேரரசின் முழு ஆற்றலோடும் நடைபெற்றது. தக்காணத்தின் பல பகுதிகள் பிடிக்கப் பட்டன. ஆனால் தமிழகத்தைப் பொறுத்தவரை அப்படையெடுப்பு ஒரு பெரும் தோல்வியில் முடிந்தது. பாரசீகப் பேரரசு கி.மு. 5ஆம் நூற்றாண்டில் கிரேக்க அரசுகளைக் கைப்பற்ற முயன்றபோது அம்முயற்சி பெருந்தோல்வியில் முடிந்தது போன்ற நிலையே மௌரியப் பேரரசின் தமிழகப் படையெடுப்புக்கும் ஏற்பட்டது.

மௌரியப்படை தக்காணத்தின்மீது படையெடுத்து வந்தபோது, மௌரியப் படையில் சேர்ந்துகொண்ட கோசர்களும், வடுகர்களும் தென்பகுதியில் இருந்த அனைத்து அரசுகளோடும் போர் செய்து வென்று வரலாயினர். மௌரியர்கள் முதலில் வடுகர்கள் துணைகொண்டு கொண்கான நாட்டைத் தாக்கி அதனை ஆண்ட நன்னன் மரபினனை முறியடித்து, அவனது தலைநகர் பாழியைக் கைப்பற்றிக் கொண்டனர். பின் அதனை ஒரு வலிமையான அரணாக மாற்றியமைத்து அங்கிருந்து தமிழக எல்லையிலுள்ள சிறு குறு அரசுகளை படிப்படியாகத் தாக்கத் தொடங்கினர். தமிழகத்தின் வடமேற்குப் பகுதியில் மேற்குக் கடற்கரையில் உள்ள குதிரை மலை முதல் கொங்குநாடு வரை அதியன் மரபினர் ஆண்டு வந்ததால் அவ்வழியே படையெடுத்து வந்த மௌரியப் படைகளை அவர்கள் கடுமையாக எதிர்த்துப் போரிட்டனர். தொடக்கத்தில் தமிழகத்தின்

எல்லைப்பகுதியில் இருந்த சோழ நாட்டின் அழுந்தூர்வேள் திதியன் உடனும், பாண்டிய நாட்டின் மோகூர்ப் பழையன் உடனும் ஒன்றிணைந்து மௌரியர்களை எதிர்த்துத் தாக்கி தங்களது எல்லையைவிட்டு அதியன்கள் துரத்தி விடுகின்றனர். அதன் காரணமாகவே அசோகரின் கல்வெட்டில், சதிய புத்திரர்கள் என மூவேந்தர்களுக்கு இணையாக அவர்கள் இடம்பெற்றனர்.

பின் மௌரியப்படை பின்வாங்கி, கொண்கான நாட்டை அடைந்து பாழிநகரில் நிலைகொள்ளுகிறது. தமிழகத்தின் எல்லையில் மௌரியப் படைகளின் தோல்வி மௌரியப் பேரரசை தட்டி எழுப்பியது. மௌரியப் பேரரசின் பெரும் படை திரட்டப்பட்டு, அவை பாழி நகரில் வந்து தங்கி, தமிழகத்தின் மீதான படையெடுப்புக்குத் தயாராகியது. தமிழகத்துக்கு வந்துள்ள பேராபத்தை, அப்பொழுது சோழ வேந்தனாக இருந்த இளஞ்சேட் சென்னி நன்கு உணர்ந்து, தமிழக ஐக்கியக் கூட்டணி அரசுகளை ஒன்றுதிரட்டி தனது தலைமையில் பெரும்படையைத் திரட்டுகிறான்.

இதன்பின் தமிழகக் கூட்டணி அரசுகளுக்கும், மௌரியப் பேரரசுக்குமிடையே பெரும் போர் நடைபெற்றது. தமிழ் நாட்டெல்லையிலேயே பல முறை மௌரியர்கள் தோல்வியுற்றனர். இப்போரின்போது இளைஞனாக இருந்த ஆரியப்படை கடந்த நெடுஞ்செழியன், மௌரியப்படைகளை எதிர்த்து நடந்த ஒரு போரில் பெற்ற வெற்றியால்தான் அப்பெயர் பெற்றான். மௌரியப் பேரரசின் முழு ஆற்றலும் திரட்டப்பட்டு பெரும்படை கொண்டு தமிழகத்தின் வடபகுதி தாக்கப்பட்டபோது, வட ஆர்க்காட்டில் உள்ள வல்லம் என்ற இடத்தில் நடந்த போரில், இளஞ்சேட்சென்னி மௌரியர்களைப் படுதோல்வி அடையச் செய்து துரத்தி அடித்தான். வல்லம் போர் குறித்து அகம் 336இல் பாவைக்கொட்டிலார் பாடியுள்ளார். அதன் பின்னர், நடந்த போர்களில் மௌரியர்களுக்குப் பெரும் இழப்புகள் ஏற்பட்டதே ஒழிய, வெற்றி கிடைக்கவில்லை. ஆகவே பெரும் இழப்போடு மௌரியப்படை மீண்டும் பாழி நகருக்குப் பின்வாங்கியது. அதன்பின் இளஞ்சேட்சென்னி போரைத் தொடர்ந்து நடத்தி, பாழிநகர் வரை படையெடுத்துச் சென்று, மௌரியர்களைத் துரத்தியடித்து, கி.மு.288இல் தமிழகத்திற்குப் பெரும் வெற்றியை ஈட்டித் தந்தான். அதனால் அவன் செருப்பாழி எறிந்த இளஞ்சேட்சென்னி என்ற பெயரைப் பெற்றான். பாழி நகர் வெற்றி குறித்து இடையன் சேந்தன் கொற்றனார் அகம் 375இல் பாடியுள்ளார். இவ்விறுதிப் பெரும்போரில் சோழர்கள் பெற்ற பெருவெற்றியின் காரணமாகவே, அசோகன் தனது இரு கல்வெட்டுகளிலும் சோழர்களை முதன்மைப் படுத்தியுள்ளான்.

செருப்பாழிப் போருக்குப்பின், இளஞ்சேட்சென்னியை சிலர் சூழ்ச்சி செய்து கி.மு. 285வாக்கில் கொன்றுவிடுகின்றனர். பின் அவனது மகன் முதல் கரிகாலன் தனது ஆட்சியைத் தக்க வைத்துக்கொள்ள நடத்திய போர்தான் முதல் வெண்ணிப் பறந்தலைப் போர். அதன்பின் முதல் கரிகாலனுக்கும் சேரன் இமயவரம்பன் நெடுஞ்சேரலாதனுக்கும் இடையே கி.மு.275வாக்கில் நடந்த பெரும்போர்தான் இரண்டாம் வெண்ணிப் பறந்தலைப் போர். இமயவரம்பன் நெடுஞ்சேரலாதன் இப்போரில் தோல்வியடைந்து, முதுகில் விழுப்புண் பெற்று, நாணி, வடக்கிருந்து உயிர் துறந்து பெரும் புகழடைந்தான். முதல் கரிகாலன் தமிழகத்தின் பேரரசனாக உயர்ந்தான். இப்போர் குறித்தும், சேரலாதன் வடக்கிருந்து உயிர் துறந்தது குறித்தும் வெண்ணிக் குயத்தியாரும், கழாத் தலையாரும், மாமூலனாரும் பாடியுள்ளனர்.

கி.மு. 275இல் நடைபெற்ற, இரண்டாம் வெண்ணிப் பறந்தலைப் போர் குறித்துப் பாடிய பாடலே மாமூலனாரின் இறுதிப்பாடல். இப்போருக்குப்பின் 5 ஆண்டுகள், அதாவது கி. மு. 270வரை மாமூலனார் வாழ்ந்தார். அவரது தொடக்க காலம் கி.மு.360. எனவே மாமூலனார் காலம் கி. மு. 360 முதல் கி. மு. 270 வரை எனலாம். கி.மு.4ஆம் நூற்றாண்டின் இடையில் பிறந்த மாமூலனார் தனது இளவயதில் நந்தர்களையும், முதல் காலகட்ட உதியஞ் சேரலாதனையும், இறுதிக் காலத்தில் மூன்றாம் காலகட்ட முதல் கரிகாலனையும் இடையில் மௌரியர்களையும், இரண்டாம் காலகட்ட இமயவரம்பன் நெடுஞ்சேரலாதனையும் பாடியுள்ளார். அசோகன் கல்வெட்டு, சம்பைக் கல்வெட்டு, முதுகுடுமிப் பெருவழுதி நாணயம், மாக்கோதை, குட்டுவன்கோதை நாணயங்கள், தலைவடிவப் பெருவழுதி நாணயங்கள், சங்க இலக்கியச் சான்றுகள் ஆகிய மேலே தரப்பட்டுள்ள பல்வேறு வரலாற்றுத் தரவுகளின் அடிப்படையில் கணிக்கப்பட்டதுதான் மாமூலனார் காலம்.

பழந்தமிழக வரலாற்றின் காலக்கணிப்புக்கு சேரன் செங்குட்டுவனின் காலமும், மாமூலனாரின் காலமும் மிக முக்கிய அடித்தளங்கள். இவற்றைக் கொண்டுதான் தமிழக வரலாற்றுக்காலம் கட்டமைக்கப்பட்டது.

பார்வை

1. கே.ஏ. நீலகண்ட சாத்திரி, சோழர்கள், தமிழில் கே.வி. இராமன், NCBH தொகுதி-1, நவம்பர்-2009, பக்: 4, 69.

2. கே.ஏ. நீலகண்ட சாத்திரி, சோழர்கள், தமிழில் கே.வி. இராமன், NCBH தொகுதி-1, நவம்பர்-2009, பக்: 28, 38 & பழந்தமிழ்ச் சமுதாயமும் வரலாறும், கணியன்பாலன், NCBH, சனவரி - 2023, புத்தகம் - 1, பக்: 143-148.

3. பழந்தமிழ்ச் சமுதாயமும் வரலாறும், கணியன்பாலன், NCBH, சனவரி - 2023, புத்தகம் - 1, பக்: 151-160.

4. கார்த்திகேசு சிவத்தம்பி, பண்டைத் தமிழ்ச்சமூகம், NCBH, சூலை 2010 முன்னுரை & அசோகர், வின்சென்ட் சுமித், தமிழில் சிவமுருகேசன், சந்தியா பதிப்பகம், 2009. பக்: 79

5. www.jatland.com/home/Hathigumpha <http://www.jatland.com/home/Hathigumpha>- inscription & சதானந்த அகர்வால், சிரி காரவேலா, சமற்கிருத நூல் (இணையதளம்).

6,7. Natana Kasinathan. (April, 2006). Tamils Heritage. (pp. 25-30). Manivasagar Pathippakam, Chennai.

8. பழந்தமிழ்ச் சமுதாயமும் வரலாறும், கணியன்பாலன், NCBH, சனவரி - 2023, புத்தகம் - 1, பக்: 509, 510, 513.

9. இரா. கிருசுணமூர்த்தி, பாண்டியர் பெருவழுதி நாணயங்கள், கார்னெட் பப்ளிசர்சு, 2013. மூன்றாம் பதிப்பு-2013, பக்: 91.

10. இரா.கிருசுணமூர்த்தி. (2009). சங்ககாலச் சேர நாணயங்கள் கண்டுபிடிப்பு சில வரலாற்றுச் செய்திகள். (பக். 31-34, 40-42). கார்நெட் பதிப்பகம். & Natana Kasinathan. (April, 2006). Tamils Heritage. (p. 45). Manivasagar Pathippakam, Chennai.

11. மகாவம்ச - சிங்களர் கதை, வில்கெம் கெய்கர், மித்ர பதிப்பகம், தமிழில் எசு.பொ (ச.பொன்னுத்துரை)., அக்டோபர்-2009 பின்னிணைப்பு.

12. மகாவம்ச - சிங்களர் கதை, வில்கெம் கெய்கர், மித்ர பதிப்பகம், தமிழில் எசு.பொ (ச.பொன்னுத்துரை)., அக்டோபர்-2009 பின்னிணைப்பு முன்னுரை - பக்:28,

13. அசோகர், வின்சென்ட் சுமித், தமிழில் சிவமுருகேசன், சந்தியா பதிப்பகம், 2009. பக்; 38-40.

14. பழந்தமிழ்ச் சமுதாயமும் வரலாறும், கணியன்பாலன், NCBH, சனவரி - 2023, புத்தகம் - 1, பக்: 510.

15. கே.ஆர்.நீலகண்ட சாத்திரி, சோழர்கள், தமிழில் கே.வி.இராமன், தொகுதி-1, நவம்பர்-2009, பக்: 28, 37.

16. டி.டி. கோசாம்பி, 'இந்திய வரலாறு ஓர் அறிமுகம்' தமிழில் சிங்கராயர், அக்டோபர்- 2011, விடியல் பதிப்பகம், பக்: 271.

17. பழந்தமிழ்ச் சமுதாயமும் வரலாறும், கணியன்பாலன், NCBH, சனவரி - 2023, புத்தகம் - 1, பக்: 512, 514, 524.

18. தென்னாட்டுப் போர்க்களங்கள், கா.அப்பாத்துரை, பூம்புகார் பதிப்பகம், சூலை-2003, பக்: 57-63.

14. தமிழக மூவேந்தர்களும் காலவரையறையும்

சங்ககால காலகட்டம்

புலவர்கள், ஆட்சியாளர்களைப் பாடியதின் மூலம் ஏற்பட்ட சமகாலத் தொடர்புகள்தான் காலக்கணிப்பிற்கு ஒரு முக்கிய அடிப்படை. ஆதலால் புலவர் பாடிய ஆட்சியாளர்கள், ஒவ்வொரு ஆட்சியாளரையும் பாடிய புலவர்கள் குறித்த ஆய்வுதான் காலக்கணிப்புக்கான ஆய்வாக ஆகியது. சான்றாக வரலாற்றுப் பெரும்புலவர் மாமூலனார், உதியஞ்சேரலாதன், இமயவரம்பன் நெடுஞ்சேரலாதன், முதல் கரிகாலன் ஆகிய வேந்தர்களையும், வேறு சில இதர அரசர்களையும், சிறுகுறு மன்னர்களையும் பாடியுள்ளார். அது போன்றே முதல் கரிகாலன் என்ற ஆட்சியாளனை மாமூலனார், கழாத்தலையார், வெண்ணிக்குயத்தியார், பரணர், கருங்குழலாதனார் ஆகிய புலவர்கள் பாடியுள்ளனர். ஆகவே இவ்விதமாகப் புலவர் பாடிய ஆட்சியாளர்கள், ஆட்சியாளரைப் பாடிய புலவர்கள் குறித்த தரவுகள் முதலில் தொகுக்கப்பட்டன அதன்பின் ஒவ்வொரு ஆட்சியாளரையும் பாடிய பிற புலவர்களால் பாடப்பட்ட ஆட்சியாளர்கள் குறித்த தரவுகள் தொகுக்கப்பட்டன. அதன்பின் அந்தப் பிற ஆட்சியாளர்கள் ஒவ்வொருவரையும் பாடிய புலவர்கள் குறித்த தரவுகள் தொகுக்கப்பட்டன.

இந்த ஆய்வுகளின் மூலம் கிடைத்த தரவுகளையும், நாணயங்கள், கல்வெட்டுகள் போன்ற வேறு பலதளங்களில் செய்த ஆய்வுகளின் மூலம் கிடைத்த தரவுகளையும் இணைத்து ஆய்வு செய்து, ஆட்சியாளர்கள், புலவர்கள் ஆகியவர்களின் காலங்கள் கண்டறியப்பட்டன. புலவர்கள், ஆட்சியாளர்களின் காலங்கள் குறித்து ஒரு தெளிவான முடிவு ஏற்படும் வரை, இவ்வாறு தரவுகளைத் தொகுப்பதும், ஆய்வு செய்வதும் தொடர்ந்து செய்யப்பட்டு வந்தது. அதன் பின்னர்தான் புலவர்கள், ஆட்சியாளர்கள் ஆகியோர்களின் காலகட்டங்கள் இறுதி செய்யப்பட்டுக் கணிக்கப்பட்டன. இறுதியில் இவ்வாறு தொகுத்த தரவுகளை, கோட்டியல் வரைபடமுறை என்ற ஒரு புதிய முறையைப் பயன்படுத்தி, ஒவ்வொரு காலகட்டத்துக்கும் ஆட்சியாளர்கள் - புலவர்கள் பற்றிய தொடர்புகளை எளிமைப்படுத்தி ஆய்வு செய்ய வழிவகை செய்யப்பட்டது.

பொதுவாக ஒரு தலைமுறை என்பது 20 முதல் 30 ஆண்டுகள், அதாவது சராசரியாக 25 ஆண்டுகள் என கணக்கிடப்பட்டது. ஒரு புலவர் சாதாரணமாகத் தனது தலைமுறை போகத் தனக்கு முந்தைய ஒரு தலைமுறை, தனக்குப் பிந்தைய ஒரு தலைமுறை என மூன்று தலைமுறை ஆட்சியாளர்களைப் பாட முடியும். அதற்கு மேல் பாடுவது என்பது இயலாது. ஆகவே ஒரு காலகட்டத்துக்கான காலத்தை மூன்று தலைமுறைகள் எனக் கொண்டு 70 முதல் 80 ஆண்டுகளை, அதாவது சராசரியாக 75 ஆண்டுகளை ஒருகாலகட்டம் எனக் கணக்கிடப்பட்டது. இந்த அடிப்படையில் கி.மு. 350 முதல் கி.மு. 50 வரையிலான காலகட்டம், 10 வரலாற்றுக் காலகட்டங்களாகப் பிரிக்கப்பட்டது. சான்றாக முதல்காலகட்டம் என்பது கி.மு. 350-270. இரண்டாம் காலகட்டம் என்பது கி.மு. 330-250, மூன்றாவது காலகட்டம் என்பது கி.மு. 300-230, நான்காவது காலகட்டம் என்பது கி.மு. 270-200. இப்படியாக அதன் பத்தாவது காலகட்டம் என்பது கி.மு. 130-50 ஆகும்.

சங்ககாலம் என்பது கி.மு. 750 முதல் கி.மு. 50 வரை என்ற போதிலும் கி.மு. 350க்கு முந்தைய பாடல்கள் குறைவு என்பதோடு அதில் வரலாற்றுக் குறிப்புகளும் இல்லை என்பதால் கி.மு. 350க்கு முந்தைய வரலாற்றைக் கட்டமைக்க இயலவில்லை. 'பழந்தமிழ்ச் சமுதாயமும் வரலாறும்' என்ற எனது பெருநூலில் புலவர்கள்-ஆட்சியாளர்கள் பற்றிய விரிவான தரவுகள் வழங்கப்பட்டுள்ளன. அத்தரவுகளையும் அத்துடன் அக்காலகட்ட கல்வெட்டுகள், நாணயங்கள், அகழாய்வு முடிவுகள், வெளிநாட்டு அறிஞர்களின் குறிப்புகள் போன்ற பல்வேறு பிற தரவுகளையும் ஆய்வுக்கு உட்படுத்தி அதன் அடிப்படையில் கி.மு. 350 முதல் கி.மு. 50 வரையிலான ஆட்சியாளர்களின் ஆண்டுகள் வரையறை செய்யப்பட்டன.

தமிழக வரலாற்றின் காலவரையறைகள்

அலெக்சாண்டரின் படையெடுப்பு, நந்தர் - மௌரியர் ஆட்சிமாற்றம், மௌரியர்களின் தமிழகப் படையெடுப்பு ஆகியனவற்றின் காலகட்டத்தை அக்காலகட்டச் சங்கப் பாடல்களைக் கொண்டு வரையறுக்கப்படும் காலம், சுமார் கி.மு.325 முதல் கி.மு.275 வரை.[1]

கி.மு.325 முதல் கி.மு.322 வரை வட இந்தியாவில் கலவரங்களும் குழப்பங்களும் நடைபெற்றன என்கிற வின்சென்ட் சுமித் அவர்களின் கணிப்பு.[2]

முதுகுடுமிப் பெருவழுதி வெளியிட்ட நாணயத்தின் காலம் கி.மு.4ஆம், 3ஆம் நூற்றாண்டு என்கிற நடன. காசிநாதனின் கணிப்பு, கி.மு.3ஆம் நூற்றாண்டு என்கிற பிரித்தானிய - செர்மன் குழுவினர், நாணயவியலாளர் இரா. கிருசுணமூர்த்தி ஆகியோர்களின் கணிப்பு³.

புகளூர்க் கல்வெட்டின் காலம் கி.மு.4ஆம், 3ஆம் நூற்றாண்டு என்கிற நடன. காசிநாதனின் கணிப்பு.⁴

அசோகன் கல்வெட்டின் காலம் கி.மு.256; அதில் சோழர்கள் முதன்மை பெற்றும், சதியபுத்ரர்கள் என்கிற அதியமான்கள் இடம்பெற்றும் இருப்பது.⁵

அசோகன் இறந்த ஆண்டு கி.மு. 232. சாதவாகனர்கள் தனி அரசாக ஆகிய ஆண்டு கி.மு.230.⁶

சம்பைக் கல்வெட்டும் அசோகன் கல்வெட்டும் சம காலத்துக்குரியன என்கிற தொல்லியல், கல்வெட்டியல் அறிஞர்களின் கணிப்பு.⁷

கி.மு.165ஆம் ஆண்டு காரவேலன் கல்வெட்டுப்படி, மிக நீண்டகாலமாக தமிழரசுகளின் ஐக்கிய கூட்டணி இருந்து வந்துள்ளது, கலிங்க நாட்டின் பித்துண்டா நகரம் அக்கூட்டணியின் காவல் அரணாக இருந்து வந்துள்ளது.⁸

பதிற்றுப்பத்துப் பாடல்களின் தரவுகளும், அதன் பதிகங்கள் தரும் வேந்தர்களின் மொத்த ஆட்சியாண்டுகளும்.

வரலாற்றுக் கால 2ஆம் தூமகேது தோன்றிய கி.மு.163ஆம் ஆண்டில், யானைக்கண்சேய் மாந்தரஞ்சேரல் இரும்பொறை இறந்து போனது.⁹

தலைவடிவப் பெருவழுதி நாணயங்களின் காலம் கி.மு.2ஆம் நூற்றாண்டின் இறுதிப்பகுதி என்கிற இரா. கிருசுணமூர்த்தியின் கணிப்பு.¹⁰

மாக்கோதை நாணயங்களின் காலம் கி.மு.2ஆம் நூற்றாண்டின் இறுதிப்பகுதி என்கிற இரா.கிருசுணமூர்த்தியின் கணிப்பு.¹¹

குட்டுவன்கோதையினுடைய தலைவடிவ நாணயத்தின் காலம் கி.மு. முதல் நூற்றாண்டு என்கிற நடன. காசிநாதனின் கணிப்பு.¹²

கி.மு. முதல் நூற்றாண்டின் தொடக்கத்தில், சுங்க வம்ச அரசின் வலிமையான அரணாக இருந்த உச்சயினி நகரை, சாதவாகனர்கள், தெற்கேயிருந்து படையெடுத்து வந்து தகர்த்தனர் என்கிற டி.டி.கோசாம்பியின் கூற்று.¹³

கி.மு.124 முதல் கி.மு. 30 வரை சாதவாகன அரசு வலிமையற்றதாக இருந்தது என்கிற சாதவாகனர் வரலாறு தரும் செய்தி.[14]

சேரன் குட்டுவன் கோதையின், சமகாலச்சோழன் நலங்கிள்ளி, உச்சயினி மீது படையெடுத்து வென்றான் என முத்தொள்ளாயிரம் தரும் சான்று.[15]

சங்ககால ஆட்சியாளர்களின் கணிப்புகள் இங்கு சொல்லப்பட்ட வரலாற்றுக் கால வரையறைகளைக் கொண்டு முறைப்படுத்தப்பட்டு தமிழக மூவேந்தர்களின் காலவரிசைப்படியான வரலாறு கட்டமைக்கப்பட்டது.

மூவேந்தர்கள் - சேரர்கள்

பதிற்றுப்பத்தும் அதன் பதிகமும் சேர வேந்தர்களின் ஆட்சி ஆண்டுகளைக் கணக்கிடப் பேருதவியாக இருக்கின்றன. பதிற்றுப்பத்தின் முதல் வேந்தன் உதியன் சேரலாதன் முதல்காலகட்டச் சேர வேந்தன். இவனது மகன் இமயவரம்பன் நெடுஞ்சேரலாதன் இரண்டாவது காலகட்டச் சேரவேந்தன். மாமூலனார் இமயவரம்பனின் வடநாடு படையெடுப்பு குறித்துத் தனது அகம் 127ஆம் பாடலில் பாடியுள்ளார். இமயவரம்பன் தனது ஆட்சியின் தொடக்க காலத்திலேயே வடநாடு படையெடுத்துச் சென்றான் எனப் பதிற்றுப்பத்து குறிப்பிடுகிறது. கி. மு. 325 முதல் கி. மு. 322 வரை வடநாட்டில் கலவரங்களும், குழப்பங்களும் ஏற்பட்டதாக வின்சென்ட் சுமித் குறிப்பிட்டுள்ளார். அதற்கு நந்தர்களுக்கும் மௌரியர்களுக்கும் இடையே நடந்த போரும், இமயவரம்பனின் வடநாட்டுப் படையெடுப்பும்தான் காரணம். ஆகவே இமயவரம்பன், கி.மு.325இல் வடநாடு படையெடுத்து, பெருவெற்றி பெற்று, கி.மு.322இல் தமிழகம் திரும்பினான். இவனது தந்தை உதியன் சேரலாதனின் வேந்தர் ஆட்சிக்காலம் கி. மு.347 முதல் கி.மு.327 வரை 20 ஆண்டுகள்.

இமயவரம்பன் மொத்தம் 58 ஆண்டுகள் ஆட்சி செய்ததாகப் பதிற்றுப்பத்து குறிப்பிடுகிறது. அதில் 6 ஆண்டுகள் அரசனாகவும், 52 ஆண்டுகள் வேந்தனாகவும் இருந்தான். ஆகவே இமயவரம்பன் கி. மு. 333இல் அரசனாகி, ஆறு ஆண்டுகளுக்குப்பின் கி.மு.327இல் வேந்தன் ஆனான். 52 ஆண்டுகள் கழித்து கி.மு.375இல் முதல் கரிகாலனுடன் நடந்த இரண்டாம் வெண்ணிப் பறந்தலைப் போரில் தோற்று, முதுகில் விழுப்புண் பெற்று, நாணி, வடக்கிருந்து உயிர் துறந்தான். இவன் பெரும்புகழ் பெற்றவனாகவும் சேர மக்களால் மிகவும் மதிக்கப் பட்டவனாகவும் இருந்தான். பின் அவனது தம்பி பல்யானைச் செல்கெழுகுட்டுவன் பதவியேற்று 10 ஆண்டுகளும் அதன்பின்

இமயவரம்பனின் மூத்த மகன் களங்காய்க்கண்ணி நார்முடிச்சேரல் 15 ஆண்டுகளும் வேந்தர்களாக இருந்தார்கள்.

கி.மு.350இல் சேரன் செங்குட்டுவன், பதவியேற்று 30 ஆண்டுகள் வேந்தனாக ஆட்சி செய்தான். இவன் இமயவரம்பன் இறந்த கி.மு.275இல் அரசனாகி, 25 ஆண்டுகள் அரசனாகவும், 30 ஆண்டுகள் வேந்தனாகவும் இருந்தான். கி.மு.220 வரை, மொத்தம் 55 ஆண்டுகள் ஆட்சி செய்தான். இவன் அசோகன் இறந்த கி.மு.232 க்குப்பின் கி.மு.230இல் வடநாடு படையெடுத்துச் சென்று சாதவாகனர்களைத் தனி அரசாக ஆக்கினான். பின் இமயம்வரை சென்று வடவர்களை வென்று வில் அம்பு சின்னம் பொறித்து, கி.மு.227இல் தமிழகம் திரும்பினான். இவனுக்குப்பின் இவனது தம்பி ஆடுகோட்பாட்டுச் சேரலாதன் வேந்தனாகி கி.மு.220 முதல் கி.மு.212 வரை 8 ஆண்டுகள் ஆட்சி செய்தான்.

இதன்பின் குட்டுவகுலத்தில் வழித்தோன்றல் இல்லை என்பதால் பொறையர்குலச் செல்வக்கடுங்கோ வாழியாதன் கி.மு. 212இல் வேந்தனாகி 7 ஆண்டுகள் ஆண்டான். பின் அவனது மகன் தகடூர் எறிந்த பெருஞ்சேரல் இரும்பொறை கி.மு. 205இல் வேந்தனாகி 10 ஆண்டுகள் ஆட்சி செய்தான். இவன்தான் அதியமானையும் அவனது மகனையும் தகடூர் போரில் தோற்கடித்தவன். அவனுக்குப்பின் இளஞ்சேரல் இரும்பொறை கி.மு.195இல் வேந்தனாகி 11 ஆண்டுகள் ஆட்சி செய்தான். பின் யானைக்கண்சேய் மாந்தரஞ்சேரல் இரும்பொறை கி.மு.184இல் வேந்தனாகி 21 ஆண்டுகள் ஆண்டான். இவன் இறந்த போதுதான் வரலாற்றுக்கால இரண்டாம் தூமகேது கி.மு.163இல் தோன்றியது. இவன் பத்தாம் பதிற்றுப்பத்தின் வேந்தன் என்பதோடு, பதிற்றுப்பத்தையும், ஐங்குறுநூறையும் தொகுப்பித்தவன். இவனுக்குப்பின் கணைக்கால் இரும்பொறை கி.மு.163இல் வேந்தன் ஆகி 13 ஆண்டுகள் ஆட்சி செய்தான். இவன் கி.மு.150இல் சோழனோடு போரிட்டுத் தோற்று, சிறைப்பட்டு, சிறையிலேயே இறந்து போனான்.

இவனுக்குப்பின் பொறையர்குல வழித்தோன்றல் இல்லை என்பதால் கோதைகுல கோக்கோதை மார்பன் கி.மு. 150இல் சேர வேந்தனாகி 15 ஆண்டுகள் ஆண்டான். பின் கோட்டம்பலத்துத் துஞ்சிய மாக்கோதை கி.மு.135இல் வேந்தனாகி 35 ஆண்டுகள் ஆண்டான். இவனது காலத்தில் தலைவடிவ நாணயங்கள் இவனது பெயர் பொறிக்கப்பட்டு வெளியிடப்பட்டன. பின் இறுதிச் சங்ககாலச் சேர வேந்தன் குட்டுவன் கோதை கி.மு. 100இல் வேந்தனாகி கி.மு. 70 வரை, 30 ஆண்டுகள் ஆண்டான். இவன் காலத்திலும்

தலைவடிவ நாணயங்கள் வெளியிடப்பட்டன. இந்த நாணயங்களின் காலமும் மாக்கோதை, குட்டுவன் கோதை ஆகியவர்களின் ஆட்சி ஆண்டுகளும் பொருந்திப்போகின்றன.

சங்ககாலத்தில் குட்டுவன், பொறையர், கோதை ஆகிய மூன்று சேர குல வேந்தர்கள் ஆண்டு வந்துள்ளனர். சேரன் உதியன் முதல் குட்டுவன் கோதை வரை, 14 சேர வேந்தர்கள் ஆண்டுள்ளனர். அவர்கள் கி.மு.347 முதல் கி.மு.70 வரை மொத்தம் 277 ஆண்டுகள் ஆண்டுள்ளனர். தொடக்கத்தில், இமயவரம்பன் குறித்த மாமூலனாரின் பாடல்களும், அவனது வடநாட்டுப் படையெடுப்பும் வரலாற்றுக் காலத்தை உறுதி செய்கின்றன. இடையில் அசோகன் கல்வெட்டும், சம்பைக் கல்வெட்டும், வரலாற்றுக்கால 2ஆம் தூமகேதுவின் காலமும், இறுதியில் மாக்கோதை, குட்டுவன் கோதை நாணயங்களின் காலங்களும் வரலாற்றுக் காலத்தை உறுதி செய்கின்றன. ஆகவே தனிப்பட்ட வேந்தர்களின் ஆண்டுகள் சில முன்பின் இருந்தாலும், ஒட்டுமொத்த சேர வேந்தர்களின் ஆண்டுகள் உறுதியான காலவரையறையைக் கொண்டவை.

மூவேந்தர்கள் - சோழர்கள்

சேரர் ஆட்சி ஆண்டுகள், பதிற்றுப்பத்துப் பதிகத்தில் உள்ள சேர வேந்தர்களின் மொத்த ஆட்சி ஆண்டுகளைக் கொண்டும், தூமகேது தோன்றியதைக் கொண்டும், அசோகன் கல்வெட்டு, புகளூர்க் கல்வெட்டு, சம்பைக் கல்வெட்டு போன்ற கல்வெட்டுகளைக் கொண்டும், மாக்கோதை, குட்டுவன் கோதை போன்றோரின் நாணயங்களைக் கொண்டும் முறையான வரலாற்றுத்தரவுகளின் அடிப்படையில் உறுதி செய்யப்பட்டவை. ஆதலால் சேர வேந்தர்களின் ஆட்சி ஆண்டுகள் பிற சமகாலச் சோழ, பாண்டிய வேந்தர்களின் ஆட்சியாண்டுகளை உறுதிசெய்யப் பெருமளவு பயன்படுகின்றன.

சோழன் பெரும்பூட்சென்னி, முதல் காலகட்ட உதியன் சேரலாதனின் சமகாலகட்டம். இவன் ஆட்சிக் காலம் கி.மு.335 முதல் கி.மு.305 வரை 30 ஆண்டுகள். இவனது மகன் இளஞ்சேட்சென்னி கி.மு.305இல் வேந்தன் ஆனான். தமிழகத்தின் மீதான மௌரியப் படையெடுப்பை முறியடிக்க, இளஞ்சேட்சென்னி தலைமையில், கி.மு.295இல், தமிழரசுகளின் ஐக்கியக் கூட்டணி வலுப்படுத்தப்பட்டது. இவன் முதலில் வல்லத்திலும், பின் கி.மு.288இல் நடந்த செருப்பாழிப் போரிலும் மௌரியர்களை விரட்டியடித்துப் பெருவெற்றி பெற்றான். தமிழகத்துக்கும், சோழர்களுக்கும் பெரும்புகழ் பெற்றுத்தந்தான்.

ஆனால் சிறிது காலத்திற்குப் பிறகு அவன் கொல்லப்பட்டான். அவனது ஆட்சிக்காலம் கி.மு.305 முதல் கி.மு.285 வரை, 20 ஆண்டுகள்.

கி.மு.285இல் அவனது மகன் முதல் கரிகாலன் பெரும் போராட்டத்துக்குப்பின் முதல் வெண்ணிப் பறந்தலைப்போரை நடத்தி சோழ அரசன் ஆகிறான். அதன்பின் கி.மு.275இல் இரண்டாம் வெண்ணிப் பறந்தலைப் போரையும், இறுதியாக வாகைப் பறந்தலைப் போரையும் நடத்தி, 3ஆம் காலகட்டத்தில், தமிழகத்தின் பெரும் பேரரசனாக ஆகிறான். அவனது ஆட்சிக்காலம் கி.மு.285 முதல் கி.மு.250 வரை 35 ஆண்டுகள்.

முதல் கரிகாலனின் மகன் உருவப்பஃறேர் இளஞ்சேட்சென்னி 4ஆம், 5ஆம் காலகட்டங்களில் வேந்தனாக இருந்தான். அவனது ஆட்சிக்காலம் கி.மு.250 முதல் கி.மு.210 வரை 40 ஆண்டுகள். இவனது சமகாலச் சேர வேந்தன் செங்குட்டுவன், நேரிவாயில் போரை நடத்தி சோழன் கிள்ளிவளவனை உறையூர் அரசனாக ஆக்குவதோடு, உருவப்பஃறேர் இளஞ்சேட் சென்னிக்குப்பின் கிள்ளிவளவன் சோழவேந்தனாக ஆகவும் ஏற்பாடு செய்தான். அதன் காரணமாக கி.மு.210இல் கிள்ளிவளவன் சோழ வேந்தனாக ஆனான். ஆனால் கி.மு.199இல் தகடூர் எறிந்த பெருஞ்சேரல் இரும்பொறையால் நாட்டை இழந்த அவன், பின் அதனை மீட்டான். அதன்பின் கோசர்களோடும், பாண்டியன் பழையன் மாறனோடும் போரிட்டு கி.மு.193இல் மதுரையைக் கைப்பற்றி, இழந்த புகழைப் பெற்றான். அவனது ஆட்சிக்காலம் கி.மு.210 முதல் கி.மு.190 வரை 20 ஆண்டுகள்.

அதன்பின் உருவப்பஃறேர் இளஞ்சேட்சென்னியின் மகன் இரண்டாம் கரிகாலன் புகாரின் அரசனாக கி.மு.190இல் ஆனான். அவன் கி.மு.188இல் நடந்த மூன்றாம் வெண்ணிப் பறந்தலைப் போரின் மூலம் சோழ வேந்தன் ஆனான். இவன் தலையாலங்கானத்துச் செருவென்ற நெடுஞ்செழியன், யானைக்கண்சேய் மாந்தரஞ்சேரல் இரும்பொறை ஆகியோர்களின் சமகாலத்தவன். இவன் பெருவேந்தனாக இருந்து காவிரியில் கல்லணை கட்டியவன். கி.மு.180இல் வடதிசை படையெடுத்து தக்காணப்பகுதியை வென்றவன். இவனது ஆட்சி ஆண்டுகள் கி.மு.190 முதல் 170 வரை 20 ஆண்டுகள்.

கி.மு.170இல் எட்டாம் காலகட்ட இராசசூயம்வேட்ட பெருநற்கிள்ளி சோழ வேந்தன் ஆனான். ஔவையார் தனது இறுதிக் காலத்தில், கி.மு.165இல் இவனும், பாண்டியன் உக்கிரப்பெருவழுதியும் சேரன் மாரிவெண்கோவும் ஒன்றாக இருந்தபோது மூவரையும் வாழ்த்திப்

பாடியுள்ளார். கி.மு.150இல் இவனால் சிறை செய்யப்பட்ட, கணைக்கால் இரும்பொறை சிறையில் இறந்தான். இவனது ஆட்சிக்காலம் கி.மு.170 முதல் கி.மு.145 வரை 25 ஆண்டுகள். அதன்பின் 9ஆம் காலகட்ட குளமுற்றத்துத் துஞ்சிய கிள்ளிவளவன் வேந்தன் ஆகி சுமார் 25 ஆண்டுகள் ஆண்டான். இவன் கி.மு.135இல் கரூரை முற்றுகையிட்டு அதனைக் கைப்பற்றிக் கொண்டான். சேரன் மாக்கோதை அதே ஆண்டில் ஆட்சிக்கு வந்தவுடன் இந்தச் சோழனோடு சமாதானம் செய்து கொண்டான். இவனது ஆட்சிக்காலம் கி.மு.145 முதல் கி.மு.120 வரை 25 ஆண்டுகள்.

இவனுக்குப்பின் வந்தவன் 2ஆம் கரிகாலனின் பேரன் பெருந் திருமாவளவன். இவனும் பாண்டியன் வெள்ளியம் பலத்துத்துஞ்சிய பெருவழுதியும் நண்பர்களாக இருந்தனர். இவனது ஆட்சிக்காலம் கி.மு.120 முதல் கி.மு.100 வரை 20 ஆண்டுகள். இதன்பின் ஆட்சிக்கு வந்த 10ஆம் காலகட்டச் சோழன் நலங்கிள்ளி, கி.மு.80 வாக்கில் மகத அரசை ஆண்ட சுங்க வம்சத்தின் உச்சயினி மீது படையெடுத்து பெருவெற்றி பெற்றான். இவன் பெரும் கடற்படையைக் கொண்டவனாகவும் காஞ்சியையும் ஈழத்தையும் வென்றவனாகவும் கூறப்படுகிறான். இவன் சேரன் குட்டுவன் கோதையின் சம காலத்தவன். இவனது ஆட்சிக்காலம் கி.மு.100 முதல் கி.மு.75 வரை 25 ஆண்டுகள்.

இவனது மகன் நலங்கிள்ளி சேட்சென்னி கி.மு.50வரை ஆண்டான். இவனது ஆட்சிக்காலம் கி.மு.75 முதல் கி.மு.50 வரை 25 ஆண்டுகள். இவனே இறுதிச் சங்ககாலச் சோழ வேந்தன். பெரும்பூட்சென்னி முதல் நலங்கிள்ளி சேட்சென்னி வரை, 11 சோழ வேந்தர்கள், கி.மு.335 முதல் கி.மு.50 வரை மொத்தம் 285 ஆண்டுகள் ஆண்டுள்ளனர். இரண்டாம் காலகட்டச் சோழன் செருப்பாழி எறிந்த இளஞ்சேட்சென்னி தமிழகத்தின் மீதான மௌரியப் படையெடுப்பை முறியடித்தவன். 10ஆம் காலகட்டச் சோழன் நலங்கிள்ளி சுங்க வம்ச உச்சயினி நகரை வென்றவன். இந்த இரண்டு நிகழ்வுகளும் இந்திய, உலக வரலாற்று காலங்களைக் கொண்டு உறுதியான அடித்தளத்தின் மீது நிலைநிறுத்தப்பட்டுள்ளது. ஆகவே தனிப்பட்ட வேந்தர்களின் ஆண்டுகள் சில முன்பின் இருந்தாலும், ஒட்டுமொத்தச் சோழ வேந்தர்களின் ஆண்டுகள் உறுதியான கால வரையறையைக் கொண்டவை.

மூவேந்தர்கள் - பாண்டியர்கள்

இலக்கியக் கணிப்புப்படி, பாண்டியன் கருங்கை ஒள்வாள் பெரும்பெயர்வழுதி, முதல்காலகட்ட உதியன் சேரலாதன், சோழன்

பெரும்பூட்சென்னி ஆகியவர்களின் சம காலத்தவன். இவனது ஆட்சிக்காலம் கி.மு.350 முதல் கி.மு.320 வரை 30 ஆண்டுகள். இவனுக்குப்பின் வந்தவன் இரண்டாம் காலகட்ட முதுகுடுமிப் பெருவழுதி. இவன் வெளியிட்ட ‘பெருவழுதி’ நாணயங்களின் காலம் கி.மு.4ஆம் 3ஆம் நூற்றாண்டு. இவன் பெரும் கடற்படைகளைக் கொண்டு இந்தியாவின் கிழக்கு மேற்குக் கடற்கரைத் துறைமுகங் களைத் தனது கட்டுப்பாட்டின் கீழ் கொண்டுவந்தவன். இவனது ஆட்சிக் காலம் கி.மு.320 முதல் கி.மு.290 வரை 30 ஆண்டுகள். இதன்பின் நம்பி நெடுஞ்செழியன் ஆட்சி செய்தான். இவனது ஆட்சிக் காலம் கி.மு.290 முதல் கி.மு.270 வரை 20 ஆண்டுகள்.

இவனுக்குப்பின் ஆட்சிக்கு வந்த, ஆரியப்படை கடந்த நெடுஞ்செழியன், இளைஞனாக இருந்தபோது பாண்டியர் படைக்குத் தலைமை தாங்கி மௌரியப் படையைத் தோற்கடித்து இப்பெயர் பெற்றான். இவன்தான் சிலப்பதிகாரப் பாண்டியன். இவனது ஆட்சிக்காலம் கி.மு.270 முதல் கி.மு.245 வரை 25 ஆண்டுகள். இதன் பின் ஆட்சிக்கு வந்த, வெற்றிவேற்செழியன் சேரன் செங்குட்டுவன் காலத்தைச் சேர்ந்தவன். இவனது ஆட்சிக்காலம் கி.மு. 245 முதல் கி.மு.235 வரை 10 ஆண்டுகள்.

நம்பி நெடுஞ்செழியன், ஆரியப்படை கடந்த நெடுஞ்செழியன், வெற்றிவேற் செழியன் ஆகிய மூவரும் கொற்கையில் அரசர்களாக இருந்து மதுரையில் வேந்தர்களாக ஆனவர்கள். இவர்கள் கொற்கையில் அரசர்களாக இருந்தபோது வெளியிட்ட நாணயங்கள் தான் ‘செழிய’ நாணயங்கள். இவர்களின் காலமும் நாணயங்களின் காலமும் கி.மு.3ஆம் நூற்றாண்டு.[16] வெற்றிவேற் செழியனுக்குப்பின் ஆட்சிக்கு வந்த பசும்பூட்பாண்டியன், ஐந்தாம் காலகட்டம். இவனது வேந்தர் ஆட்சிக்காலம் கி.மு. 235 முதல் கி.மு. 210 வரை 25 ஆண்டுகள். இவனுக்குப்பின் ஆட்சிக்கு வந்தவன் ஆறாம் காலகட்டப் பாண்டியன் அறிவுடை நம்பி. இவன் பிசிராந்தையார், கோப்பெருஞ்சோழன் காலத்தவன். இவனது வேந்தர் ஆட்சிக்காலம் கி.மு. 210 முதல் கி.மு. 200 வரை 10 ஆண்டுகள்.

இதன்பின் வந்தவன் பழையன் மாறன். இவனை கிள்ளிவளவன் கி.மு. 193இல் தோற்கடித்து மதுரையைக் கைப்பற்றுகிறான். இவனது வேந்தர் ஆட்சிக்காலம் கி.மு.200 முதல் கி.மு.185 வரை 15 ஆண்டுகள். இவனுக்குப்பின் ஆட்சிக்கு வந்தவன் ஏழாம் காலகட்ட தலையாலங் கானத்துச் செருவென்ற நெடுஞ்செழியன். இவனது புகழ்பெற்ற பெரும்போர் தலையாலங்கானத்தில் கி.மு.183இல் நடந்தது. இப்போர் பாண்டியர்களை மிகவும் வலிமை மிக்கவர்களாக ஆக்கியது.

இப்போரால் தமிழகமே தலைமயங்கியது என்பர். இவனை 11 புலவர்கள் பாடியுள்ளனர். இவன் ஒரு கவிஞன். இவன் கி.மு. 175இல் சேரர்களின் முசிறியை முற்றுகையிட்டுப் பெரும் செல்வத்தைக் கைப்பற்றினான். இவனது வேந்தர் ஆட்சிக்காலம் கி.மு. 185 முதல் கி.மு. 165 வரை 20 ஆண்டுகள்.

இதன்பின் ஆட்சிக்கு வந்தவன் இலவந்திகைப்பள்ளித் துஞ்சிய நன்மாறன். இவன் 8ஆம் காலகட்டம். இவனது வேந்தர் ஆட்சிக்காலம் கி.மு. 165 முதல் கி.மு. 145 வரை 20 ஆண்டுகள். இவனுக்குப் பின் ஆட்சிக்கு வந்தவன் உக்கிரப்பெருவழுதி. இவன் அகநானூற்றைத் தொகுப்பித்தவன், தலைவடிவப் பெருவழுதி நாணயங்களை வெளியிட்டவன். இவனது ஆட்சிக்காலம் கி.மு. 145 முதல் கி.மு. 130 வரை 15 ஆண்டுகள். இவனுக்குப்பின் ஆட்சிக்கு வந்தவன் வெள்ளியம்பலத்துத் துஞ்சிய பெருவழுதி. இவனும் தலைவடிவப் பெருவழுதி நாணயங்களை வெளியிட்டுள்ளான். இவனது ஆட்சிக்காலம் கி.மு. 120 முதல் கி.மு. 105 வரை 15 ஆண்டுகள். இதன்பின் ஆட்சிக்கு வந்த கூடகாரத்துத் துஞ்சிய மாறன் வழுதி, சங்ககாலத்தின் இறுதிப் பாண்டியவேந்தன். இவன் சோழன் நலங்கிள்ளி, குட்டுவன் கோதை ஆகியவர்களின் சமகாலத்தவன். இவன் நற்றிணையைத் தொகுப்பித்தவன். இவனது ஆட்சிக்காலம் கி.மு. 105 முதல் கி.மு. 70 வரை 35 ஆண்டுகள்.

முதுகுடுமிப் பெருவழுதியின் 'பெருவழுதி' நாணயங்கள், கொற்கைப் பாண்டியர்கள் வெளியிட்ட 'செழிய' நாணயங்கள், தலைவடிவப் பெருவழுதி நாணயங்கள், இலக்கியக் கணிப்புகள் ஆகியன, கி.மு. 350 முதல் கி.மு. 70 வரை 280 ஆண்டுகள் ஆண்ட 14 பாண்டிய வேந்தர்களின் காலக் கணிப்புக்கு ஒரு உறுதியான அடித்தளத்தை வழங்குகின்றன. ஆகவே தனிப்பட்ட வேந்தர்களின் ஆண்டுகள் சில முன்பின் இருந்தாலும், ஒட்டுமொத்தப் பாண்டிய வேந்தர்களின் ஆண்டுகள் உறுதியான கால வரையறையைக் கொண்டவை.

பழந்தமிழகத்தில் கி.மு. 350 முதல் கி.மு. 50 வரையான 300 வருடங்களில், 14 சேர வேந்தர்களும், 11 சோழ வேந்தர்களும், 14 பாண்டிய வேந்தர்களும் ஆட்சி செய்து வந்துள்ளனர். இவர்களில் பலர் அரசர்களாக இருந்து வேந்தர்களாக ஆனவர்கள். இவர்கள் தவிர அரசர்களாக இருந்து வேந்தர்களாக ஆகாதவர்களும் பலர் இருந்துள்ளனர். அவர்கள் குறித்து இங்குப் பேசப்படவில்லை. உலக வரலாறு, இந்திய வரலாறு, மாமூலனார் காலம், சேரன் செங்குட்டுவன்

காலம், நாணயங்களின் காலம், கல்வெட்டுகளின் காலம், தூமகேது தோன்றிய காலம், சங்ககாலக் கணிப்புகள், இவை தவிர முன்பு சொல்லப்பட்ட கால வரையறைகள் ஆகிய பல காலக்கணிப்புகளைத் தொகுத்து, ஒழுங்குபடுத்தி, ஒன்றிணைத்து இந்த 300 ஆண்டுகளில் ஆட்சி செய்த பழந்தமிழக வேந்தர்களின் வரலாற்றுக் காலங்கள் கணிக்கப்பட்டுள்ளன. இவை ஒன்றுடன் ஒன்று இணைக்கப்பட்டு வலுப்படுத்தப்பட்டுள்ளன. பொதுச்சிந்தனை, காரணகாரிய அடிப்படை, தர்க்க முறை ஆகியவற்றைக்கொண்டு இடைவெளிகள் நிரப்பப்பட்டு வரலாறு முழுமை செய்யப்பட்டுள்ளது.

பார்வை

1,2,5,6. வின்சென்ட் சுமித், அசோகர் - இந்தியாவின் பௌத்தப் பேரரசர், தமிழில் சிவ.முருகேசன், சந்தியா பதிப்பகம், 2009, பக்: 56-59, 123, 139, 140

3,4,7,12. Natana Kasinathan. (April, 2006). Tamils Heritage. (pp. 25-30, 45). Manivasagar Pathippakam, Chennai. & பழந்தமிழ்ச் சமுதாயமும் வரலாறும், கணியன்பாலன், NCBH, சனவரி - 2023, புத்தகம் - 1, பக்: 177-179.

8. www.jatland.com/home/Hathigumpha <http://www.jatland.com/home/Hathigumpha>- inscription & சதானந்த அகர்வால், சிரி காரவேலா சமற்கிருத நூல் (இணையதளம்)

9. க.ப.அறவாணன், தமிழியல் தேற்றங்களும் தீர்வுகளும், தமிழ்க் கோட்டம், டிசம்பர் 2009, பக்: 54-61.

10. இரா.கிருசுணமூர்த்தி, பாண்டியர் பெருவழுதி நாணயங்கள், கார்னெட் பப்ளிசர்சு, பக்: 81, 84, 91

11. R. Krishnamurthy, Sangam Age Tamil Coins and Ancient Foreign Coins Found in Tamil Nadu, Chennai, 2016. Page: 24, 25.

13. டி.டி.கோசாம்பி, பண்டைய இந்தியா, செப்டம்பர் - 2006, பக்: 388.

14. பழந்தமிழ்ச் சமுதாயமும் வரலாறும், கணியன்பாலன், NCBH, சனவரி - 2023, புத்தகம் - 1, பக்: 448.

15. கவிஞர் தெசிணி, கலித்தொகையும் முத்தொள்ளாயிரமும், டிசம்பர் - 2004, பக்; 180;

16. இரா.கிருசுணமூர்த்தி, செழிய செழியன் நாணயங்கள், கார்னெட் பப்ளிசர்சு, பக்: 27-58.

15. பழந்தமிழ்ச் சமூகம் சார்ந்த சில தரவுகள்

சங்கம் மருவிய காலம்

கி.மு.50 முதல் கி.பி.250 வரையான காலகட்டம் சங்கம் மருவிய காலம் எனப்படும் பேரரசுக் காலம். இக்காலகட்டத்தில் வேந்தன் தெய்வீகநிலைக்கு உயர்த்தப்பட்டு வானளாவிய அதிகாரங்களைக் கொண்டவனாக ஆனான். அதனை அதற்குச் சற்று முந்தைய கி.மு.75 வாக்கில் தோன்றிய முத்தொள்ளாயிரம் வெளிப்படுத்துகிறது. கி.மு.50 முதல் கி.பி.150வரை பழந்தமிழ்ச் சமூகம் ஓரளவு சங்ககால நற்பண்புகளையும், உயர்ந்த சமூக மதிப்பீடுகளையும் கொண்டதாக இருந்தது. சுயசிந்தனையும் புதுமை செய்யும் திறனும் புத்துணர்வும் ஓரளவு தொடர்ந்து பாதுகாக்கப்பட்டு வந்தன. படைவலிமையும் உலகளாவிய வணிகமும் செல்வமும் தொடர்ந்து வளர்ந்து வந்தன. திருக்குறளும் சிலப்பதிகாரமும் இக்காலகட்டத்தில்தான் தோன்றின. இக்காலத்தில் இயல் இசை நாட்டியம் முதலியன உச்சநிலையை அடைந்தன. பதினெண் கீழ்க்கணக்கு நூல்களும் இக்காலகட்டத்தில்தான் தோன்றின. நிலவியல் அடிப்படையிலான ஐந்திணைக் கோட்பாடுகளும், அகம் - புறம் சார்ந்த கருத்தியல்களும் காரணகாரிய அடிப்படையிலான மதம் சாராத சிந்தனைகளும் களப்பிரர் காலத்தில் மறக்கப்பட்டு அழிந்தொழிந்து போயின. ஆகவே களப்பிரர் காலத்திற்கு முன்பே சங்கம் மருவிய காலத்தில் இந்நூல்கள் தோன்றிவிட்டன. ஆனால் வீழ்ச்சிக்கான அறிகுறிகளும் உருவாகியிருந்தன.

கி.பி.150க்குப் பிந்தைய பழந்தமிழ்ச் சமூகம், பேரரசுக் கொள்கை, சமயச்சிந்தனைகள், இன்னபிற காரணிகள் ஆகியனவற்றின் காரணமாக ஒரு புரையோடிப் போன சமூகமாக மாறிப்போனது. கி.பி.150க்குப்பின், வேந்தனும் அவனைச் சார்ந்தோரும், வணிகர்களும், இன்ன பிற செல்வந்தர்களும் அதிகம் செல்வம் பெற்றவர்களாக ஆகி ஆடம் பரத்திலும், வீண் விளையாட்டுகளிலும், இசை, நடனம், ஆடல்பாடல் போன்ற கேளிக்கைகளிலும், மதச்சடங்குகளிலும், மூடநம்பிக்கைகளிலும் மூழ்கிப்போயிருந்தனர். சாதாரண மக்களின் நிலையில் மாற்றமில்லாத வாழ்க்கையும், ஓரளவு வளமும் செல்வமும் தொடர்ந்து நீடிக்கும் சூழ்நிலை இருந்துவந்தது என்பதோடு, அவர்களும் மூட நம்பிக்கை களிலும், வெற்றுச் சடங்குகளிலும் ஆழ்ந்து போயிருந்தனர்.

வர்க்கவேறுபாடுகள் அதிகரித்து இருந்தன. உயர் மதிப்பீடுகளை இழந்துபோன சமூகமாக, பழக்கவழக்கங்களும் சடங்குகளும் மரபுகளும் இறுகிப்போன சமூகமாக ஆகி, சுயசிந்தனையோ புத்துணர்வோ புதுமை செய்யும் திறனோ இல்லாதுபோய், ஒரு புரையோடிப் போன சமூகமாக கி.பி.150க்குப் பிந்தைய பழந்தமிழ்ச் சமூகம் ஆகியிருந்தது.

ஆனால் வேளாண்மையும் தொழிலும் பொருள் உற்பத்தியும் வணிகமும் பெரிய மாற்றமின்றி நடந்து கொண்டிருந்தன. இசை, நாட்டியம் முதலியன உச்சநிலையை அடைந்திருந்தன. ஐரோப்பியர் வருகையின்போது இருந்த இந்தியா போன்றுதான் களப்பிரர் படையெடுப்புக்கு முந்தைய தமிழ்ச் சமூகம் இருந்தது. உற்பத்தி இருந்தது, செல்வம் இருந்தது, வளம் இருந்தது. ஆனால் சீரழிந்து போன சமூகமாகத் தமிழ்ச் சமூகம் ஆகியிருந்தது. வீரவுணர்வும், கல்வியறிவும், ஒற்றுமை உணர்வும் இல்லாது போயிருந்தது. சூழ்நிலைக்கும் சந்தர்ப்பத்திற்கும் காலத்திற்கும் இடத்திற்கும் ஏற்பத் தன்னைத் தகவமைத்துக் கொள்ளும் திறன் கொண்டிருந்த பழந்தமிழ்ச் சமூகம் கி.பி.150க்குப் பின் அத்திறனை இழந்து இறுகிப்போய், ஒளியிழந்த இருள்படர்ந்த சமூகமாக ஆகியிருந்தது.

சீசருக்குப் பின் மார்க்கசு அரேலியசின் (Marcus Aurelius) காலம் (கி.மு.31 - கி.பி.180) வரை மிக உயர்வளர்ச்சி பெற்ற சமூகமாக இருந்த உரோம் பேரரசு, பழந்தமிழகத்தோடு பெருமளவில் வணிகம் செய்து வந்தது. அதன்பின் கி.பி.235 முதல் கி.பி.284 வரை உரோம் பேரரசு மோசமான அரசியல் வீழ்ச்சிக்கு உள்ளானது.[1] அக்கால கட்டத்தில் உரோமுடனான தமிழக வணிகம் நின்று போனது. பலவிதங்களிலும் முன்பே புரையோடிப் போயிருந்த தமிழகம், கிபி. 235க்குப்பின் உரோம் மூலம் கிடைத்து வந்த வணிக வருவாயை இழந்ததால், கடும் பொருளாதார வீழ்ச்சியை அடைந்தது. இக்கால கட்டத்தில்தான், கி.பி.250வாக்கில் களப்பிரர் படையெடுப்பு தமிழகத்தில் நடந்தது. அதன் காரணமாக 1500 ஆண்டுகளுக்கு மேலாக இருந்துவந்த பழம்பெரும் தமிழக நாகரிகம், எழமுடியாத வீழ்ச்சிக்கும் அழிவுக்கும் உள்ளானது. அதில் இருந்து தமிழகம் மீளவே இல்லை.

இது போன்ற புரையோடிப்போன சமூகங்களின் மேல் நடக்கும் அநாகரிக தொல்லினக்குழு மக்களின் படையெடுப்பு, பேரழிவை ஏற்படுத்துகிறது. இது போன்ற படையெடுப்புகளால், அந்தப் புரையோடிப்போயிருந்த, நாகரிக நகரச் சமூகங்கள் பின்தங்கிய கிராமச் சமூகமாக, மிகவும் பிற்போக்கான சிந்தனையைக் கொண்ட சமூகமாக மாற்றப்படுகின்றன. அநாகரிக டோரியர்களின் படையெடுப்பால்

கிரேக்கத்தில் ஏற்பட்ட வீழ்ச்சி குறித்து, "ஆப்ரிக்காவில் பயிரிட்டு வாழ்ந்த மக்களுக்கும் கிரேக்க மக்களுக்கும் வேறுபாடு இல்லாதுபோனது. மைசீனியாவின் கடந்த காலம் முற்றிலுமாக மறக்கப்பட்டிருந்தது. கிராமங்கள் ஒன்றுக்கொன்று துண்டிக்கப் பட்டிருந்தன. மக்கள் படிப்பறிவு இல்லாதவர்களாக இருந்தார்கள். கைவினைத் தேர்ச்சி முதிர்ச்சி பெற்றிருக்கவில்லை... வாழ்க்கை கடுமையானதாகவும் பஞ்சங்கள் மிகுந்ததாகவும் இருந்தது" என்று அதன் பிற்போக்கான நிலையைக் கூறுகிறார் கிரிசு ஆர்மன்.[2] டோரியர் படையெடுப்பால், மைசீனிய நகரம் உட்பட அநேக நகரங்கள் சாம்பற் குவியலாகின, கிரீசின் வாழ்க்கை நிலைகுலைந்து தேங்கி விட்டது, அந்நாகரிகத்தை இருள் சூழ்ந்துகொண்டது, மக்களின் வறுமை அதிகரித்தது, வாழ்க்கை நிலையற்றதாகியது, அதன் காரணமாக 300 வருடம் கிரேக்கம் இருளடர்ந்த காலமாக ஆகியது என்கிறார் சாமிநாத சர்மா.[3] களப்பிரர் படையெடுப்புக்குப் பிந்தைய தொடக்ககாலத் தமிழ்ச் சமூகம் இந்த நிலையில்தான் இருந்தது.

களப்பிரர் காலமும் வைதீகமும் (கி.பி.250-550)

களப்பிரர் காலம் குறித்து அறிய வேள்விக்குடி செப்பேடும், பூலாங்குறிச்சிக் கல்வெட்டும் உதவுகின்றன. தனக்கு யாகங்களைச் செய்து கொடுத்த கொற்கைக்கிழான் கொற்றன் என்கிற பார்ப்பனனுக்கு கி.மு.4ஆம், 3ஆம் நூற்றாண்டைச் சேர்ந்த பாண்டியன் முதுகுடுமிப் பெருவழுதி, வேள்விக்குடி என்கிற ஊரைத் தானமாகக் கொடுத்தான். இதனை கி.பி.3ஆம் நூற்றாண்டு வாக்கில் தமிழகத்தைக் கைப்பற்றிய களப்பிரர்கள் எடுத்துக் கொண்டனர். கி.பி.7ஆம் 8ஆம் நூற்றாண்டுக் குரிய பாண்டியன் பராந்தகன் நெடுஞ்சடையனிடம் கொற்கைக் கிழான் கொற்றனின் வழிவந்தவன் தனது முன்னோனுக்கு வழங்கப்பட்ட வேள்விக்குடி ஊரை மீட்டுக் கொடுக்க வேண்டுமாய்க் கேட்டுக் கொண்டான். அதனை ஏற்றுப் பராந்தகன் நெடுஞ்சடையன் வேள்விக்குடி ஊரை மீட்டுக் கொடுத்த செப்பேட்டுச் சாசனம்தான் இந்த வேள்விக்குடிச் செப்பேடு எனக் கருதப்படுகிறது. இந்த வேள்விக்குடிச் செப்பேடு குறித்துப் பல கேள்விகளை எழுப்புகிறார் முனைவர் தி.சு.நடராசன்.[4] முதுகுடுமிப் பெருவழுதி காலத்தில் (கி.மு.3ஆம் - 4ஆம் நூற்றாண்டு) இது போன்ற செப்பேடுகள் இருக்கவில்லை, நில தானங்கள் வழங்கப்படுவதில்லை. வேள்விக்குடி என்ற ஊர் இல்லை. அதில் உள்ள பெயர்களும் பொருத்தமாக இல்லை. முதுகுடுமி கொடுத்த சாசனம் குறித்தத் தகவல் எதுவுமில்லை. சங்ககாலத்திலேயே பார்ப்பனர்களுக்கு நிலதானம் வழங்கப்பட்டது என்ற பிரமையை உருவாக்குவது தான் இதன்

நோக்கம் என்கிறார் அவர். தி.சு.நடராசன் கருத்தில் உண்மையுள்ளது. கீழடி அகழாய்வுகளும் இன்ன பிறவும் அன்று சமயம் சார்ந்த எந்த விடயமும் இல்லை என்பதை உறுதி செய்த நிலையில் இந்த வேள்விக்குடி செப்பேடு கூறும் செய்திகளை ஏற்பது முறையல்ல.

வேள்விக்குடி செப்பேடு ஒரு வரலாற்றுப்புனைவு என்பதால், களப்பிரர்கள் குறித்துக் கூறிய கூற்றுகள் பல ஏற்கத்தக்கன அல்ல. அடுத்ததாக பூலாங்குறிச்சிக் கல்வெட்டு குறித்து முனைவர் மா.பவானி கூறுபவை.[5] பூலாங்குறிச்சியில் குளத்தின் அருகில் உள்ள மலைச்சரிவில் கல்வெட்டுகள் உள்ளன. கல்வெட்டின் எழுத்தமைதியைக் கொண்டு இதன் காலம் கி.பி.5ஆம் நூற்றாண்டு என முடிவு செய்யப்பட்டது. சேந்தன் கூற்றன் என்னும் களப்பிர அரசனின் வேல்மருகன் கடலகபெரும் படைத்தலைவன் எங்குமான் என்பவன் இரண்டு கோவில்களையும், ஒரு சமணப்பள்ளியையும் கட்டுவித்து கோவிலில் வழிபாடு நடத்த ஏற்பாடு செய்தான் எனவும், வெள்ளேற்றான் மங்கலம், சிற்றையூர் பிரம்மதேயம், வேறு ஒரு ஊர் ஆகிய மூன்று ஊர்களும் மலைமேல் உள்ள கோவில்களுக்கு தரப்பட்ட தானம் எனவும் கூறுகிறது.

இக்கல்வெட்டுகளில் பிராமண நிலக்கிழார், பிரம்மதேய முடையார், நாடு காப்பார், புறங்காப்பார் போன்ற பல பெயர்கள் வருகின்றன. இக்கல்வெட்டில் சோழநாட்டு ஊர்களும், பாண்டியநாடு, கொங்குநாடு போன்றன வருவதாலும் இந்தக் களப்பிர அரசன் சோழ, பாண்டிய, கொங்கு நாடுகளின் அரசனாவான். பிரம்மதேயமுடையார், பிரம்மதேயம் ஆகிய சொற்கள் களப்பிரர் காலத்தில் பிரம்மதேயம் வழங்கப்பட்டதையும், அவை இருந்ததையும் உறுதி செய்கின்றன. ஆகவே இக்காலம் பிரம்மதேயங்கள் பெருகத்தொடங்கிய காலம் என்கிறார் முனைவர் மா.பவானி.[6] பூலாங்குறிச்சிக் கல்வெட்டுகள் தரும் செய்திகள் களப்பிரர்கள் பிராமணர்களுக்கு பிரம்மதேயம் வழங்கியவர்கள் என்பதை உறுதி செய்கின்றன. ஆகவே தமிழகத்தில் பல்லவர்களோடு களப்பிரர்களும் முதலில் பிரம்மதேயங்களை வழங்கியவர்கள் என்பதை இக்கல்வெட்டு உறுதி செய்கிறது.[7] யாப்பருங்கலக் காரிகை என்னும் இலக்கண நூலில் களப்பிரர்கள் மூவேந்தர்களையும் சிறையில் இட்டனர் என்ற செய்தி சொல்லப் படுகிறது.[8] இந்நூலில் உள்ள பல பாடல்கள் மூலம் களப்பிரர்கள் மிகச்சிறந்த வைணவர்கள் என அறிய முடிகிறது.[9] கூற்றுவன் என்கிற களப்பிரர் குலத்தைச் சேர்ந்த அரசன் ஒரு சிறந்த சிவ பக்தன் என கூற்றுவ நாயனார் புராணம் கூறுகிறது.[10]

களப்பிரர்கள் பாலி மற்றும் பிராகிருத மொழியை ஆதரித்தார்கள் என்பதற்கும் அம்மொழிகளில் பல நூல்கள் அக்காலத்தில் படைக்கப் பட்டன என்பதற்கும் சான்றுகள் உண்டு.[11] கி.பி.470இல் வஜ்ரநந்தி மதுரையில் திரமிள சங்கத்தை நிறுவினார். சமணத்தை வளர்ப் பதற்காகவே இச்சங்கம் நிறுவப்பட்டது.[12] ஆகவே களப்பிரர் காலத்தில் சமண பௌத்த மதங்கள் மட்டுமல்ல, வைதீகமும் ஆதரிக்கப்பட்டு பிராமணர்களுக்கு பிரம்மதேயமும் வழங்கப்பட்டன. தொடக்கத்தில் பாலி பிராகிருத மொழிகள் செல்வாக்குப் பெற்றவையாக இருந்தன, இறுதியில் சமற்கிருதம் பெரும் செல்வாக்குப் பெற்றதாக ஆகியது. கி.மு.1000க்கு முன்பிருந்து கி.பி.250வரை 1000 ஆண்டுகளுக்கு மேலாகத் தமிழகத்தில் அரசு மொழி முதல் வழிபாட்டு மொழி வரை அனைத்துமாகத் தமிழ் இருந்தது. ஆனால் களப்பிரரின் தொடக்க காலத்தில் அறிவியல் மொழி, வணிக மொழி, இலக்கிய மொழி போன்ற தகுதிகளைத் தமிழ்மொழி முழுமையாக இழந்து போனது. இத்தொடக்க காலம், 1000 ஆண்டுகளாக வளர்ச்சியடைந்த பழந்தமிழக நகர நாகரிகம், தடயமே இல்லாமல் மறைந்து போகும் அளவு பெரும் பேரழிவு நடந்த காலம். பிந்தைய களப்பிரர்காலம் சமய ஆதிக்கம் மேலோங்கி, பொருள்முதல்வாத மெய்யியல் சிந்தனைகளும் அதன் அடிப்படைத் தரவுகளும் முழுமையாக அழிக்கப்பட்ட காலம். களப்பிரர்கள் காலத்தில் தொண்டை மண்டலத்தை ஆண்ட பல்லவர்களும் முதலில் பாலி பிராகிருத மொழிகளை, பின் சமற்கிருத மொழியை வளர்த்தெடுத்தார்கள். பிரம்மதேயங்களை வழங்கினார்கள்.[13]

சங்ககாலத்தில் உடன்போக்கும் சாதியும்

அகமணமுறைதான் சாதிக்கான அடிப்படை. தொல்லினக்குழு காலத்தில் அகமணமுறை உலகம் முழுவதும் இருந்தது. அன்று இரத்த உறவு என்பது உயிரினும் மேலானதாக மதிக்கப்பட்டது. ஆனால் தொல்லினக்குழுவின் கண அமைப்பு முறையை அதன் அகமண முறையை அழித்து அதன் மீது கட்டப்பட்டதுதான் இந்த ஒருதார மணமும் குடும்பமும் அரசும். தமிழகத்தில் அரசு உருவானபோது இந்த அகமணமுறையும் இல்லாது போனது. அதன் அடையாளம்தான் ‘உடன்போக்கு’ திருமணமுறை. சங்ககாலத்தில் உடன்போக்கு என்பது திருமணத்திற்கான ஒரு ஒழுங்குமுறையாக அனைவராலும் அங்கீகரிக்கப்பட்டிருந்தது. ஆனால் பிற்காலத்தில் பொருளாதார ஏற்றத் தாழ்வுகள் அதிகமாகிய பொழுது இம்முறைக்கு எதிர்ப்புகள் இருந்ததையும் சங்க இலக்கியம் பதிவு செய்துள்ளது. ஆனால் பொதுவாக உடன்போக்கு என்பதைச் சங்ககாலச் சமூகம் அங்கீகரித்து ஏற்றுக்கொண்டிருந்தது என்பதைச் சங்ககால அகப்பாடல்கள் உறுதி

செய்கின்றன. சங்ககாலத்தில் தலைவி தன் குடிக்குரிய தலைவனோடு மட்டுமின்றி அனைத்துக் குடித்தலைவனோடும் உடன்போக்கு மேற்கொண்டாள். முல்லைத்தலைவி குறிஞ்சித் தலைவனோடும், நெய்தல் தலைவி மருதத்தலைவனோடும் என மாறி மாறி ஐவகைத்திணைத் தலைவனோடும், அனைத்துக் குடித்தலைவனோடும், அனைத்துத் தொழில் செய்யும் தலைவனோடும் உடன்போக்கு மேற்கொண்டாள் என்பதைச் சங்க இலக்கிய அகப்பாடல்கள் உறுதிபடத் தெரிவிக்கின்றன. ஆகவே சங்ககாலத்தில் அகமணமுறை இருக்கவில்லை என்பதால் சங்ககாலத்தில் சாதி இருக்கவில்லை என உறுதி செய்யலாம்.

செல்வக்குடியில் பிறந்த இளம்பெண் ஏழை இளைஞனோடும், தேருடைய செல்வ மகன் ஏழை இளம் பெண்ணுடனும் உடன்போக்கு மேற்கொண்டதை சங்க இலக்கியம் பதிவு செய்துள்ளது. சங்ககாலத்தில் திணை வேறுபாடுகளும், தொழில் வேறுபாடுகளும், பொருளாதார அடிப்படையிலான வகுப்பு, வர்க்க வேறுபாடுகளும் இருந்துள்ளன. ஆனால் பிறப்பின் அடிப்படையிலான சாதிகள் இருக்கவில்லை. இவையன்றி சங்ககாலத்தில் இழிசனன், சண்டாளன், புலையன் போன்ற மக்களும் இருந்தனர். இவர்கள் பிற்காலத்தில் கீழ்மக்களாகக் கருதப்பட்டனர். இவர்கள் சாதிய அடிப்படையில் அப்படி அழைக்கப்படவில்லை. அவர்கள் செய்யும் தொழில்களின் அடிப்படையில்தான் அவ்வாறு அழைக்கப்பட்டார்கள். சங்ககாலத்தில் அவர்கள் கீழ்மக்களாகக் கருதப்படவில்லை. பல்லவர் காலத்தில் வைதீகப் பார்ப்பனிய ஆதிக்கம் அதிகச் செல்வாக்கு பெற்றதால், சாதியத்துக்கான சிந்தனைக் கூறுகள் பல்லவர் காலத் தமிழ்ச் சமூகத்தில் உருவாகிய போதிலும், கி.பி. 12ஆம் நூற்றாண்டுவரை சாதி இருக்கவில்லை. கி.பி. 13ஆம் நூற்றாண்டில் பிற்காலச் சோழர் ஆட்சியின் வீழ்ச்சிக்குப்பின், சாதியச்சிந்தனை வளரத்தொடங்கி, விசயநகர, நாயக்கர் காலத்தில் ஏற்பட்ட வைதீகப் பார்ப்பனிய ஆதிக்கத்தால் சாதி நடைமுறைக்குக் கொண்டுவரப்பட்டு, சாதிகளில் பிரிவுகள் அதிகரித்து, கெட்டித்தன்மை கொண்டதாக இறுகி இன்றைய நிலையை அடைந்தது.

பழந்தமிழ்ச் சமூகத்தில் வகுப்புகள்

மனித சமூகத்தில் சொத்துடமை உருவானபின் உலகம் முழுவதும் வகுப்புகள் தோன்றின. சொத்துடமை இருக்கும்வரை வகுப்புகளும் இருக்கும். தொழில் அடிப்படையில், வர்க்க அடிப்படையில் இந்த வகுப்புகள் இருந்தன. பிறப்பு அடிப்படையில் வகுப்புகள் இருக்கவில்லை. பழந்தமிழகத்திலும் வகுப்புகள் இருந்தன. வேந்தர்,

அரசர், வேளிர் போன்றவர்கள் ஆளும் வகுப்பாக இருந்தனர். இவர்கள் முதல் வகுப்பாவர். அந்தணர், தாபதர், அறிவர், கணியர் போன்ற பிசிராந்தையார் புறம் 191ஆம் பாடலில் குறிப்பிடும் கொள்கைச் சான்றோர் ஒரு வகுப்பாக இருந்தனர். இவர்கள் அறிவு, ஆய்வு, ஒழுக்கம், பொதுநலம், துறவு ஆகியவற்றில் சிறந்தவர்கள். இந்தச் சான்றோர் குறித்துக் கடலுள் மாய்ந்த இளம்பெருவழுதி என்ற அரச இளவல் புறம் 182ஆம் பாடலில் கூறியுள்ளான். வள்ளுவனின் 99ஆவது அதிகாரமான 'சான்றாண்மை' சான்றோர்களின் பண்பு நலன் குறித்துப் பேசுகிறது. இந்தச் சான்றோர்கள் இரண்டாம் வகுப்பாக இருந்தார்கள்.

வணிகர்கள், தொழில் செய்பவர்கள், வேளாண்மை செய்யும் நிழக்கிழார்கள் ஆகியவர்களில் செல்வந்தர்களும், உயர்ந்தோர்கள் எனப்படுவோரும் மூன்றாவது வகுப்புக்கு உரியவர்கள். இவர்களில் சிறு குறு வணிகர்கள், சிறு குறு தொழில் செய்பவர்கள், சிறு குறு வேளாண்குடிகள் ஆகியோரும், இன்னபிறரும், போர்வீரர்களும், பார்ப்பனர், பாணர், கூத்தர், பொருநர், விறலி போன்றவர்களும் நான்காவது வகுப்பைச் சேர்ந்தவர்கள். தமிழகத்தில், சங்ககாலத்தில் சாதிகள் இருக்கவில்லை. தொல்காப்பிய இலக்கணமும், சங்க இலக்கியங்களும் சொல்லும் விடயங்களைக் கொண்டு மேற்கண்ட நான்கு வகுப்புகளை அடையாளம் காணமுடியும். இந்த வகுப்புகளும் தொழிலை, செல்வத்தை அடிப்படையாகக் கொண்டவை. இவை பிறப்பை அடிப்படையாகக் கொண்டவையல்ல. பண்டைய கிரேக்க உரோம சமூகங்களைப் போலவே தமிழகத்திலும் சங்ககாலத்தில் பூசாரிகள் என்ற தனி வகுப்பு இருக்கவில்லை. பக்தி காலகட்டத்திலும் அதன்பின்னரும்தான் பூசாரிகளாகிய பார்ப்பனர்கள் தமிழ்ச்சமூகத்தில் தனிவகுப்பாக, வலிமைமிக்க வகுப்பாக ஆயினர்.

சங்க நூல்களின் காலம்

சங்க நூல்களில் ஒன்றான ஐங்குறுநூறு கூடலூர் கிழாரின் துணைகொண்டு சேரமான் யானைக்கண்சேய் மாந்தரஞ்சேரல் இரும் பொறையால் (கி.மு.180-163) தொகுப்பிக்கப்பட்டது. பதிற்றுப்பத்தும் இவனால்தான் தொகுப்பிக்கப்பட்டது. ஆனால் தொகுத்தவர் பெயரை அறிய இயலவில்லை. பாண்டியன் கானப்பேரெயில் எறிந்த உக்கிரப் பெருவழுதியால் (கி.மு.145-130) அகநானூறு தொகுப்பிக்கப்பட்டது. இதனைத் தொகுத்தவர் உப்பூரிக்குடிக் கிழார் மகனார் உருத்திரசன்மர். பாண்டியன் கூடகாரத்துத் துஞ்சிய மாறன் வழுதி (கி.மு.105-70) என்பவன் நற்றிணையைத் தொகுப்பித்தவன். இதனைத் தொகுத்தவர் குறித்து அறிய இயலவில்லை. புறநானூற்றிலுள்ள வரலாற்றுச் செய்திகள் கி.மு.50க்கு உட்பட்டவை. ஆதலால் புறநானூறு

கி.மு.50 முதல், கி.மு. முதல் நூற்றாண்டின் முடிவிற்குள் தொகுக்கப் பட்டுவிட்டது. இதே காலகட்டத்திற்குள்தான் குறுந்தொகையும் தொகுக்கப்பட்டிருக்க வேண்டும். ஆனால் இந்நூல்களைத் தொகுத்தவர்கள், தொகுப்பித்தவர்கள் குறித்து அறிய இயலவில்லை. ஆகவே எட்டுத்தொகையில் பதிற்றுப்பத்து, ஐங்குறுநூறு, அகநானூறு, நற்றிணை, குறுந்தொகை, புறநானூறு ஆகிய ஆறு நூல்களும் கி.மு. முதல் நூற்றாண்டின் இறுதிக்குள் தொகுக்கப்பட்டுவிட்டன.

பத்துப்பாட்டில் இருக்கும், குறிஞ்சிப்பாட்டு கி.மு.3ஆம் நூற்றாண்டின் இறுதியிலும், மதுரைக்காஞ்சி, பட்டினப்பாலை, பொருநராற்றுப்படை, நெடுநல்வாடை, பெரும்பாணாற்றுப்படை, முதலியன கி.மு.2ஆம் நூற்றாண்டின் இடையிலும், முத்தொள்ளாயிர மும், சிறுபாணாற்றுப்படையும் கி.மு. முதல் நூற்றாண்டிலும் இயற்றப்பட்டுள்ளது. முல்லைப்பாட்டு 10ஆம் காலகட்டத்திற்குள் இயற்றப்பட்டிருக்கலாம். ஆனால் மலைபடுகடாம், திருமுருகாற்றுப் படை ஆகியன இயற்றப்பட்ட காலத்தைக் கணிக்க இயலவில்லை. பத்துப்பாட்டை தொகுப்பித்தவர் குறித்தோ தொகுக்கப்பட்ட காலத்தையோ அறிய இயலவில்லை. திருக்குறள், சிலப்பதிகாரம் ஆகியன சங்கம் மருவிய காலத்தில் (கி.மு.50-கி.பி.250) உருவாகின. கலித்தொகை, பரிபாடல், பதினெண் கீழ்க்கணக்கு நூல்கள் ஆகிய அனைத்தும் சங்கம் மருவிய காலத்தில்தான் உருவாகின.[14]

சங்க இலக்கியம் முழுமையானதல்ல

எட்டுத்தொகை, பத்துப்பாட்டு ஆகியவற்றில் மொத்தம் 2371 பாடல்கள் உள்ளன. இவற்றைப்பாடியவர்கள் 473 புலவர்கள். இவை போக முத்தொள்ளாயிரம், தகடூர் யாத்திரை, தனிப்பாடல் திரட்டு என மொத்தம் 2500 பாடல்களுக்கு மேல் இருக்கும், புலவர்கள் 500 பேருக்கு மேல் இருப்பர்.[15] அதில் 400 பாடல்களைக்கொண்டதுதான் புறநானூறு. இவை போக சங்கம் மருவிய காலத்துக்குரிய (கி.மு.50 - கி.பி.250). திருக்குறள், நாலடியார் முதலான 18 நூல்கள் உள்ளன. அவற்றில் மொத்தம் 3254 பாடல்கள் உள்ளன.[16] இவை போக இக்காலகட்ட சிலப்பதிகாரம் இருக்கிறது. இவை அனைத்தும் சேர்ந்து சுமார் 6000 பாடல்களைக் கொண்டிருந்த போதும் இக்காலகட்டத்தில் உருவான மொத்தப்பாடல்களில் இவை 5 விழுக்காட்டுக்கும் குறைவானவையே. இக்காலகட்டத்தில் உருவாகி அழிந்து போன நூல்கள் 95 விழுக்காட்டுக்கு மேல் இருக்கும். இந்த சங்க இலக்கியங்கள் வரலாற்று நூல்கள் அல்ல. இலக்கிய நூல்கள். இவை தொகுக்கப்பட்ட நூல்கள் என்பதால் தொகுத்தவரின் கண்ணோட்டமும் இதில் அடங்கி இருக்கும்.

இக்காலகட்டப் புலவர்கள் தங்களுக்கு எங்கு பரிசுகள் கிடைக்குமோ அங்கு சென்று பாடியுள்ளனர். அன்று தமிழகத்தில் நூற்றுக்கணக்கான சிறுகுறு அரசுகளும் அவற்றிற்கான நகரங்களும் இருந்தன. அதுபோக மூவேந்தர்களும் வேளிர்களும் இருந்தனர். அவர்களின் பெரு நகரங்களும்(சான்றாக பண்டைய முசிறி நகரானது இன்றைய இலண்டன், சாங்காய், நியூயார்க் போன்ற பெருநகரங்களுக்கு இணையாக) இருந்தன. அந்தப் பெருநகரங்களில் செல்வமும், ஆட்சியதிகாரமும் மிக்க ஆட்சியாளர்களின் குடும்பங்களும் அவர்களின் உறவுகளும், அரசு உயர் அதிகாரிகளும், பெரும்படைத்தலைவர்களும், செல்வவளம் பொருந்திய பெரு வணிகர்களும், மரக்கலங்களின் சொந்தக்காரர்களும், பட்டறைத்தொழில் அதிபர்களும், பல்வேறு தொழில்களைச்செய்த செல்வந்தர்களான கம்மாளர்(பொற்கொல்லர் போன்றவர்கள்) போன்றவர்களும், பல்வேறு கைவினைஞர்களும் இன்ன பிறரும் இருந்தனர்.

சங்கப்புலவர்கள் இந்த நகர மாந்தர்களிடம் பரிசுபெறச் செல்லவில்லை, ஏனென்றால் நகரமாந்தர்கள் பரிசு தருவதில்லை. ஆதலால் இந்த நகர மாந்தர்கள் குறித்தும் அவர்களது வாழ்க்கை குறித்தும் சங்ககாலப் புலவர்கள் அதிகம் பாடவில்லை. சங்கப்புலவர் களுக்கு நகரமாந்தர்களின் வாழ்க்கை குறித்தும் அவர்களது பொருளாதாரம் குறித்தும் அதிகம் தெரியவில்லை. அவர்களுக்கு பரிசு தந்தவர்களில் அதிகமானவர்கள் பழந்தமிழ்ச் சமூகத்தின் விளிம்பு நிலையில் இருந்த சிற்றூர்களின் தலைவர்கள். இரண்டாவது அளவில் பரிசு தந்தவர்கள் சிறுகுறு அரசுகளின் ஆட்சியாளர்கள். மூன்றாவது அளவில் பரிசளித்தவர்கள் மூவேந்தர்களும் வேளிர்களும். இவற்றை சங்க இலக்கியப்பாடல்கள் தெளிவாகவே வெளிப்படுத்துகின்றன. ஆகவே புலவர்கள் விளிம்புநிலையில் இருந்த சிற்றூர்த் தலைவர்கள் குறித்தும், சிறுகுறு ஆட்சியாளர்கள் குறித்தும் அவர்கள் வாழ்க்கை குறித்துமே அதிகம் பாடிச்சென்றுள்ளனர். அகப்பொருள் பாடல்களுக்கான இலக்கணங்களும் மிகப்பண்டைய மரபை ஒட்டியே இருந்து வந்தன. கி.மு.350க்கு முந்தைய பாடல்கள் பொருள்முதல்வாத மெய்யியலை அடிப்படையாகக் கொண்டிருந்திருக்கும். ஆனால் அவை அனைத்தும் அழிந்து போயின. அதன் பிந்தைய பாடல்களிலும் தொகுக்கப்பட்ட நூல்களே இன்று கிடைத்துள்ளன. பிற தனிப்பாடல்களில் பெரும்பகுதி அழிந்து போயின. ஆதலால்தான் இந்தச் சங்ககால நூல்கள் சங்ககாலம் குறித்த முழுமையான கண்ணோட்டத்தை வழங்கவில்லை.

தொல்காப்பியம் - கி.மு.6ஆம் நூற்றாண்டு

தொல்காப்பியத்தில் இடைச்செருகல்கள் பல உள்ளன. அதை வைத்து அதன் காலத்தைக் கணக்கிட முடியாது. அதில் உள்ள மூலச்

சிறப்புடைய தமிழ்ச் சிந்தனை மரபு சார்ந்த தொன்மைச் செய்திகளை வைத்தும், அதில் உள்ள மிகப் பழமையான அருஞ்சொற்களை வைத்தும் மட்டுமே அதன் காலத்தைக் கணக்கிட வேண்டும். தொல்காப்பியம் தமிழின் மிகச்சிறந்த, மிகப்பழமையான நூல் என்பதில் சந்தேகமில்லை. நமது கணக்குப்படி சங்க இலக்கியங்கள் கி.மு.750 முதல் உருவாகத் தொடங்கிவிட்டன. இலக்கியங்கள் உருவான பின்தான் இலக்கணம் உருவாகமுடியும் என்கிற அடிப்படையில், கி.மு.750க்குப்பின்தான் தொல்காப்பியம் உருவாகியிருக்க முடியும். பண்டைய மரபுப்படி, நிலந்தரு திருவிற் பாண்டியனது அவையில்தான் தொல்காப்பியம் வெளியிடப்பட்டது. பாண்டியன் முதுகுடுமிப் பெருவழுதி (கி.மு.320-280) குறித்துப் பாடிய நெட்டிமையார் (புறம்-9), நிலந்தரு திருவிற் பாண்டியன் என்கிற நெடியோன் குறித்துக் குறிப்பிட்டுள்ளார். இவனை, இரண்டாம் பதிற்றுப்பத்தில் குமட்டூர் கண்ணனாரும், மதுரைக்காஞ்சியில் மாங்குடி மருதனாரும் பாடியுள்ளனர். சங்க இலக்கியத்தில் கி.மு.350க்குமுன் குறிப்பிடப்படும் ஒரே வரலாற்றுக்கால வேந்தன் இவனாவான்.

எனவே நிலந்தரு திருவிற் பாண்டியன் மிகவும் புகழ்பெற்ற வேந்தன் என்பதையும், முதுகுடுமிப் பெருவழுதிக்குப் பல தலைமுறைகளுக்கு முன் வாழ்ந்தவன் எனவும் அறிய முடிகிறது. முதுகுடுமிப் பெருவழுதியின் காலம் கி.மு.3ஆம், 4ஆம் நூற்றாண்டு என்பதால், அவனுக்குப் பல தலைமுறைகள் முன் வாழ்ந்த நிலந்தரு திருவிற் பாண்டியனின் காலத்தை கி.மு.6ஆம் நூற்றாண்டு எனக் கொள்ளலாம். தொல்காப்பியம் இவனது அவையில் அரங்கேற்றப் பட்டதால் தொல்காப்பியத்தின் காலத்தை சுமார் கி.மு. 6ஆம் நூற்றாண்டு எனக் கணிக்கலாம். கி.மு.1000க்கு முன்பே வீரயுகக் காலத்தில் நாட்டார் பாடல்களும், வீரயுகப் பாடல்களும் உருவாகி யிருக்க வேண்டும். அதன்பின் இலக்கியங்கள் உருவாகியிருக்கும். அதற்குப் பின்னரே தொடக்ககால இலக்கணங்கள் உருவாகியிருக்க வேண்டும். இவை அனைத்திற்கும் பின்னர் கி.மு.6ஆம் நூற்றாண்டில் தொல்காப்பியம் உருவானது. இவை குறித்து விரிவான ஆய்வுகள் தேவை.

அழிந்துபோன நூல்கள்

பெருநாரை, பெருங்குருகு, முதுநாரை, முதுகுருகு, களரியா விரை, பரிபாடல், சிற்றிசை, பேரிசை, சிற்றிசைச்சிற்றிசை, பண்டைய இசை நுணுக்கம், பேரிசை, யாழ்நூல், அகத்தியம், பரதம், செயிற்றியம், முறுவல், கூத்துவரி, கூத்தநூல், நுண்ணிசை, குருகு ஆகிய 20 நூல்களும் அழிந்து போயின. இவை சங்க செவ்வியல்

இலக்கியகால, சங்கம் மருவியகால நூல்கள் எனலாம். காமவிண்ணிசை, மகிழிசை, குணநூல், சயந்தம், பிந்தைய இசை நுணுக்கம், இசைத்தமிழ் 16 படலம், மதிவாணர் நாடகத்தமிழ், பஞ்சபாரதீயம், வியாழமாலை அகவல், பரதசேனாபதீயம், வெண்டாளி, இந்திரகாளியம், பன்னிருபடலம் ஆகிய 13 நூல்களும் அழிந்து போயின. இவை பிற்கால நூல்கள். பண்டைய நூல்களில் பஞ்சமரபு மட்டுமே கிடைத்துள்ளது. இதன் காலம் கி.பி. 9ஆம் நூற்றாண்டு.[17]

அழிந்துபோன கலை இலக்கிய நூல்கள் குறித்தத் தரவுகள் ஓரளவு கிடைக்கின்றன. ஆனால் அழிந்துபோன தத்துவ அறிவியல் தொழில்நுட்ப நூல்கள் குறித்து எதுவும் அறிய இயலவில்லை. பண்டைய காலப் பூதவாதம், சாங்கியம், சிறப்பியம், நியாயவாதம், ஆசிவகம் போன்ற பொருள்முதல்வாத மெய்யியல் கருத்துகள் சார்ந்த நூல்கள் அனைத்தும் அழிந்து போயின. பண்டைய காலத்தில் தமிழில் இருந்த பல்வேறு அறிவியல், தொழில்நுட்ப நூல்களும் இல்லாதுபோயின. இந்நூல்கள் அனைத்தும் பொருள்முதல்வாத மெய்யியல் கருத்துக்களைக் கொண்டிருந்ததால் அவை திட்டமிட்டு அழிக்கப்பட்டன. சான்றாக சரக சம்கிதை என்கிற மருத்துவ நூல் வடமொழியில் உள்ளது. இந்நூல் தமிழில் இருந்து வடமொழிக்கு மொழிபெயர்க்கப்பட்ட ஒரு வழிநூல். ஆனால் இந்நூல் தற்பொழுது தமிழில் இல்லை. இந்நூல் பொருள்முதல்வாத மெய்யியலை அடிப்படையாகக் கொண்டதாகும். சாங்கிய மெய்யியல், தந்திர உத்திகள் முதலியன குறித்துப் பேசுவதில் இந்நூல் தொல்காப்பியத்தோடு ஒற்றுமை கொண்டுள்ளது.

சரக சம்கிதையின் மூலநூல் போன்றே தமிழில் இருந்த பல அறிவியல், தொழில்நுட்ப நூல்கள் பொருள்முதல்வாத மெய்யியல் கருத்துகளைக் கொண்டிருந்ததால் அவை திட்டமிட்டு அழிக்கப்பட்டன. தொல்காப்பியத்தில் வைதீகம் சார்ந்த பல இடைச்செருகல்கள் இருந்ததால் அந்நூல் அழியாது தப்பியது எனலாம். கி.பி.3ஆம் நூற்றாண்டு முதல் கி.பி.6ஆம் நூற்றாண்டுக்குள் பெரும்பாலான பொருள்முதல்வாத மெய்யியல் தத்துவ நூல்களும், பண்டைய பல்வேறுபட்ட அறிவியல், தொழில்நுட்ப நூல்களும் இல்லாது போயின. தமிழில் பொருள்முதல்வாத மெய்யியல் தத்துவ நூல்கள் இருந்தன என்பதற்குச் சான்றாக "அகத்தியத் தருக்கச் சூத்திரம்" என்கிற 20 நூற்பாக்கள் அடங்கிய ஒரு தருக்கக் குறுநூல் கிடைத்துள்ளது. இக்குறுநூல் பண்டைய தமிழர்களின் பொருள்முதல்வாத மெய்யியல் கருத்துக்கள் குறித்துப் பேசுகிற ஒரு அரிய தத்துவ நூல். இந்நூலின்

காலத்தை அறிய இயலவில்லை. பண்டைய காலத்தில் பொருள்முதல்வாத மெய்யியல் தத்துவ நூல்கள் தமிழில் இருந்தன என்பதற்கு இந்நூல் ஒரு சான்றாக உள்ளது. வட மரபு பொருளின் பண்புகளை ஆறாக வகைப்படுத்த, தமிழ் மரபு இன்மையையும் சேர்த்து பொருளின் பண்புகளை ஏழாக வகைப்படுத்துகிறது என்பதை இதன் முதல் பாடல் உறுதி செய்கிறது.[18]

வடமொழி நூலாக மாறிய தமிழ்ப் புராணநூல்கள்

பண்டைய தமிழகத்தில் மாபுராணமும், பூதபுராணமும் இருந்ததாக இறையனார் களவியலுரைப் பாயிரம் கூறுகிறது. அத்தமிழ் புராண நூல்கள் குறித்து எதுவும் அறிய இயலவில்லை. தமிழில் இருந்து மொழிபெயர்க்கப்பட்ட வடமொழி நூல்கள் தமிழிலிருந்து மொழிபெயர்க்கப்பட்டதென்று சொல்ல முடியாதவாறு மாற்றப் பட்டுள்ளன. மேலும் அதன் மூலநூல்களைப் பற்றி அவை குறிப்பிடுவதே இல்லை. சான்றாக இரு தமிழ் நூல்கள் வடமொழி யானதை இங்குப் பார்ப்போம். கி.பி.12ஆம் நூற்றாண்டில் சேக்கிழார் எழுதிய பெரியபுராணத்தை பிற்காலத்தில் சுருக்கி இரு சமற்கிருத சாத்திரிகள் வடமொழியில் எழுதினார்கள். ஒன்று ‘அகத்திய சிவபக்த விலாசம்.’ இந்நூல் வியாச மகரிசியின் தயைக்குப் பாத்திரமான கரிகர சர்மாவினால் செய்யப்பட்டது எனச் சொல்லப்பட்டுள்ளது. இந்நூலைச் செய்த சேக்கிழார் குறித்தோ, பெரிய புராணம் குறித்தோ எத்தகவலும் அதில் இல்லை. இரண்டாவது நூலின் பெயர் ‘உபமன்னியு பக்த விலாசம்’ என்பதாகும். பெரியபுராணத்தின் வரலாற்றுத் தோற்றுவாய் என்பது உபமன்னியு முனிவர் பிற முனிவர்களுக்குச் சொல்லியது என்றே இதில் சொல்லப்பட்டுள்ளது. இன்று கதாகாலட்சேபம் செய்வோர் அனைவரும் வடமொழியே மூலம் எனவும் அதைத் தழுவியே தமிழ்நூல் எழுந்தது எனவும் சொல்கிறார்கள்.

பரஞ்சோதி முனிவர் கி.பி.1720 வாக்கில் தமிழில் செய்த திருவிளையாடற் புராணத்தின் வடமொழி மொழிபெயர்ப்பு நூல்தான் ‘காலாசுய மகாத்மியம்.’ இதுவும் அதே போன்று தான் வடமொழி நூலாக மாற்றப்பட்டுள்ளது. வடமொழி தேவபாசை எனக் கருதப்படுவதால் அதிலிருந்து எடுக்கப்பட்டது எனச் சொல்லுவதுதான் பெருமை எனவும், தமிழ்தான் மூலம் எனச் சொல்லுவது இழுக்கு எனவும் கருதப்பட்டது. ஆதலால் தமிழிலிருந்து மொழிபெயர்க்கப் பட்டதற்கான அனைத்துக் கூறுகளும் திட்டமிட்டு அழிக்கப்பட்டு, தமிழிலிருந்து மொழிபெயர்க்கப்பட்ட வடமொழி நூல்கள் அனைத்தும் வடமொழியின் மூல நூல்களாக ஆக்கப்பட்டன. பின் தமிழ் நூல்கள் அனைத்தும் வடமொழியிலிருந்து வந்தன என்கிற கதை

கட்டி விடப்பட்டது.[19] தமிழ் நூல்களின் காலத்தைப் பிற்காலத்ததாக மதிப்பிடுவதும், வடமொழி நூல்களின் காலத்தை மிகவும் முற்காலத்ததாக மதிப்பிடுவதும் நடக்கிறது.

ஆகமம் - மறைக்கப்பட்ட தமிழர் அறிவுச்செல்வம்

ஆகமங்கள் வடமொழியில் உள்ளன. மதவழிபாடு குறித்தான விதி முறைகளை அவை கொண்டுள்ளன. ஆகவே தமிழுக்கும், தமிழர் மரபுகளுக்கும் அவை தொடர்பற்றவை என்கிற கருத்து நிலவுகிறது, உண்மையில் ஆகமங்கள் என்பன பண்டைய தமிழர்களின் மரபு வழிபட்ட அறிவைப் பாதுகாத்து வந்த தொகுப்புகள். தொன்று தொட்டு இருந்துவந்த பழந்தமிழ் அறிவு அனைத்தும் ஆகமங்கள் மூலம்தான் பாதுகாக்கப்பட்டு வந்தன. நூற்றுக்கணக்கான ஆகமங்களும் உப ஆகமங்களும் உள்ளன. ஆகமங்கள் கடல் போன்ற பரப்பை உடையன. அதன் அளவு அளவிட முடியாதது. சான்றாக காமிக ஆகமத்தில் உள்ள 4 பாகங்களில் ஒன்றான கிரியா பாகம் 12000 செய்யுள்களை உடையது. ஆகமங்களில் இடம்பெற்றுள்ள கலைகளுக்கு மூலமாய் அமைந்த சாத்திர நெறிகளும், ஆகமங்களின் அடிப்படையிலான சிற்ப, சாத்திர வழிபாடுகளும் தமிழர் நெறி சார்ந்தவை; வட இந்தியாவில் இந்த சிற்ப சாத்திர வழிபாடுகள் இல்லை என்கிறார் உல.பாலசுப்ரமணியம்.[20]

சித்தர் பத்திரகிரியார் தனது பாடல் 125இல், தொல்கபிலர் சொன்ன தத்துவம்தான் ஆகமம் எனவும் அத்தத்துவத்தில் சாதிபேதம் இல்லை எனவும் கூறுகிறார். சிவவாக்கியார் என்கிற சித்தர், "பூத தத்துவங்களும் பொருந்தும் ஆகமங்களும்" (பா.எண் - 461) எனப் பாடியுள்ளார்.[21] பூதத்தத்துவம் என்பது தொல்கபிலருடைய எண்ணியத்தின் அடிப்படைக் கோட்பாடுகளில் ஒன்று. ஆகவே ஆகமம் என்பது தமிழராகிய தொல்கபிலர் உருவாக்கிய தத்துவக் கோட்பாடுகளின் அடிப்படையில் உருவான சாத்திரங்களின் தொகுப்பு எனச் சித்தர்கள் கருதி வந்துள்ளனர் எனத் தெரிகிறது.

ஆகமம் என்பது தமிழ்ச் சொல். தமிழர்கள் பாதுகாத்து வந்த ஓவியம், சிற்பம், நாட்டியம், இசை, மருத்துவம், மெய்யியல், கட்டடக்கலை, வானவியல், நகர அமைப்பு, வேளாண்மை போன்ற பல விடயங்களை ஆகமங்கள் பேசுகின்றன. ஆனால் அவை பண்டைய தமிழகத்தில் மதச்சார்பற்றவையாக, பொருள்முதல்வாத மெய்யியலை அடிப்படையாகக் கொண்டனவாக இருந்தன. ஆனால் இன்று அவை சிதைக்கப்பட்டு, திரிக்கப்பட்டு, இடைச்செருகல்களால் நிறைக்கப் பட்டு, மதச்சாயம் பூசப்பட்டு மீட்டெடுக்க முடியாத அளவு

மாறுபட்டுப் போயுள்ளன. "சைவ ஆகம வரிசையில் உள்ள புரோக்கீதம் என்ற 21 ஆவது மூலாகமத்தில் 16 உப ஆகமங்கள் உள்ளன. அதில் ஒன்று பரதம். இந்த 'பரதம்' என்பது நாடகத்தமிழ் என்கிற இசை, நாட்டியம் ஆகிய பண்டைய தமிழர் கலைகள் குறித்த நூல்".[22] ஆகமத்தில் ஒரு பிரிவு சாத்திரம் எனப்படும் யாமளைகள். ஆகமத்தில் உள்ள யாமளைகள் வானவியல், கணிதம், பரிணாம வளர்ச்சி முதலியன குறித்துப் பேசுகின்றன. சைவ ஆகமத்தில் ஒன்றான காமிகா ஆகமத்தில் உள்ள கிரியா பகுதியின், பூர்வபாகத்தில் உள்ள 75 பிரிவுகளில் 60 பிரிவுகள் கட்டடக்கலை, சிற்பக்கலை குறித்த விடயங்களைப் பேசுகின்றன.

கட்டடக்கலை, சிற்பக்கலை குறித்த மயமதம், மானசாரம் ஆகிய நூல்களை ஆங்கிலத்தில் மொழிபெயர்த்த வரலாற்று ஆய்வாளர் புருனோ டாகென்சு (Bruno Dagens) ஆகமங்கள் பெருமளவில் இடைச் செருகல்களால் நிரப்பப்பட்டுள்ளன எனக் குறிப்பிடுகிறார். அவர் தென்னிந்தியக் கட்டடக் கலைதான் மயமதம் என்கிறார். மயன் எழுதிய சிற்ப சாத்திர (Silpa Sastra) நூல்களில் ஒன்றான மயமதம் (முதல்பாகம்) சரசுவதி மகால் நூல் நிலையத்தில் இருந்த பண்டைய ஓலைச்சுவடியில் இருந்து 1957ஆம் ஆண்டு அரசு ஆணைப்படி தமிழில் கொண்டுவரப்பட்டுள்ளது.[23] ஆகவே இசை, நாட்டியம், சிற்பம், கட்டடக்கலை, கணிதம், வானவியல் போன்று ஆகமங்களில் இடம்பெற்றுள்ள பலவும் தமிழர் கலைகளே. ஆகமங்களில் பௌத்த, சமண ஆகமங்களும் உண்டு.

சைவ ஆகமங்கள் 28 எனவும், வைணவ ஆகமங்கள் 108 எனவும், சாக்த ஆகமங்கள் 64 எனவும் சொல்லப்படுகிறது. இவை போக கணக்கற்ற உப ஆகமங்கள் இருக்கின்றன. சைவ ஆகமங்களில் ஒன்றான சந்திர ஞான ஆகமம் தனது 14ஆவது இயலில் 165-272 பாடல் அடிகளில் புவனத்துவ பாலா என்ற தலைப்பில் குமரி நிலப்பரப்பு குறித்துப் பேசுகிறது. கடற்கோளால் குமரி நிலப்பரப்பில் இருந்து அழிந்து போன நகரங்கள் குறித்தும், நகர அமைப்பு குறித்தும் அவை பேசுகின்றன.[24] திருமூலரின் திருமந்திரம் ஒன்பது ஆகமங்களில் உள்ள கருத்துகளின் தொகுப்புதான் என அதன் சிறப்புப் பாயிரம் சொல்கிறது. சைவ சித்தாந்த நூல்கள் 14உம் ஆகமங்களை அடிப்படையாகக் கொண்டுதான் எழுதப்பட்டுள்ளன எனக் கருதப்படுகிறது. ஆகவே ஆகமம் என்பது மெய்யியல், அறிவியல், தொழில்நுட்பம், பல்வேறு கலைகள் முதலியன குறித்த பழங்காலத் தமிழர்களின் மரபு வழிப்பட்ட அறிவு ஆகும்.

பக்தி காலகட்டத்தில், இதனைக் கோயில் வழிபாட்டுக்கானதாக அன்றைய சமயங்கள் மாற்றியமைத்துக்கொண்டன. இதனைச் சைவ வைணவ சமயங்கள் மட்டுமல்ல சமண பௌத்த சமயங்களும் பயன்படுத்திக் கொண்டன. ஆகமங்களில் வைதீகமோ வர்ணங்களோ சாதிகளோ இல்லை. ஆகமங்கள் அனைத்தையும் முறையான ஆய்வுக்கு உட்படுத்தும் பொழுது, பண்டைய தமிழ்ச் சமூகத்தின் மெய்யியலை, அறிவியலை, தொழில்நுட்பங்களை, கலைகளை ஓரளவாவது மீட்டெடுக்க இயலும். ஆகமங்களில் பண்டைய தமிழ்ச் சமூகத்தின் அறிவுச்செல்வம் பதுக்கி வைக்கப்பட்டுள்ளது. ஆகவே ஆகமங்களில் உள்ள சமயச்சாரத்தை, இடைச்செருகல்களை, திரிபுகளை அப்புறப்படுத்தி பழந்தமிழர்களின் அறிவுச் செல்வத்தை மீட்டெடுக்க வேண்டியது நமது கடமை.

கி.பி.5ஆம் நூற்றாண்டுக்குப்பின் அனைத்தும் சமற்கிருதமய மாயின. மிக நீண்ட காலமாக மெய்யியல், அறிவியல் மொழியாக இருந்த தமிழ் வெறும் இலக்கிய மொழியாக ஆனது. சமற்கிருதம் மெய்யியல், அறிவியல் மொழியாக ஆனது. நாளடைவில் மெய்யியல், அறிவியல் ஆகிய விடயங்களைப் பேசுவதற்குத் தமிழ் தகுதி இல்லாத ஒரு மொழியாக ஆகியது. தமிழ் அறிவர்கள் அனைவரும் சமற்கிருதத்தில் எழுதினர். தமிழில் இருந்த அனைத்தும் பாதுகாக்கப்படாமல் அழிந்து போயின. தமிழ்ச் சமூகம் ஆகமங்கள் என்கிற தனது பண்டைய மரபு வழிப்பட்ட அறிவுச் செல்வத்தை இழந்து போனது. சமற்கிருதம் அதில் பலவற்றைக் களவாடிக் கொண்டது. அவற்றை சமயச் சார்பானதாக மாற்றியமைத்துக் கொண்டது. ஆகமங்களை அடிப்படையாகக் கொண்டு பல அறிவியல் தொழில்நுட்ப நூல்கள் சமற்கிருதத்தில் உருவாயின. ஆகமங்களில் திரிபுகளும், இடைச் செருகல்களும் பெருமளவில் உருவாகின. புதிய சமயச் சார்பான பல விடயங்கள் தொடர்ந்து ஆகமங்களாகச் சேர்க்கப்பட்டு வந்தன. இவற்றின் காரணமாக ஆகமம் என்பது சமயச்சார்பானதாக ஆகிப்போனது.

பார்வை

1. Crisis of the Third Century Roman Empire by Joshua J. Mark in Ancient History Encyclopedia on 28 April 2011.

2. உலக மக்களின் வரலாறு, கிரிசு ஆர்மன், விடியல் பதிப்பகம், தமிழ் மொழிபெயர்ப்பு - நிழல்வண்ணன், வசந்தகுமார் பக்: 119.

3. கிரீசு வாழ்ந்த வரலாறு, வெ.சாமிநாத சர்மா, சந்தியா பதிப்பகம் - 2003, பக்:27-29.

4. தி.சு. நடராசன், தமிழகத்தில் வைதீக சமயம், NCBH, 2008, பக்: 128-132.

5,6. www.tamilvu.org › tdb › inscription › html › pulankuricci_inscriptions

7, 13. தமிழ்நாட்டுச் செப்பேடுகள், ச.கிருசுணமூர்த்தி, தொகுதி 1, மெய்யப்பன் பதிப்பகம், 2002, பக்: 161,162, 164-168, 179-181, 172,173, 233-235.

8. களப்பிரர், நடன காசிநாதன், தொல்பொருள் ஆய்வுத்துறை, 1981, பக்: 7, 8. & தமிழ்நாடும் களப்பிரர் ஆட்சியும், பன்னீர் செல்வம், பக்: 42, 43

9. யாப்பருங்கலக் காரிகை, அமிர்தசாகரர், பழையஉரை, பக்: 324-326. & களப்பிரர், நடன காசிநாதன், தொல்பொருள் ஆய்வுத்துறை, 1981, பக்: 9, 10.

10. களப்பிரர், நடன காசிநாதன், தொல்பொருள் ஆய்வுத்துறை, 1981, பக்: 16-19.

11. களப்பிரர், நடன காசிநாதன், தொல்பொருள் ஆய்வுத்துறை, 1981, பக்: 6, 7. தமிழ்நாடும் களப்பிரர் ஆட்சியும், பன்னீர் செல்வம், பக்: 51.

12. தமிழர் தத்துவம், தேவ.பேரின்பன், NCBH, 2006, பக்:97

13. பார்வை 7ஐப் பார்க்க.

14. பழந்தமிழ்ச் சமுதாயமும் வரலாறும், கணியன் பாலன், NCBH, சனவரி - 2023, புத்தகம் - 2, பக்: 520 - 521

15. பழந்தமிழ்ச் சமுதாயமும் வரலாறும், கணியன் பாலன், NCBH, சனவரி - 2023, புத்தகம் - 2, பக்: 29.

16. பதினெண்கீழ்க்கணக்கு - 1, 2, 3, மாணவர் பதிப்பகம், 2014, சென்னை.

17. தமிழ் இசை இலக்கிய வரலாறு, மு.அருணாசலம், பதிப்பாசிரியர் உல.பாலசுப்ரமணியன், கடவு பதிப்பகம், அக்டோபர்-2009, பக்: 73. & தமிழ் இசை இலக்கண வரலாறு, பக்: 13-19.

18. தமிழர் இயங்கியல் - தொல்காப்பியமும் சரகசம்கிதையும், க.நெடுஞ்செழியன், 2009, பாலம் பதிப்பகம், பக்: 54, 55.

19. தமிழ் இசை இலக்கண வரலாறு, மு.அருணாசலம், பதிப்பாசிரியர் உல.பாலசுப்ரமணியன், கடவு பதிப்பகம், அக்டோபர்-2009, பக்: 4.

20. மு.அருணாசலம், தமிழ் இசை இலக்கிய வரலாறு, கடவு பதிப்பகம், அக்டோபர்-2009, பதிப்புரை - உல.பாலசுப்ரமணியன்.

21. சித்தர் பாடல்கள், பதிப்பாசிரியர் அரு. இராமநாதன், பிரேமா பிரசுரம், சென்னை-24, ஏப்ரல் - 2012. பக்:127 & 202.

22. மு.அருணாசலம், தமிழ் இசை இலக்கண வரலாறு, கடவு பதிப்பகம், அக்டோபர்-2009. பக்: 119-122.

23. Mayamata, Treaties of Housing Architecture and Iconography, Indira Gandhi National Centre for Arts, Translated by Bruno Dagens & மயமதம் முதல்பாகம் தமிழில் கே.சு.சுப்ரமணிய சாத்திரி, தஞ்சை சரசுவதி மகால் வெளியீடு - 113, 1966.

24. அ. இராமசாமி, தொன்மைத்தமிழர் நாகரிகவரலாறு, NCBH, 2013, பக்:12, 13.

16. தமிழக நகர அரசுகளும் மகதப் பேரரசும்

நகர அரசுகளும் பேரரசுகளும்

பேரரசுகளை விட நகர அரசுகளில் தான், சுயமான சுதந்திரமான சிந்தனைகளும், சனநாயகக் கண்ணோட்டமும், தத்துவார்த்த அறிவியல் தொழில்நுட்ப வளர்ச்சியும், நிறையப் புதிய கண்டுபிடிப்புகளும் இருக்கும். நகர அரசுகளில் மக்கள் அரசைக் கட்டுப்படுத்துவார்கள். ஆனால் பேரரசுகளில் அரசு மக்களைக் கட்டுப்படுத்தும். சுமேரிய நகர அரசுகளும், கிரேக்க நகர அரசுகளும் உலகப் புகழ்பெற்றவை. சுமேரிய நகர அரசுகள் கி.மு.4000க்கு முன் மெசபடோமியா பகுதியில் உலகில் முதல்முதலாகத் தோன்றிய நகர அரசுகள். மெசபடோமியாப் பகுதியில் இந்த நகர அரசுகளுக்குப்பின் வந்தவைகள்தான் அக்கேடியன் பேரரசு, பாபிலோனியப் பேரரசு, அசிரியன் பேரரசு, பாரசீகப்பேரரசு போன்ற பேரரசுகள். இந்த சுமேரிய நகர அரசுகளையும் அதன்பின் வந்த பேரரசுகளையும் விரிவாக ஆய்வு செய்த புகழ்பெற்ற தொல்லியலாளர் கார்டன் சைல்டு (V.Gordon Childe), சுமேரிய நகர அரசுகளில் ஏற்பட்ட சுயமான சுதந்திரமான சிந்தனைகளும், தத்துவார்த்த, அறிவியல், தொழில்நுட்ப வளர்ச்சியும், புதிய கண்டுபிடிப்புகளும் அதன்பின் அங்கு உருவான பேரரசுகளில் ஏற்படவில்லை என்கிறார். நகர அரசுகளில் ஏற்படும் இந்த முற்போக்கான வளர்ச்சியை அவர் நகர்ப்புரட்சி என்றே குறிப்பிடுகிறார்.[1] மேலும் இந்த பேரரசுகள், சுமேரிய நகர அரசுகளின் கொள்கைகளை கோட்பாடுகளை சிந்தனைகளை, அவைகளின் தத்துவார்த்த அறிவியல் தொழில்நுட்ப வளர்ச்சியை அதன் கண்டுபிடிப்புகளை அப்படியே பயன்படுத்திக் கொண்டன எனவும், அவை புதிதாக எதனையும் கண்டுபிடிக்கவோ, உருவாக்கவோ இல்லை எனவும் அவர் கூறுகிறார்.

அவர் கூற்றின் உண்மைத்தன்மையைக் கண்டறிய நாம் கிரேக்க நகர அரசுகளையும், உரோமப் பேரரசையும் ஒப்பிடலாம். கிரேக்க நகர அரசுகள் தத்துவார்த்த அறிவியல் சிந்தனைகள் பலவற்றை வளர்த்தெடுத்தன. தொழில்நுட்பக் கண்டுபிடிப்புகள் பலவற்றைச் செய்தன. கலை, இலக்கியம், பண்பாடு, அரசியல், பொருளாதாரம், வணிகம், கப்பல் கட்டுதல், கட்டடக்கலை, இசை, அறிவியல், கல்வி, மருத்துவம் போன்ற பலவற்றில் மிகப்பெரிய வளர்ச்சியை அடைந்தன.

மிகப்பெரிய சாதனைகளைச் செய்தன. இன்றைய மேற்கத்திய சிந்தனைகள் அனைத்திற்கும் கிரேக்கச் சிந்தனைகளே மூலமாக இருந்து வருகிறது. ஆகவே உலகத்திற்குப் பேரளவான விடயங்களை கிரேக்கம் வழங்கியுள்ளது. இந்த கிரேக்க நகர அரசுகளுக்குப்பின் வந்த உரோமப்பேரரசு ஐரோப்பாவின் மிகப்பெரிய பேரரசு. மிக நீண்ட காலம் இருந்த பேரரசு. ஆனால் உரோம் பேரரசு கிரேக்க நகர அரசுகளிடமிருந்து அதன் சிந்தனைகள், கோட்பாடுகள், கொள்கைகள் ஆகிய அனைத்தையும் கடன் வாங்கிக் கொண்டது. அதன் கண்டுபிடிப்புகளையும் பயன்படுத்திக் கொண்டது. ஆனால் உரோமப் பேரரசு எதனையும் புதிதாக உருவாக்கவோ, கண்டுபிடிக்கவோ இல்லை என்றே கூறலாம். அதனால் கிரேக்கத்துடன் ஒப்பிடும்பொழுது உரோமப்பேரரசு உலகத்திற்கு வழங்கியது மிகமிகக் குறைவு.[2] ஆகவே நகர அரசுகள் குறித்தும், பேரரசுகள் குறித்தும் கார்டன் சைல்டு கூறிய கருத்துகள் உண்மையானவை, ஏற்கத்தக்கவை.

மக்களைக்கட்டுப்படுத்தப் பேரரசுகள் மதம், சமயம் சார்ந்த சிந்தனைகளையும், மூடநம்பிக்கைகளையும், பிற்போக்குச் சிந்தனைகளையும் கொண்டு வருகின்றன, பரப்புகின்றன. அங்கு சுதந்திரமான சிந்தனைகளும், அறிவியல் கண்ணோட்டமும் கட்டுப்படுத்தப்பட்டு, அதற்கு எதிரான சிந்தனைகள் உருவாகும் சூழ்நிலை ஏற்படுகிறது. ஆகவே பேரரசுகளை விட நகர அரசுகளில்தான் சுயமான சுதந்திரமான சிந்தனைகளும், சனநாயகக் கண்ணோட்டமும், தத்துவார்த்த அறிவியல் தொழில்நுட்ப வளர்ச்சியும், புதிய கண்டுபிடிப்புகளும் இருந்துள்ளன. எனவே பேரரசுகளை விட நகர அரசுகள் உண்மையில் மிகச்சிறந்தனவாகவும், மக்களுக்கானவைகளாகவும், வளர்ச்சியைத் தருபவைகளாகவும் இருந்துள்ளன.[3]

தமிழக நகர அரசுகளும் மகதப் பேரரசும்

தமிழக நகர அரசுகளை மக்கள் பிரதிநிதிகள் கட்டுப்படுத்தினர் என மெகத்தனிசு கூறுவதாக நேரு கூறுகிறார்.[4] சங்ககாலத்தில் மக்கள் பிரதிநிதிகளைத் தேர்ந்தெடுக்க தேர்தல்கள் நடந்தன என அகம் 77ஆம் பாடல் கூறுகிறது. இப்பாடலும், மெகத்தனிசின் கூற்றும், தமிழக நகர அரசுகளில் தேர்தல் மூலம் தேர்ந்தெடுக்கப்பட்ட மக்களின் பிரதிநிதிகள் நகர அரசைக் கட்டுப்படுத்தினர் என்பதை உறுதி செய்கின்றன. மக்கள் பிரதிநிதிகள் அரசைக் கட்டுப்படுத்தினர் என்பதால் மக்களிடம் பரவலான கல்வியறிவு இருந்தது என்பதும், பரவலான கல்வியறிவு இருந்ததால் மக்கள் அரசைக் கட்டுப்படுத்தினர் என்பதும் தமிழக நகர அரசுகளில் ஒன்றோடு ஒன்று இணைந்து

செயல்பட்டுள்ளன எனலாம். அதனால் தான் இந்திய வரலாற்றில், தமிழக நகர அரசுகளில் பல்வேறு துறைகளிலும் ஏற்பட்ட உயர்வளர்ச்சி மகதப் பேரரசிலோ அல்லது அதற்குப் பின்னரோ அங்கு ஏற்படவில்லை.

மகதப்பேரரசு: மகதப்பேரரசு என்பது கி.மு.6ஆம் நூற்றாண்டிலிருந்து கி.மு. முடிய சுமார் 600 ஆண்டுகள் இருந்த பேரரசு. இதில் அரியங்கா வம்சம், சிசுநாகர் வம்சம், நந்த வம்சம், மௌரிய வம்சம், சுங்கவம்சம், கன்வ வம்சம் எனப் பல வம்சங்கள் ஆண்டன. இந்த அரச வம்சங்களில் மிகச்சிறந்த அரச வம்சமாக நாம் மௌரிய வம்சத்தை எடுத்துக் கொள்ளலாம். மௌரியப் பேரரசில் நிர்வாகப் பணிகள் அனைத்தையும் அரசின் அதிகாரிகளே நிர்வகித்து வந்தனர். அரசு ஒரு எதேச்சதிகார அரசாகவே செயல்பட்டது. மன்னரின் விருப்பமே மேலோங்கி நின்றது. ஆணைகளைச் செயல்படுத்தும் உயர்நிலை அதிகாரிகள் மகாமாத்திரர்கள் எனப்பட்டனர். கீழ்நிலை அதிகாரிகள் யுக்தர்கள் எனப் பட்டனர். உபயுக்தர்கள், எழுத்தர்கள் போன்ற சார்நிலைப் பணியாளர்களும் இருந்தனர். இவர்கள் ஒவ்வொருவரும் தங்களுக்கு மேலே இருந்த அதிகாரிகளின் கட்டளைகளைச் செயல்படுத்தினர். மௌரிய அரசு கீழிருந்து மேல்வரை படிப்படியான அதிகாரவர்க்க முறையில் ஆளப்பட்டது. மன்னரின் கீழ் ஒரு தலைமைச் செயலகம் இருந்தது. இதில் இலேக்கர்கள் என்ற செயலர்கள் பணியாற்றினர். உள்நாட்டு விவகாரம் மிக நன்றாக ஒருங்கிணைக்கப்பட்டிருந்தது என்பதற்கு நிறையச் சாட்சியங்கள் உள்ளன.

நிலவரியே கருவூலத்தை நிரப்பும் முக்கிய வருவாயாக இருந்தது. அனைத்து விவசாய நிலங்களும் அரசுச் சொத்தாகவே கருதப்பட்டது. அரசுக்குச் செலுத்த வேண்டிய வரி நான்கு அல்லது ஆறில் ஒரு பங்காக இருந்தது. அதுபோகத் தண்ணீர்த் தீர்வையும் இதர வரிகளும் இருந்தன. அதிகார வர்க்கத்தில் இன்று காணப்படும் ஊழல் அன்றும் இருந்தது எனவும், 40 வழிகளில் ஊழல் புரிய முடியும் எனவும், ஒரு அரசு ஊழியன் அரசரின் வருமானத்தில் ஒரு சிறிய அளவாவது சாப்பிடாமல் இருக்க முடியாது எனவும் சாணக்கியரின் அர்த்தசாத்திரம் குறிப்பிடுகிறது. உரோம வரலாற்று ஆசிரியர் ஜசுடின், சந்திரகுப்தரின் அரசு மிகவும் கடுமையாக இருந்தது எனவும், மக்களை அடிமைகளாகவே அவர் வைத்திருந்தார் எனவும், தண்டனைச் சட்டங்கள் மிகவும் கடுமையாக இருந்தன எனவும் சிறப்பு ஒற்றர்களை வைத்து உயர் அதிகாரிகள் கண்காணிக்கப்பட்டனர் எனவும் தெரிவிக்கிறார்.[5] அசோகனின் கால மௌரியப்பேரரசு ஒப்பீட்டு

அளவில் சிறப்பாக இருந்தது எனினும் அடிப்படையில் பெரிய மாற்றம் ஏதும் ஏற்படவில்லை. அதுவும் ஒரு அதிகார வர்க்கப் பேரரசாகவே இருந்தது.

கார்டன் சைல்டு கூறிய கருத்துகளை தமிழக நகர அரசுகளுக்கும், மகதப்பேரரசுக்கும் இடையே ஒப்பிடும்பொழுதான் அவருடைய கூற்றின் உண்மைத்தன்மையையும், தமிழக நகர அரசுகளின் சிறப்பையும் நாம் உணர்ந்துகொள்ள முடியும். நாம் கல்வி, இசை ஆகிய இரண்டு துறைகளில் மகதப்பேரரசையும், தமிழக நகர அரசுகளையும் ஒப்பிட்டலாம்.

தமிழக நகர அரசுகளில் கி.மு.6ஆம் நூற்றாண்டிலேயே பரவலான கல்வியறிவும் எழுத்தறிவும் இருந்தது எனவும், மிகச்சாதாரண மக்கள் கூட சங்க இலக்கியத்தைப் படைக்கும் அளவு உயர்தரமான கல்வியறிவைப் பெற்றிருந்தனர் எனவும் கீழடி போன்ற அகழாய்வுகளும், சங்க இலக்கியச் சான்றுகளும் உறுதி செய்கின்றன. இவை பற்றி முன்பே விரிவாகப் பேசப்பட்டுள்ளது.[6] ஆனால் வட இந்தியாவில் மகதப்பேரரசு காலத்தின் நிலை என்ன? கி.மு.3ஆம் நூற்றாண்டின் தொடக்கத்தில் கூட அங்கு எழுத்தறிவு இருக்கவில்லை. அன்று அங்கு இருந்த மொழி பிராகிருதம், சமற்கிருதம் அல்ல. கி.மு.250 வாக்கில் அசோகன் காலத்தில்தான் முதல்முறையாக பிராகிருத மொழி அசோகன் பிராமி என்ற எழுத்துமுறையை க்கொண்டு கல்வெட்டுகளில் எழுதப்படுகிறது.[7] அந்த அசோகன் பிராமி எழுத்துமுறை தமிழி எழுத்திலிருந்து உருவாக்கப்பட்ட எழுத்து முறை.. இந்த அசோகன் பிராமி எழுத்துமுறை, அரசிடமும், அரசின் மேல்வர்க்க மக்கள் சிலரிடமும் மட்டுமே அன்று அறிமுகமாகி இருந்தது. சமற்கிருதம் கி.பி.150இல்தான் முதல் முறையாக இந்த அசோகன் பிராமி கொண்டு கல்வெட்டில் எழுதப்பட்டது.[8]

ஆதலால் மகதப் பேரரசில் சாதாரண மக்களிடம் கல்வியறிவோ எழுத்தறிவோ இருக்கவில்லை. ஆனால் தமிழகத்தில் அன்று சாதாரண மக்கள் பயன்படுத்திய மட்பாண்டங்களில் சாதாரண மக்கள் எழுதிய எழுத்துப் பொறிப்புகள் நிறையக் கிடைக்கின்றன. அதே சமயம், வட இந்தியாவில் பல 100 கோடி ரூபாய் செலவில் பல பத்தாண்டுகளாக அகழாய்வு நடந்து வருகிறது எனினும், அங்கு மகதப்பேரரசு காலத்தில் எந்த ஒரு மட்பாண்டத்திலும் எழுத்துப் பொறிப்பு எதுவும் இதுவரை கிடைக்கவில்லை எனக் கூறுகின்றனர் அமர்நாத் இராமகிருட்டிணன் (https://youtu.be/O1F0XAc_pi0) போன்ற தொல்லியலாளர்கள்.[9] காரணம் அன்று அங்கு சாதாரண மக்களிடம் கல்வியறிவோ எழுத்தறிவோ இருக்கவில்லை. அதனால்தான் மகதப்பேரரசின் 600 ஆண்டுகால

வரலாற்றில் (கி.மு.600-30) சமயச் சார்பற்ற படைப்பிலக்கியம் எதுவும் உருவாகவில்லை என வருத்தப்படுகிறார் டி.டி.கோசாம்பி.[10] உண்மையில் வட இந்தியாவில் கி.பி.3ஆம் நூற்றாண்டுக்குப் பின் குப்தப் பேரரசுகள் காலத்தில்தான் முதல்முறையாக வடமொழியில் செவ்வியல் இலக்கியங்கள் உருவாகின.[11] அதற்கு முன் அங்கு செவ்வியல் இலக்கியங்கள் எதுவும் உருவாகவில்லை. ஆகவே கல்வியில், இலக்கியத்தில் பழந்தமிழக மக்கள், மகதப் பேரரசு கால மக்களைவிடப் பலவகையிலும் மிகவும் முன்னேறிய நிலையில் இருந்தனர் என உறுதிபடக் கூறலாம்.

இசையை எடுத்துக்கொள்வோம். இசையில் வளர்ந்த நிலையை சாத்திரிய இசை எனக் கூறுவார்கள். இந்த சாத்திரிய இசை தமிழகத்தில் கி.மு. 3ஆம் நூற்றாண்டுக்கு முன்பே கி.மு.4ஆம் 5ஆம் நூற்றாண்டுகளிலேயே மிகவும் வளர்ந்த நிலையை அடைந்திருந்தது. அன்றே தமிழில் சாகித்தியங்கள் எனச் சொல்லப்படும் இசை இலக்கியங் களும், இசை இலக்கணங்களும் நூல்களைக் கொண்டிருந்தன. அவை அனைத்தும் அழிந்துவிட்டன. ஆனால் அவைகளுக்குச் சான்றாக இன்று சிலப்பதிகாரமும், பரிபாடலும் கிடைக்கிறது. இவை இரண்டும் குறித்தும் நமது பண்டைய தமிழிசை குறித்தும் இந்நூலாசிரியர் தரும் தரவுகள் இசையில் பழந்தமிழர்கள் மிக உன்னத நிலையை, உச்சகட்ட வளர்ச்சியைப் பெற்றிருந்தனர் என்பதை உறுதி செய்கின்றன.[12]

ஆனால் மகதப்பேரரசு கால நிலை என்ன? கி.பி.13ஆம் நூற்றாண்டு முடிய இந்தியாவில் தமிழ் மொழியைத்தவிர வேறு எந்த மொழியிலும் சாகித்தியங்கள் எனப்படும் இசை இலக்கியங்கள் உருவாகவில்லை. மிக உயர்ந்த வளர்ச்சியைப் பெற்றிருந்ததாகக் கருதப்படும் குப்தப்பேரரசு காலத்தில் (கி.பி.4ஆம் நூற்றாண்டு முதல் கி.பி.7ஆம் நூற்றாண்டு வரை) கூட இசை இலக்கியங்கள் எனப்படும் சாகித்தியங்கள் உருவாகவில்லை. ஆனால் இசை இலக்கணங்கள் கி.பி.8ஆம் நூற்றாண்டில் வட மொழியில் தென்னக மக்களால் எழுதப்பட்டன. ஆனால் அவை தமிழ் இசை இலக்கியங்களை, தமிழ்ச் சாகித்தியங்களைக் அடிப்படையாகக் கொண்டுதான் உருவாகின. ஆகவே சாத்திரிய இசையிலும் பழந்தமிழக மக்கள் மகதப்பேரரசு கால மக்களைவிடப் பல வகையிலும் முன்னேறியவர்களாக இருந்தனர்.[13]

கல்வி, இசை போக, தத்துவார்த்த அறிவியல் தொழில்நுட்ப விடயங்களிலும், நாட்டியம், மருத்துவம், ஓவியம், கட்டடக்கலை, வர்மக்கலை, போர்க்கலை போன்றவைகளிலும் தமிழகத்தில் மிகப்பெரிய வளர்ச்சி ஏற்பட்டிருந்தது. சங்க இலக்கியம் போன்ற

உலகத்தரம் வாய்ந்த செவ்வியல் இலக்கியங்களை தமிழகம் படைத்திருந்தது. ஆனால் தமிழகத்தில் உருவானவற்றில் பெரும் பகுதி அழிந்து போயின. அதில் தப்பிப் பிழைத்த சிறு பகுதிதான் நமது சங்க இலக்கியம். உலகத்திற்குப் பேரளவான விழுமியங்களை, மதிப்பீடுகளை இன்னபிற விடயங்களை தமிழகம் வழங்கியுள்ளது. ஆனால் அது குறித்தான தரவுகள் நம்மிடம் இல்லை. ஆனால் மகதப் பேரரசின் காலத்தில் அல்லது அதற்கு முன்னர் இதுபோன்ற வளர்ச்சி எதுவும் அங்கு இல்லை.

ஆனால் வடமொழியாளர்கள் பரத நாட்டிய சாத்திரம் என்ற நூல் தங்களிடம் இருப்பதாகக் கூறுவார்கள். அந்நூல் நாட்டியம், இசை ஆகியன குறித்துப் பேசும் ஒரு இலக்கண நூல். ஆனால் அந்நூல் உருவாவதற்கான பின்புலம் எதுவும் அங்கு இல்லை. இந்த பரத நாட்டிய சாத்திரமும், சரக சம்கிதை என்ற மருத்துவ நூலும் தமிழ் வழி நூல்கள். கட்டடக்கலை & சிற்பக்கலை குறித்த மயமதம், மானசாரம் போன்ற நூல்களும், கணிதம், வானவியல் குறித்த ஆரிய பட்டியம் என்ற நூலும் தமிழ்வழி நூல்களே. இவை அனைத்தும் தமிழ் மொழியிலிருந்து கி.பி.3ஆம் நூற்றாண்டுக்குப்பின் மொழி பெயர்க்கப்பட்டவை. இவை போன்று பல தமிழ் நூல்கள் வடமொழிக்குக் கொண்டு செல்லப்பட்டன. அவை அனைத்தும் ஆகமங்களில் இருக்கின்றன.

ஆகவே சாத்திரியக் கலைகள் எனச் சொல்லப்படும் இசை, நாட்டியம், சிற்பம், ஓவியம் போன்ற அனைத்துக் கலைகளும் தமிழக நகர அரசுகள் காலத்திலேயே மிக உன்னத வளர்ச்சியை, மிக உச்ச கட்ட வளர்ச்சியைப் பெற்றிருந்தன. அதுபோன்றே பயன் கலைகளான, கட்டடக்கலை, மருத்துவம், வர்மக்கலை, கப்பல்கட்டும் கலை, களரி போன்ற போர்க்கலைகள் முதலியனவும் மிக உன்னத வளர்ச்சியைப் பெற்றிருந்தன.[14] ஆகவே கார்டன் சைல்டு கூறுவதைப் போலவே மகதப்பேரரசைவிட பலவகையிலும் தமிழக நகர அரசுகள் மிகச்சிறந்த வளர்ச்சியைப் பெற்றிருந்தன என்பதுதான் உண்மை. அவை சுதந்திரமான சுயமான சிந்தனைகளை உடையனவாகவும், சனநாயகப் பண்புகளைக் கொண்டனவாகவும், தத்துவார்த்த அறிவியல் தொழில்நுட்ப விடயங்களில் மிகவும் வளர்ச்சி பெற்றனவாகவும் நிறையப் புதிய கண்டுபிடிப்புகளைச் செய்தனவாகவும் இருந்தன.

ஆகவே இந்திய நாகரிகம் உலகத்திற்கு வழங்கியதாகச் சொல்வதில் பெரும்பாலானவை பழந்தமிழகம் வழங்கியவை. கிரேக்க நகர அரசுகளையும் உரோமப்பேரரசையும் நமது தமிழக நகர அரசுகளோடும் மகதப்பேரரசோடும் ஒப்பிடும்பொழுதான் இந்த உண்மைகளை நாம் புரிந்துகொள்ள இயலும். எனவே தமிழக நகர

நாகரிகம் என்பது நகர அரசுகளின் நாகரிகம் என்பதையும், அது ஒரு நன்கு வளர்ச்சி பெற்ற நகர அரசுகளின் நாகரிகம் என்பதையும், கிரேக்க நகர அரசுகளுக்கு இணையாக, சில விடயங்களில் அதைவிட மேம்பட்ட நகர அரசுகளின் நாகரிகம் என்பதையும் குறித்தப் புரிதல் நமக்கு வேண்டும். கீழடி அகழாய்வு இன்று ஓரளவு அதனை உறுதி செய்துள்ளது. எதிர்கால அகழாய்வுகள் பழந்தமிழகத்தின் வளர்ச்சியை அதன் உன்னத நிலையை தெளிவாக உறுதி செய்யும். ஆகவே தமிழ்ச் சமூகம் தனது பழமை குறித்த, பண்டைய சிறப்பு குறித்த அறியாமையிலிருந்து மீண்டு வர கீழடி அகழாய்வு போன்ற பல அகழாய்வுகள் நடைபெறவேண்டும்.

பார்வை

1. கிரிசு ஆர்மன், உலக மக்களின் வரலாறு, விடியல் பதிப்பகம், சூலை-2017, தமிழ் மொழிபெயர்ப்பு - நிழல்வண்ணன், வசந்தகுமார், பக்: 48, 73, 74.

2. கிரிசு ஆர்மன், உலக மக்களின் வரலாறு, விடியல் பதிப்பகம், சூலை-2017, தமிழ் மொழிபெயர்ப்பு - நிழல்வண்ணன், வசந்தகுமார், பக்: 128-133 & பழந்தமிழ்ச் சமுதாயமும் வரலாறும், கணியன் பாலன், NCBH, சனவரி - 2023, புத்தகம் - 1, பக்: 433, 436 & புத்தகம் - 2, 418-421.

3. பழந்தமிழ்ச் சமுதாயமும் வரலாறும், கணியன் பாலன், NCBH, சனவரி - 2023, புத்தகம் - 2, பக்: 417-421

4. பழந்தமிழ்ச் சமுதாயமும் வரலாறும், கணியன் பாலன், NCBH, சனவரி - 2023, புத்தகம் - 1, பக்: 433.

5. பழந்தமிழ்ச் சமுதாயமும் வரலாறும், கணியன் பாலன், NCBH, சனவரி - 2023, புத்தகம் - 1, பக்: 468.

6. பழந்தமிழ்ச் சமுதாயமும் வரலாறும், கணியன் பாலன், NCBH, சனவரி - 2023, புத்தகம் - 1, பக்: 111-114.

7, 8. பழந்தமிழ்ச் சமுதாயமும் வரலாறும், கணியன் பாலன், NCBH, சனவரி - 2023, புத்தகம் - 1, பக்: 74, 75, 482.

9. அமர்நாத் இராமகிருஷ்ணா, தொல்லியலாளர், (https://youtu.be/O1F0XAc_pi0).

10. டி.டி. கோசாம்பி, பண்டைய இந்தியா, NCBH, செப்டம்பர்-2006, தமிழாக்கம்: ஆர். எசு. நாராயணன், பக்:410

11. பழந்தமிழ்ச் சமுதாயமும் வரலாறும், கணியன் பாலன், NCBH, சனவரி - 2023, புத்தகம் - 1, பக்: 74.

12,13. பழந்தமிழ்ச் சமுதாயமும் வரலாறும், கணியன் பாலன், NCBH, சனவரி - 2023, புத்தகம் - 2, பக்: 436, 482-485.

14. பழந்தமிழ்ச் சமுதாயமும் வரலாறும், கணியன் பாலன், NCBH, சனவரி - 2023, புத்தகம் -2, பக்: 540-543.

இறுதியுரை

ஆரிய சிவப்பிந்திய தொல்லினக்குழுக்கள்

மனித இனத்தின் வரலாற்றுக்கு முந்தைய காலத்தை அதாவது தொல்பழங்காலத்தை காட்டுமிராண்டி காலம், அநாகரிக காலம் என இரண்டாக வரையறுப்பர். இவை ஒவ்வொன்றும் முதல், இடை, கடை என மூன்றாகப் பிரிக்கப்படுகிறது. இரிக்வேத மரபுப்படி தொல்பழங்காலத்தை கிருத யுகம், திரேதா யுகம், துவாபர யுகம் என மூன்றாகப் பிரிப்பர். இவற்றுக்குப்பின் வருவதுதான் கலியுகம் எனப்படும் நாகரிக காலம். கிரேக்க உரோம வரலாற்று நூல்களில் அநாகரிக காலத்தின் இறுதிக்காலமான வீரயுகக்காலத்தின் தொடக்கத்தில் இருந்துதான் பதிவுகள் நமக்குக் கிடைக்கின்றன. அதற்கு முந்தைய காலம் குறித்து எதுவும் அறிய இயலவில்லை. ஆனால் இரிக்வேதம் முதலான பண்டைய வட இந்திய நூல்கள் காட்டுமிராண்டிக் காலத்தின் இடைக் காலத்திலிருந்தே தரவுகளை வழங்குகிறது. அநாகரிக காலத்தின் முதல் கட்டத்தில் வாழ்ந்த அமெரிக்கச் சிவப்பிந்தியர்கள் குறித்த மார்கனின் ஆய்வு அநாகரிக காலத்தின் முதல் கட்டம் குறித்த நேரடித்தரவுகளை நமக்கு வழங்குகிறது. கிரேக்க உரோம நூல்கள் அநாகரிக காலகட்டத்தின் இறுதிக்காலத்தைப் பற்றிய முழுத் தரவுகளையும் வழங்குகின்றன.

ஆகவே மார்கன், டாங்கே, எங்கெல்சு ஆகியவர்களின் நூல்களைக்கொண்டு தொல்பழங்காலம் குறித்த விரிவான தரவுகள் இங்கு வழங்கப்பட்டன. காட்டுமிராண்டிக் காலத்தின் இடைக்காலத்தி லிருந்தே தொல்லினக் குழுக்களிடம் கண ஆட்சிமுறை தோன்றி விடுகிறது. இந்தக்கண ஆட்சிமுறை என்பது அநாகரிக காலத்தின் இடைக்காலம் வரை மிகவும் வலிமையோடு இருக்கிறது. ஆனால் அதன் கடைக்காலகட்டத்தில் அதாவது வீரயுகக் காலகட்டத்தில் வீழ்ச்சியுறத்தொடங்கி கண ஆட்சிமுறை இல்லாது போய் தனிச்சொத்தும், குடும்பமும், அரசும் தோன்றுகின்றன. இவற்றின் வளர்ச்சியே நாகரிக காலம். ஆரிய தொல்லினக்குழுக்களைப் பற்றிய டாங்கேயின் நூலும், அமெரிக்கச் சிவப்பிந்தியர்கள் குறித்த மார்கனின் ஆய்வை அடிப்படையாகக் கொண்ட ஏங்கெல்சின் நூலும் கண ஆட்சிமுறை குறித்தப் பல தரவுகளை வழங்கியுள்ளன. அவற்றை

அடிப்படையாகக் கொண்டு கண ஆட்சிமுறை குறித்த விளக்கங்கள் இங்கு தரப்பட்டன. சனநாயகம், சுதந்திரம், சமத்துவம், சகோதரத்துவம் ஆகியவை உண்மையிலேயே நடைமுறையில் இருந்த ஒரு மிகச்சிறந்த காலகட்டம்தான் கண ஆட்சிமுறைக் காலகட்டம். கண ஆட்சி முறை காலகட்டத்தின் தொடக்கத்தில் குழு மணமும், அதன் இறுதியில் இணைமணமும் இருந்தது.

தொல்பழங்காலத்தைக் குறித்து முழுமையாக அறியும்பொழுது தான் மனிதன் நடந்து வந்த பாதை குறித்தத் தெளிவைப்பெறமுடியும். மனித இனத்தின் ஆட்சிமுறை, ஆண்-பெண் உறவு, உற்பத்தி முறைகள் போன்றவை காலத்துக்குக் காலம் எவ்வளவு மாற்றங்களை அடைந்து வந்துள்ளன என்பது குறித்தும் உற்பத்தியில் ஏற்படும் மாற்றம் அந்த ஆட்சிமுறையையும், ஆண்-பெண் உறவையும் எப்படி மாற்றியமைக் கிறது என்பதையும் புரிந்துகொள்ள முடியும். தனிச்சொத்து, குடும்பம், வகுப்புகள், அரசு ஆகியன எப்படி எந்தக்காலகட்டத்தில் உருவானது என்பது குறித்தும் அவை உருவானதற்கான காரணிகள் குறித்தும் அறிந்துகொள்ள முடியும்.

தொல்பழங்காலம் முழுவதும் மனிதர்களிடம் பொருள் முதல்வாதம்தான் இருந்து வந்தது. கருத்துமுதல்வாதம் என்பது தோன்றவில்லை. இயற்கையைக் கட்டுப்படுத்த தொல்பழங்கால மனிதன் போலச்செய்தல் என்ற முறையைப் பயன்படுத்தினான். இந்த போலச்செய்தல் என்பது தனது பொருளாதாரத் தேவைகளையும், தனது ஆசைகளையும் நிறைவேற்றிக் கொள்ளவே செயல்படுத்தப்பட்டது. இதில் ஆன்மீகமோ, சமயமோ, கடவுளோ இருக்கவில்லை. இந்த போலச்செய்தல் என்பதுதான் நாளடைவில் சடங்குகளாக ஆகின. அன்று மனிதன் தனது முன்னோர்களைத்தான் கடவுளாக, தெய்வமாக வணங்கினான். அவனிடம் முழுமுதற்கடவுள் என்ற கருத்தியலோ, கருத்துமுதல்வாதமோ இருக்கவில்லை. சமூகத்தின் ஒரு பிரிவு உழைப்பிலிருந்து விடுபட்டு வாழும் நிலை ஏற்படும்பொழுதுதான் இயற்கையிலிருந்தும் எதார்த்தத்திலிருந்தும் விடுபட்டு, இந்த உலகை மறுதலித்து, ஆன்மீக உலகுக்கான கருத்துமுதல்வாத சிந்தனைகள் தோற்றம் பெருகின்றன.

தொல்பழங்காலம் குறித்தும், மனித இனத்தின் வரலாற்றுக்கு முற்பட்ட காலம் குறித்தும் இந்நூலில் தரப்பட்டுள்ள தரவுகள் அவை குறித்த ஒரு தெளிவான புரிதலைத் தரவல்லவை.

பழந்தமிழக நகர அரசுகளின் தோற்றம்

கிரேக்கத்திலும், உரோமிலும் கண ஆட்சி முறை முடிந்து நவீன நகர அரசு தோன்றியது எப்படி என்பது குறித்த சுருக்கமான வரலாறு

இங்கு எடுத்துச் சொல்லப்பட்டுள்ளது. நகர அரசு தோன்றும்பொழுது அதற்கு இணையாக அல்லது அதற்கு முன்பாகவே பொதுவுடமை போய் தனிச்சொத்துரிமையும், தாயுரிமையின் இடத்தில் தந்தையுரிமையும், இணைமணம் என்ற இடத்தில் ஒருதார மணமும், போர்த்தளபதியின் குடும்பம் அரச குடும்பமாக மாறுவதும், இரத்த உறவு என்ற அடிப்படை போய் அவ்விடத்தில் பிரதேச அடிப்படையும் உருவாகின்றன. கணம், குலம், குலக்கூட்டமைப்பு என்பன இல்லாது போய் அதற்குப் பதிலாக ஆண்டான்-அடிமையும், ஏழை-பணக்காரனும், நிலக்கிழாரும்-ஏழை உழவனும், பட்டறை முதலாளியும்-தொழிலாளியும் எனத் தொழில் பிரிவுகளும், வகுப்புகளும் வர்க்கங்களும் உருவாகின்றன. இவற்றின் விளைவாக கண ஆட்சிமுறை என்பது இல்லாது போய் அவ்விடத்தில் நவீன அரசு தோன்றுகிறது. இந்த நவீன அரசு என்பது நகர அரசாகவே இருக்கிறது. கண ஆட்சி முறையில் இருந்த சுதந்திரம், சமத்துவம், சகோதரத்துவம், சனநாயகம் போன்றவைகள் நவீன அரசில் இருப்பதில்லை. இவை நகர அரசில் ஓரளவு இருக்கின்றன. ஆனால் பேரரசுகளில் இவை முற்றிலும் இல்லாதுபோய் விடுகின்றன. அங்கு சாதாரண மனிதன் அடிமையாகத்தான் நடத்தப்படுகிறான்.

கிரேக்க நகர அரசுகளும் உரோம நகர அரசும் உருவாகிய முறையில்தான் பழந்தமிழகத்திலும் நகர அரசுகள் உருவாகின என்பது இங்கு எடுத்துச் சொல்லப்பட்டுள்ளது. நகர அரசுகள் உருவாவதற்கு முன்பிருந்த தொல்லினக்குழுவின் கண ஆட்சி முறையில் இருக்கும் இரத்த உறவு முறையிலான கணம், குலம், குழுக்கூட்டமைப்பு, இணைமணம், அகமணமுறை, தாயுரிமை, ஆண்-பெண் சமத்துவம் போன்றவைகள் சங்ககாலத்தில் இருக்கவில்லை. அதற்குப் பதிலாக நவீன அரசுகள் உருவானபின் இருக்கும் தனிச் சொத்துரிமையும், தொழில் பிரிவுகளும், வகுப்புகளும், வர்க்கங்களும், ஒருத்திக்கு ஒருவன், காதல், கற்பு போன்ற கருத்தியல்களும், புறமணமுறையும், பொதுமகளிர், பரத்தமை போன்றவைகளும், அரசுக்குரிய அரசனும், அலுவலகமும், அதிகாரிகளும், ஆயுதமேந்திய தனிப்படையும், இரத்த உறவுக்குப்பதில் பிரதேச அடிப்படையிலான ஆட்சிப்பகுதிகளும், கடன், வட்டி, வரி முதலியனவும், உலகளாவிய வணிகமும் சங்ககாலத்தில் இருந்தன என்பது சங்ககாலத்தில் நிலைபெற்ற அரசுகள் உருவாகிவிட்டன என்பதை உறுதி செய்துள்ளது.

சங்ககாலத்தில் வாழ்ந்த விளிம்பு நிலை மக்களின் தலைமைகளும் கூட பிரதேச அடிப்படையில்தான் உருவாகி இருந்தனர். தொல்லினக்குழுக்கால இரத்த உறவு முறை அடிப்படையிலான

தலைமை என்பது இருக்கவில்லை. அவர்களிடமும் ஒருத்திக்கு ஒருவன், காதல், கற்பு, கணவன் இல்லையென்றால் பெண்களுக்கு வாழ்க்கையில்லை போன்ற ஒருதார மணக்குடும்பத்துக்குரிய அனைத்துப் பண்புகளும் இருந்தன. அங்கும் சொத்துரிமையும், அரசுக்கு வரிகட்டுதலும், கடன் வாங்குவதும், வட்டி செலுத்துவதும், அரசனுக்காகப் போர் புரிதலும் போன்ற செயல்பாடுகள் இருந்து வந்தன. இவை போன்றவை சங்ககாலத்தில் நிலைபெற்ற அரசுகள் உருவாகி இருந்தன என்பதை உறுதி செய்கின்றன.

கிரேக்கத்திலும், உரோமிலும் வேளாண்மையைவிட தொழிலும், வணிகமும் பேரளவில் வளர்ச்சி பெற்றிருந்தன. வேளாண்மையைச் சார்ந்து இருந்த மக்களைவிட தொழில் வணிகம் முதலியனவற்றைச் சார்ந்து இருந்தவர்கள் அதிக எண்ணிக்கையில் இருந்தனர் அல்லது சமமாக இருந்தனர். இதன் காரணமாக அங்கு அடிமைகளின் தேவை அதிகமாக இருந்ததால் அங்கு இருந்த நகர அரசுகளில் ஆண்டான்-அடிமை ஆட்சிமுறை உருவானது. ஆனால் பழந்தமிழகத்தில் தொழில் வணிகத்தைவிட வேளாண்மை பேரளவு வளர்ச்சி பெற்றிருந்தது. அதன் காரணமாக வேளாண்மையைச் சார்ந்து இருப்பவர்கள் தொழில் வணிகத்தைச் சார்ந்து இருப்பவர்களைவிட மிக அதிகமாக இருந்தார்கள். அதனால் இங்கு அடிமைமுறை உருவாகவில்லை. ஆதலால் இங்கு வரம்புக்குட்பட்ட முடியாட்சி முறை உருவானது. ஆண்டான்-அடிமை ஆட்சிமுறை உருவாகவில்லை.

மேலும் பழந்தமிழகத்தில் நகர அரசுகளும் நகர்மைய அரசுகளும் இருந்தன. நகர்மைய அரசு என்பது நகரத்தை மையமாகக் கொண்டு அதனைச் சுற்றிலும் வேளாண்மை சார்ந்த நூற்றுக்கணக்கான ஊர்களை உள்ளடக்கியுள்ள அரசு. சான்றாக பாரியின் நகர்மைய அரசு என்பது பரம்பு என்ற நகரத்தையும் அதனைச்சுற்றியுள்ள 300 ஊர்களையும் கொண்ட அரசாக இருந்தது எனக் கபிலர் குறிப்பிட்டுள்ளார். வளர்ச்சிபெற்ற மூவேந்தர் அரசுகள் பல நகர அரசுகளையும், நகர்மைய அரசுகளையும் கொண்டிருந்தன. இந்த நகர அரசுகள் வளர்ச்சிபெற்ற வணிக நகர அரசுகளாக ஆகும்பொழுது அவை பூசாரி வகுப்புகளை அடியோடு அழித்து ஒழித்துவிடுவதோடு அங்கு பொருள்முதல்வாத மெய்யியல் நல்ல வளர்ச்சியைப் பெறமுடிகிறது. பழந்தமிழக நகர, நகர்மைய அரசுகளில் இதுபோன்ற ஒரு சூழ்நிலைதான் மிக நீண்ட காலமாக நிலவி வந்தது.

வரலாற்றுத் தேவைகள் கருத்துமுதல்வாதச் சிந்தனையை வளர்த்தெடுத்துப் பாதுகாக்கின்றன. அடிமைகள் பலமடங்கு அதிகமாயுள்ள ஆண்டான்-அடிமைச் சமூகத்திலும், பேரரசுகளிலும்

கருத்துமுதல்வாதச் சிந்தனைக்கான வரலாற்றுத்தேவை இருப்பதால் அவை அங்கு பெருமளவு வளர்ச்சி பெறுகின்றன. பூசாரி வகுப்பு வலிமை பெறுகிறது. ஆனால் வளர்ச்சி பெற்ற வணிக நகர அரசுகளில் பூசாரி வகுப்பு அழித்து ஒழிக்கப்படுகிறது. பொருள்முதல்வாத மெய்யியல் இந்த நகர அரசுகளின் அடித்தளமாக இருந்துவருகிறது. கிரேக்க நகர அரசுகளில் குறிப்பாக ஏதென்சில் அடிமைகள் குடிமக்களைவிட பல மடங்கு அதிகமாக இருந்த சூழ்நிலை தோன்றியதால் அங்கும் கி.மு.500க்குப்பின் வந்த சாக்ரடிசு, பிளாட்டோ, அரிசுடாட்டில் போன்ற அறிஞர்களும் கருத்துமுதல்வாதிகளாகவும், அடிமைமுறையை ஆதரிப்பவர்களாகவுமே இருந்தனர்.

ஆகவே கிரேக்க நகர அரசுகளில் பொருள்முதல்வாதம் அதிக வளர்ச்சியை அடையவில்லை. ஆனால் தமிழக நகர அரசுகளில் அடிமைமுறை இருக்கவில்லை என்பதோடு இந்த வளர்ச்சிபெற்ற வணிக நகர அரசுகள் மிக நீண்டகாலமாக இங்கு இருந்து வந்ததன் காரணமாக, தொல்கபிலர் போன்ற மாமேதைகள் தோன்றி எண்ணியம் போன்ற மாபெரும் மூலச்சிறப்புள்ள பொருள்முதல்வாத மெய்யியலைப் படைக்க முடிந்தது. அதன் உயர்சிறப்பு காரணமாக தொல்கபிலரின் எண்ணிய மெய்யியல் இந்தியா மட்டுமின்றி உலகம் முழுவதும் பரவியது. கிரேக்க அறிஞர்களும் தொல்கபிலரின் எண்ணிய மெய்யியலில் இருந்துதான் கடன்பெற்றுக்கொண்டனர். நவீனகால மார்க்சு-எங்கெல்சின் வளர்ச்சிபெற்ற பொருள்முதல்வாத மெய்யியலுக்கு முன்னோடியாக இருந்தது தொல்கபிலரின் எண்ணிய மெய்யியலேயாகும்.

பேரரசுகளைவிட நகர அரசுகள் என்பன பல்வேறு துறைகளிலும் வளர்ச்சி பெற்றனவாகவும், மக்களுக்கானவைகளாகவும் இருந்துள்ளன என்பதை வரலாறு பலவகையிலும் மெய்ப்பித்துள்ளது. பேரரசுகளை விட நகர அரசுகளில் தான், சுயமான சுதந்திரமான சிந்தனைகளும், சனநாயகக் கண்ணோட்டமும், பொருள்முதல்வாத மெய்யியலும், தத்துவார்த்த அறிவியல் தொழில்நுட்ப வளர்ச்சியும், நிறைய புதிய கண்டுபிடிப்புகளும் இருக்கும் எனவும் பேரரசுகளில் இவை இருக்காது எனவும் பேரரசுகள் பெரும்பாலும் நகர அரசுகளின் கொள்கைகளை, கோட்பாடுகளை, அதன் சிந்தனைகளை அப்படியே பின்பற்றும் எனவும், அதன் கண்டுபிடிப்புகளையும் பயன்படுத்திக் கொள்ளும் எனவும் கார்டன் சைல்டு போன்ற தொல்லியலாளர்களின் ஆய்வுகள் உறுதி செய்துள்ளன என்பது முன்பே சொல்லப்பட்டுள்ளது.

பழந்தமிழக நகர அரசுகள் மகதப்பேரரசைவிட பலவகையிலும் முன்னேறியவைகளாக இருந்தன என்பதை ஆசிரியரது ஆய்வுகள்

உறுதி செய்துள்ளன. தமிழக நகர அரசுகள் பொருள்முதல்வாத மெய்யியலில் வளர்ச்சி பெற்றனவாக இருந்ததால்தான் பழந்தமிழகத்தில் தொல்கபிலர் போன்ற மாமேதைகள் தோன்றி எண்ணியம் போன்ற அறிவியலையும், காரணகாரியத்தையும் ஏரணத்தையும் அடிப் படையாகக் கொண்ட ஒரு மிகச்சிறந்த பொருள்முதல்வாத மெய்யியலைத் தோற்றுவிக்க முடிந்தது. தொல்கபிலர்தான் பழந்தமிழக நகர அரசுகளின் தத்துவார்த்த அறிவியல் தொழில்நுட்ப வளர்ச்சிக்கான அடிப்படையை உருவாக்கியவர். ஆகவேதான் அவரைத் தமிழ் அறிவு மரபின் தந்தை என்கிறோம்.

தொல்பழங்கால தொல்லினக்குழு மக்களிடையே கண ஆட்சிமுறைதான் இருக்கும். இந்த கண ஆட்சிமுறையில்தான் உண்மையான முழுமையான சுதந்திரம், சமத்துவம், சகோதரத்துவம், சனநாயகம் ஆகியன இருக்கும். இந்த தொல்லினக்குழுக்களின் அடிப்படையாக அகமணமுறை இருக்கும். நாகரிக காலத்திற்கு முன்வரை இந்த தொல்லினக்குழுக்களிடையே பொருள்முதல்வாதம் தான் இருக்கும். இந்த தொல்லினக்குழுகால மக்கள் தங்களின் முன்னோர்களைத்தான் தெய்வமாக வழிபடுவர். நாகரிக காலத்தில் சமூகத்தின் ஒரு பிரிவு உழைப்பிலிருந்து விடுபட்டு வாழும் நிலையில்தான் அங்கு கருத்துமுதல் வாதம் தோன்றும். தனிச்சொத்துடமை உருவானபின் தான் குடும்பமும் அரசும் உருவாகும். முதலில் நகர அரசுகளும் அதன்பின் பேரரசுகளும் தோன்றும். நகர அரசுகள் என்பன பேரரசுகளை விட பலவகையிலும் வளர்ச்சி பெற்றனவாக, மக்களின் நலன் சார்ந்தனவாக இருக்கும். இவை இந்நூலின் தரவுகள் தரும் ஒருசில முன்முடிவுகள்.

வளர்ச்சி பெற்ற சமூகமும் மொழி அடையாளமும்

பண்டைய காலத்தில் மெசபடோமியாவில் இருந்த சுமேரிய நகர அரசுகளையும் அதன்பின் அங்கு தோன்றிய பல்வேறு பேரரசுகளையும் விரிவாக ஆய்வு செய்த உலகப்புகழ்பெற்ற தொல்லியலாளர் கார்டன் சைல்டு, பேரரசுகளை விட நகர அரசுகளில் தான், சுயமான சுதந்திரமான சிந்தனைகளும், சனநாயகக் கண்ணோட்டமும், பொருள்முதல்வாத மெய்யியலும், தத்துவார்த்த அறிவியல் தொழில்நுட்ப வளர்ச்சியும், நிறையப் புதிய கண்டுபிடிப்புகளும் இருக்கும் எனக் கூறுகிறார். மேலும் அங்கு சுமேரிய நகர அரசுகளுக்குப்பின் வந்த பேரரசுகள் புதியதாக எதனையும் கண்டுபிடிக்கவில்லை எனவும் பெரும்பாலும் அவை சுமேரிய நகர அரசுகளின் கொள்கைகளை, கோட்பாடுகளை அவற்றின் சிந்தனைகளை அப்படியே பின்பற்றின எனவும் அவற்றின் கண்டுபிடிப்புகளையும் அவை பயன்படுத்திக்கொண்டன எனவும் அவர் கூறுகிறார்.

மேலும் இந்தப் பேரரசுகள் மக்களிடையே பிற்போக்குச் சிந்தனைகளை, மூட நம்பிக்கைகளை, மதக் கருத்துக்களை பரப்பின என்பதோடு மக்களின் முற்போக்குச் சிந்தனைகளை, அவர்களின் அறிவியல் தொழில்நுட்பச் சிந்தனைகளைக் கட்டுப்படுத்தின எனவும் அவர் கூறுகிறார். உலகப்புகழ் பெற்ற கிரேக்க நகர அரசுகளையும், உரோமப் பேரரசையும் ஒப்பிடும்பொழுது கார்டன் சைல்டு அவர்களின் கூற்று உண்மை என்பது உறுதியாகிறது. அதுபோன்றே தமிழக நகர அரசுகளையும் மகதப் பேரரசையும் ஒப்பிடும் பொழுதும் அவரது கூற்றின் உண்மைத்தன்மை உறுதிப்படுத்தப்படுகிறது. ஆகவே நகர அரசுகள் என்பன பேரரசுகளைக்காட்டிலும் வளர்ச்சி பெற்றனவாகவும் மக்களுக்கானவைகளாகவும், பொருள்முதல்வாத மெய்யியலையும், முற்போக்குச் சிந்தனைகளையும் கொண்டுள்ளனவாகவும் இருந்துள்ளன என்பதை வரலாறு பலவகையிலும் மெய்ப்பித்துள்ளது.

இந்த நகர அரசுகள் தனித்தனி அரசுகளால் ஆளப்பட்ட போதிலும் மொழி அடிப்படையில் அவை கூட்டாக ஒன்றிணைந்து செயல்பட்டுள்ளன என்பதையும் வரலாறு உறுதி செய்துள்ளது. கிரேக்க நகர அரசுகளில் வாழ்ந்த கிரேக்க மக்கள் தங்களை கிரேக்கர்களாக ஒன்றிணைத்துக்கொண்டு ஒலிம்பிக் விழா போன்ற கிரேக்க மக்களுக்கான பல பண்பாட்டு நிகழ்வுகளை நடத்தி வந்துள்ளனர். அதுபோன்றே அவர்கள் கிரேக்கர்களாக ஒன்றிணைந்து பாரசீகப் பேரரசை எதிர்த்துப் போராடி வெற்றிபெற்றனர். அன்றே அவர்கள் மொழியின் அடிப்படையில் தங்களைக் கிரேக்கர்களாக அடையாளப்படுத்திக் கொண்டனர். தமிழக நகர அரசுகளும் தமிழர்களாக ஒன்றிணைந்து தங்களுக்கான ஐக்கியக்கூட்டணி ஒன்றை அமைத்துக்கொண்டு பெரும் கடற்படைகளை உருவாக்கித் தங்களது கடல் வணிகத்தை வளர்த்தெடுத்துப் பாதுகாத்துக் கொண்டன. 2000 ஆண்டுகளுக்கு முன்பே இந்தியாவின் கிழக்கு மேற்குக் கடற்கரைப் பகுதிகளில் கலிங்கத்தின் பித்துண்டா நகரம் போன்ற பல நகரங்களைத் தங்கள் காவல் அரண்களாக அவை கொண்டிருந்தன.

தமிழக அரசுகளும் தமிழ் மக்களும் தமிழர்களாக ஒன்றிணைந்து மௌரியப்பேரரசின் பெரும்படையெடுப்பை கி.மு. 3ஆம் நூற்றாண்டில் தோற்கடித்து அவர்களைத் தமிழகத்தைவிட்டு துரத்தியடித்தனர். தங்கள் ஐக்கியப் படையைக் கொண்டுதான் தமிழரசுகள் வடநாட்டின் மீதும் வட திசை அரசுகளின் மீதும் பலமுறை படையெடுத்து வெற்றி பெற்று வந்தன. தங்கள் ஐக்கியப் படையைக் கொண்டுதான் அவை தக்காணத்தைத் தங்கள் கட்டுப்பாட்டில் வைத்திருந்தன என்பதோடு வடநாட்டுக்கான வணிகப் பாதையையும் பாதுகாத்து வந்தன. கி.மு. 500 வாக்கிலேயே தமிழ் மக்கள் தங்களைத்

தமிழர்களாக மொழியின் அடிப்படையில் அடையாளப்படுத்திக் கொண்டவர்களாக இருந்தனர். 2000 வருடங்களுக்கு முன்பே தமிழ்ச்சமூகம் ஒரு தேசிய இனத்திற்கான ஓரிரு அடையாளங்களைக் கொண்ட ஒரு வளர்ச்சிபெற்ற சமூகமாக இருந்தது.

ஒரு சமூகத்தில் தொழில்நுட்பம் பெருகி, உற்பத்தி பேரளவில் நடைபெற்று, சந்தை விரிவடைந்து, உலகளாவிய அளவில் வணிகம் நடைபெற்று, வணிக முதலாளித்துவம் தோன்றும் நிலையில்தான் அச்சமூகம் தன்னை மொழியால் அடையாளப்படுத்திக்கொள்ளும். இன்றைக்கு 2500 வருடங்களுக்கு முன்பே பழம்பெரும் தமிழ்ச் சமூகம் அதுபோன்ற ஒரு வளர்ச்சி பெற்ற நிலையை அடைந்ததால்தான் அது அன்றே தன்னை மொழியால் அடையாளப்படுத்திக்கொண்டது. பண்டைய காலத்தில் 2000 ஆண்டுகளுக்கு முன்பே கிரேக்கர்கள், சீனர்கள், தமிழர்கள் ஆகிய மூவர் மட்டுமே தங்களை மொழியால் அடையாளப்படுத்திக்கொண்ட சமூகமாக இருந்தனர். 2000 வருடங்களுக்கு முன்பே தங்களை மொழியால் அடையாளப்படுத்திக் கொண்ட இந்த சமூகங்கள் அன்றே தேசிய இனங்களுக்கான ஒரு சில அடையாளங்களைக் கொண்டிருந்த போதிலும் தேசிய இனமாக உருவாகுவதற்கான சாத்தியக்கூறுகள் அன்று இருக்கவில்லை. நிலப்பிரபுத்துவ வீழ்ச்சிக்குப்பின் உருவாகும் முதலாளித்துவ சமூகத்தில்தான் ஒரு சமூகம் தேசிய இனமாக உருவாகுவதற்கான சாத்தியக்கூறுகள் வரலாற்று வழியில் உருவாகின்றன.

நவீன தேசிய இன அரசுகள்

நவீன உலகில், தொழிற்புரட்சிக்குப்பின் பல துறைகளிலும் வளர்ச்சி அடைந்து வணிகம் பெருகி சந்தை விரிவடைவதன் காரணமாக மொழி முக்கியத்துவம் பெற்று, ஒரு சமூகம் தன்னை மொழியால் அடையாளப்படுத்திக் கொண்டு நாளடைவில் பல்வேறு காரணங்களின் அடிப்படையில் ஒரு மொழிவழி தேசிய இனமாக பரிணாம வளர்ச்சியை அடைகிறது. தொழிற்புரட்சிக்கு முன்பின் காலங்களில் பல துறைகளிலும் ஏற்பட்ட வளர்ச்சியால் வணிகமும் சந்தையும் விரிவடைந்ததால் ஐரோப்பிய நாடுகள் அனைத்தும் தங்களை மொழியால் அடையாளப்படுத்திக்கொண்டு மொழிவழி தேசிய இனமாகப் பரிணாமம் பெற்றுத் தனி நாடுகளாக உருவாகின. இன்று உலகம் முழுவதும் தொடர்ந்து பல சமூகங்கள் பல துறைகளிலும் வளர்ச்சியடைந்து, தங்களை மொழியால் அடையாளப்படுத்திக் கொண்டு தனி தேசிய இனங்களாகப் பரிணாம வளர்ச்சி பெற்று வருகின்றன. ஆங்காங்கு அவை தனி நாடுகளுக்கான கோரிக்கைகளையும் எழுப்பி வருகின்றன. தங்களை மொழியால் அடையாளப்படுத்திக்

கொண்டு மொழிவழி தேசிய இனமாக வளர்ச்சியடைந்த சமூகங்களைத் தனி நாடுகளாக அல்லது சுயாட்சி மிக்கப் பகுதிகளாக அங்கீகரிக்க வேண்டும்.

"மொழிவழி தேசிய இனச் சமூகங்களை இறையாண்மை மிக்க தனி நாடுகளாகக் கருதவேண்டும்" என்ற ஒரு புதிய வரலாற்று விதியை ஐக்கிய நாடுகளின் அவை ஏற்றுச் செயல்படுத்த வேண்டும். ஆகவே உலகில் அமைதியும் சமாதானமும் வளர்ச்சியும் வளமும் நலமும் விரும்பும் அனைத்து மக்களும், நாடுகளும் மொழிவழி தேசிய இனச் சமூகங்களை தனி நாடுகளாக அங்கீகரித்து அவைகளின் சுயாட்சிக் கோரிக்கைகளை, அவைகளின் தனிநாட்டுக் கோரிக்கைகளை ஆதரிக்கவும் அங்கீகரிக்கவும் வேண்டும் என்பதோடு, அவைகளுக்காகப் போராடவும் முன்வர வேண்டும். ஒரு மொழிச் சமூகம் தன்னை மொழியால் அடையாளப்படுத்திக்கொள்ளும் நிலையை அடையும்பொழுதுதான் அச்சமூகம் ஒரு வளர்ச்சிபெற்ற நிலையை அடைகிறது. அதுபோன்றுதான் ஒரு மனிதன் தன்னை மொழியால் அடையாளப்படுத்திக்கொள்ளும் நிலையை அடையும்பொழுதுதான் அவன் ஒரு முற்போக்குச் சிந்தனைகளைக் கொண்டவனாகவும், அரசியலில் ஒரு வளர்ந்த நிலையை அடைந்தவனாகவும் ஆகிறான்.

ஆனால் வல்லரசுகளாக உள்ள பேரரசுகள் தேசிய இனங்களின் நியாயமான போராட்டங்களைப் பயங்கரவாதம் என்ற பெயரிலும், இறையாண்மை என்ற பெயரிலும் அடக்கி ஒடுக்கி வருகின்றன. இறையாண்மை என்பது மக்களிடத்தில் இருந்துதான் உருவாகிறது என்பதுதான் சனநாயகத்தின் அடிப்படை. மக்களை தேசிய இனச் சமூகங்களாக இனங்காண்பதும் அடையாளப்படுத்துவதும், தேசிய இன அடிப்படையில் இறையாண்மையை, அரசுரிமையை அங்கீகரிப்பதும், ஏற்பதும் இங்கு அவசியமாகிறது. அதுவே மக்களுக்கான உண்மையான சனநாயகம். வரலாற்று வழியில், மொழி அடிப்படையில் உருவான தேசிய இனச் சமூகங்களைக் காலனி அரசுகள் தங்கள் விருப்பப்படி ஒன்றிணைத்து ஆண்டது போலவே விடுதலை தந்த பொழுதும் எந்த விதச் சிந்தனையும் இன்றி தங்கள் விருப்பப்படி விடுதலை தந்துவிட்டுச் சென்றதானது பல்வேறு சிக்கல்களை உருவாக்கியுள்ளது.

இலங்கையில் உருவான ஈழச்சிக்கல் என்பது அது போன்ற ஒன்றுதான். ஆகவே காலனிகளின் விடுதலை என்பது பல்வேறு தேசிய இனப் போராட்டங்களுக்கு வழிவகுத்துள்ளது. உலகின் வல்லரசுகளும், அவற்றைத் தங்கள் சுய நலன்களுக்காக இயக்கி வருகிற ஏகாதிபத்திய நிறுவனங்களும் இறையாண்மை மிக்க நாடுகளையே பகடைக்காய்களாக ஆக்கிச் சூறையாடிக் கொண்டிருக்கும்

பொழுது தேசிய இன விடுதலைக்காக, தேசிய இனச் சுயாட்சிக்காகப் போராடி வரும் தேசிய இனச் சமூகங்களின் நிலை மிகவும் கவலைக்கும் வருத்தத்துக்கும் உரியது. இந்நிலை மாற வேண்டும். உலகமெங்கும் உண்மையான சனநாயகம் மலர வேண்டுமானால், தேசிய இனச் சமூகங்களின் இறையாண்மை உரிமையை, அவர்களின் சுயாட்சி உரிமையை ஏற்று அங்கீகரிக்க வேண்டும்.

நகர அரசுகள் என்பன பேரரசுகளைவிடப் பலவகையிலும் சிறந்தனவாகவும், வளர்ச்சி பெற்றனவாகவும், மக்களுக்கானவை களாகவும் இருந்தன என்பதை வரலாறு மெய்ப்பித்துள்ளது. நகர அரசுகள் என்பன ஒரு நகரத்தை மையமாகக் கொண்ட சிறிய அரசுகள். இந்த சிறிய அரசுகள்தான் சிறந்த அரசுகளாக இருந்துள்ளன. தேசிய இன அரசுகள் என்பன நகர அரசுகளைக் காட்டிலும் பெரிய அரசுகள் எனினும் தங்களுக்கென ஒரு மொழி, ஒரு வரலாறு, ஒரு பண்பாடு, ஒரு குறிப்பிட்ட நிலப்பரப்பு, ஒரு குறிப்பிட்ட சமூகப் பொருளாதாரச் சூழ்நிலை போன்றனவற்றைக்கொண்டு ஒரு மொழிவழி தேசிய இனமாக விளங்குகின்றன. அவை தனி நாடுகளாக உருவாகும் பொழுதுதான் ஒப்பீட்டளவில் சுதந்திரம், சமத்துவம், சகோதரத்துவம், சனநாயகம் முதலியன சிறப்பாக இருக்க வாய்ப்பு ஏற்படும். மேலும் அவை மக்களுக்கான அரசுகளாகவும் வளர்ச்சிபெற்ற அரசுகளாகவும் உருவாக முடியும். ஆகவே மொழிவழி தேசிய இன அடிப்படையில் உருவாகும் நாடுகள்தான் மிகச்சிறந்தனவாக இருக்கமுடியும் என்ற உண்மையை உலக மக்கள் முதலில் ஏற்று அங்கீகரிக்கவேண்டும்.

ஆகவே இன்றைய நிலையில் மொழிவழி தேசிய இன அடிப்படையிலான நாடுகள் உருவாவதை பொதுவுடமைவாதிகளும், சனநாயகவாதிகளும், முற்போக்காளர்களும், இன்னபிற உலகமக்கள் அனைவரும் அங்கீகரித்து ஆதரவு தரவேண்டும். மேலும் மொழிவழி தேசிய இன அடிப்படையில் உருவாகும் நாடுகள்தான் உண்மையான இறையாண்மை கொண்ட நாடுகள் என்பதை ஐக்கிய நாடுகள் அவையிலும் இன்னபிற சர்வதேசிய அவைகளிலும் சட்டமாக்கவும் அவற்றை நடைமுறைப்படுத்தவும் வழிவகை காணவேண்டும். இறுதியாக உலக மக்கள் அனைவரும் வளமாகவும், செல்வச் செழிப்போடும், அமைதியாகவும், ஒற்றுமையாகவும் வாழ வேண்டும் என விரும்பும் ஒவ்வொருவரும் மொழிவழி தேசிய இன அடிப்படையிலான நாடுகள் உருவாவதை அங்கீகரித்து ஆதரவு தரவேண்டியது என்பது ஒரு முதன்மைக் கடமையாகும்.

கால அட்டவணை

மூவேந்தர் ஆட்சி ஆண்டுகள் [கி.மு.வில்]

முதல் காலகட்டம் (350-270)

சேரன் : உதியஞ்சேரலாதன் *(347-327)*

சோழன் : பெரும்பூட்சென்னி *(335-305)*

பாண்டியன் : கருங்கை ஒள்வாள் பெரும்பெயர் வழுதி *(350-320)*

இரண்டாம் காலகட்டம் (330-250)

சேரன் : இமயவரம்பன் நெடுஞ்சேரலாதன் *(327-275)*]

சோழன் : செருப்பாழி எறிந்த இளஞ்சேட்சென்னி *(305-285)*

பாண்டியன் : முதுகுடுமிப்பெருவழுதி *(320-280)*

மூன்றாம் காலகட்டம் (300-230)

சேரன் : 1. பல்யானைச் செல்கெழு குட்டுவன் *(275-265)*,
2. களங்காய்க்கண்ணி நார்முடிச்சேரல் *(265-250)*

சோழன் : முதல்கரிகாலன் *(285-250)*

பாண்டியன் : 1. நம்பி நெடுஞ்செழியன் *(280-270)*,
2. ஆரியப்படை கடந்த நெடுஞ்செழியன் *(270-245)*

நான்காம் காலகட்டம் (270-200)

சேரன்	:	சேரன் செங்குட்டுவன் *(250-220)*
சோழன்	:	உருவப்பஃறேர் இளஞ்சேட்சென்னி *(250-210)*
பாண்டியன்	:	வெற்றிவேற்செழியன் *(245-235)*

ஐந்தாம் காலகட்டம் (250-170)

சேரன்	:	1. ஆடுகோட்பாட்டுச் சேரலாதன் *(220-212)*
		2. செல்வக் கடுங்கோ வாழியாதன் *(212-205)*
சோழன்	:	உருவப்பஃறேர் இளஞ்சேட்சென்னி *(250-210)*
பாண்டியன்	:	பசும்பொன்பாண்டியன் *(235-210)*

ஆறாம் காலகட்டம் (230-150)

பாண்டியன்	:	1. நம்பி நெடுஞ்செழியன் *(280-270)*,
சேரன்	:	1. தகடூரெறிந்த பெருஞ்சேரல் இரும்பொறை *(205-195)*,
		2. குடக்கோ இளஞ்சேரல் இரும்பொறை *(195-184)*
சோழன்	:	கிள்ளிவளவன் *(210-190)*
பாண்டியன்	:	1. அறிவுடை நம்பி *(210-200)*
		2. பழையன் மாறன் *(200-185)*

ஏழாம் காலகட்டம் (200-130)

சேரன்	:	யானைக்கட்சேய் மாந்தரஞ் சேரல் இரும்பொறை *(184-163)*
சோழன்	:	இரண்டாம் கரிகாலன் *(190-170)*
பாண்டியன்	:	தலையாலங்கானத்து... நெடுஞ்செழியன் *(185-165)*

எட்டாம் காலகட்டம் (170-100)

சேரன் : *1. கணைக்கால் இரும்பொறை (163-150)*

2. கோதைமார்பன் (150-135

சோழன் : *இராசசூயம்வேட்ட பெருநற்கிள்ளி (170-145)*

பாண்டியன் : *1. இலவந்திகைப்பள்ளி துஞ்சிய நன்மாறான் (165-145)*

2. கானப்பேரெயில் கடந்த உக்கிரப்பெருவழுதி (145-130)

ஒன்பதாம் காலகட்டம் (150-70)

சேரன் : *கோட்டம்பலத்துத் துஞ்சிய மாக்கோதை (135-100)*

சோழன் : *1. குளமுற்றத்துத்துஞ்சிய கிள்ளிவளவன் (145-120)*

2. குராப்பள்ளித்துஞ்சிய பெருந்திருமாவளவன் (120-100)

பாண்டியன் : *1. சித்திரமாடத்துத்துஞ்சிய நன்மாறன் (130-120)*

2. வெள்ளியம்பலத்துத் துஞ்சிய பெருவழுதி (120-105)

பத்தாம் காலகட்டம் (130-50)

சேரன் : *சேரமான் குட்டுவன் கோதை (100-70)*

சோழன் : *1. நலங்கிள்ளி (100-75)*

2. இலவந்திகைப்பள்ளித்துஞ்சிய நலங்கிள்ளி சேட்சென்னி (75-50)

பாண்டியன் : *கூடகாரத்துத் துஞ்சிய மாறன்வழுதி (105-70)*

கணியன் பாலனின் நூல்கள்

1. பழந்தமிழ்ச் சமுதாயமும் வரலாறும்
2. மூலச்சிறப்புள்ள தமிழ்ச் சிந்தனை மரபு.
3. பழந்தமிழக வரலாறு
4. பழம்பெரும் தமிழ்ச் சமூகம்
5. சாதியின் தோற்றம்
6. கேரள வரலாறு
7. தொல்கபிலர் - தமிழ் அறிவு மரபின் தந்தை
8. பழந்தமிழர் வணிகம்
9. தொல்பழங்காலமும் தமிழக நகர அரசுகளும்
10. தமிழ்மொழி
11. நவீன தேசிய நீர்வழிச்சாலை

குறுநூல்கள்

1. சங்ககாலச் சமுதாயமும் செவ்வியல் தமிழும்
2. காவிரி நதிநீர் - வஞ்சிக்கப்பட்ட தமிழகம்
3. இலங்கையும் ஈழமும்
4. பவானி ஆறு